I0718314

NGÔN NGỮ
TẠP CHÍ VĂN HỌC NGHỆ THUẬT
SỐ 11 - 1/1/2021

NHÓM CHỦ TRƯƠNG:

Luân Hoán - Song Thao - Nguyễn Vy Khanh - Hồ Đình Nghiêm - Lê Hân

CỘNG TÁC TRONG SỐ NÀY:

Bắc Phong, BT Áo Tím, Cao Nguyên, Châu Ly, Châu Yến Loan, Chu Vương Miện, Cung Tích Biền, Dung Thị Vân, Duyên, Đặng Hiền, Đặng Xuân Xuyến, Đỗ Quyên, Đỗ Thượng Thế, Đức Phổ, Frank O'Connor, Kiều Huệ, Hiền Nguyễn, Hoài Ziang Duy, Hoàng Chiều Nhân, Hoàng Chính, Hoàng Quân, Hoàng Xuân Sơn, Hồ Chí Bửu, Hồ Xoa, Hùng Nguyễn, Huỳnh Liễu Ngạn, Huỳnh Thị Quỳnh Nga, Lê Chiều Giang, Lê Hân, Lê Hữu Minh Toán, Lê Minh Hiền, Lê Thị Ngọc Nữ, Lê Văn Hiếu, Luân Hoán, Lữ Quỳnh, Mang Viên Long, Minh Nguyễn, Mộng Hoa Võ Thị, Ngàn Thương, Nguyễn An Bình, Nguyễn Dạ Quỳnh, Nguyễn Đình Phượng Uyển, Nguyễn Kiến Thiết, Nguyễn Hải Thảo, Nguyễn Hàn Chung, Nguyễn Lê Hồng Hưng, Nguyễn Sông Trẹm, Nguyễn Thái Dương, Nguyễn Thành, Nguyễn Thiều Dũng, Nguyễn Văn Điều, Nguyễn Văn Gia, Nguyễn Văn Sâm, Nguyễn Vy Khanh, M.H. Hoài Linh Phương, Phạm Cao Hoàng, Phạm Phú Minh, Phan Ni Tấn, Phương Tấn, Song Thao, Thái NC, Thiên Di, Thiên Hà, Thục Uyên, Thy An, Tiểu Nguyệt, Trần Dzạ Lữ, Trần Đình Sơn Cước, Trần Hạ Vi, Trần Nguyên, Trần Hoàng Vy, Trần Thị Diệu Tâm, Trần Thị Nguyệt Mai, Trần Thị Trúc Hạ, Trần Thoại Nguyên, Trần Vạn Giã, Trần Vấn Lệ, Triều Hoa Đại, Trịnh Bửu Hoài, Trương Thị Mỹ Vân, Trương Xuân Mẫn, Võ Phú, Võ Thạnh Văn, Vũ Trọng Quang, Vũ Tuyết Nhung, Vương Hoài Uyên, Vương Trùng Dương, Xuyên Trà, Y Thy.

BÌA: Uyên Nguyên Trần Triết

DÀN TRANG: Nguyễn Thành & Lê Hân

ĐỌC BẢN THẢO: Trần Thị Nguyệt Mai

LIÊN LẠC:
Thư và bài vở mời gởi về:
- Luân Hoán: lebao_hoang@yahoo.com
- Song Thao: tatrungson@hotmail.com

TÒA SOẠN & TRỊ SỰ:
Lê Hân: (408) 722-5626 han.le3359@gmail.com

THƯ TÒA SOẠN

Tạp chí Ngôn Ngữ số 11, mở đầu cho một năm mới, năm 2021; hy vọng sẽ là một năm tốt đẹp hơn năm thế giới gặp dịch nạn Covid vừa qua.

Sự có mặt của một tờ báo nghiêng về văn học nghệ thuật rơi vào thời điểm của những ngày lễ lớn cuối và đầu năm. Tuy chúng tôi không thực hiện chuyên mục cho một chủ đề nào. Nhưng những hình ảnh đời thường có nề nếp lâu năm, chúng tôi chọn đăng những bài có nội dung ca ngợi Thánh lễ cũng như hình ảnh xuân nhật của cả hai cái Tết, Dương Lịch và Âm Lịch. Chúng tôi không giới thiệu rõ nét nội dung trong thư tòa soạn. Hy vọng khi có báo, bạn đọc sẽ gặp nhiều thích thú với những sáng tác mới khắp nơi, dành cho Ngôn Ngữ.

Cũng trong số báo này, chúng ta may mắn không phải chia buồn về một tác giả nào rời cuộc chơi chung của văn học. Chúng tôi cũng không dám trình thưa gì hơn, ngoài gởi lời chia vui cùng chúc mừng đến tất cả bạn đọc, bạn viết thật hoàn hảo niềm vui trong các ngày nghỉ lễ.

Thân tình,

Luân Hoán

Rượu Đổ Trên Tay
LÊ CHIỀU GIANG

Thôi, tôi sẽ chẳng nói gì nữa đâu về những điều rất cũ. Bao chữ nghĩa đã mỏi mòn diễn đạt mãi về mối tình đầu tiên, những đam mê, quyết liệt của nhân duyên thứ nhất.

Và cũng đã khai không thiếu chút gì về những ngọt ngào, tha thiết của cuộc hôn nhân thứ hai…

Nhưng cách nào, và làm sao để chúng ta có thể chắt lọc, cắt lìa ra hết một quá khứ? Mà trong nó là trùng trùng những đan, những chéo của suốt bao nhiêu năm dài.

oOo

Charles Bridge, chiếc cầu có nắng sớm của bình minh và cả sắc đỏ đậm đà khi chiều xuống, tùy theo bạn đứng đó lúc mấy giờ và hướng nào trên cùng một dòng sông.

Từ phố cổ Tiệp Khắc, dọc dài suốt đầu cho tới cuối chân cầu là rất nhiều bức tượng Baroque của Emanuel Max, mà tôi ngắm mãi tưởng như đã thuộc hết những nét uyển chuyển, mọi bố cục của từng bức một.

Không phải chỉ du khách, dân địa phương cũng náo nức líu lo, thưởng thức tiếng trumpet rộn ràng, guitar lóng lánh hay dìu dặt khúc vĩ cầm, mang mang theo dòng nước chảy xuôi dưới chân cầu.

Buổi chiều cuối cùng, tôi đứng bần thần giữa hàng trăm thiên hạ dập dìu qua lại, có gì như nhiều tiếc nuối, làm tôi chẳng còn muốn về lại California, ngày mai.

California, nơi căn nhà nhỏ, có tranh của Nguyễn Trung, Đỗ Quang Em, Nghiêu Đề, Đinh Cường, Lê Tài Điển, Lâm Triết... có những tượng sao chép lại của Angelo, Rodin, Bernini...

Phải chăng các tác phẩm mà sáng sáng tôi cùng ngồi café, và uống cạn những ly rượu đỏ tưng bừng mỗi tối, chúng đang xao xác chờ, réo gọi tôi trở lại?

Nhưng dù có nấn ná chần chờ cách mấy, thì cuối cùng ngày mai tôi cũng phải về nhà. Trở lại với những sáng, những chiều, và cả những đêm dài thao thức .

Tôi sắp bay về để gặp lại tất cả tranh và tượng đang lạnh tanh buồn rầu trong căn nhà nhỏ. Nơi đó, chúng cũng thức khuya, dậy sớm. Nơi đó, chúng tôi đã cùng nhau cảm nhận ra biết bao vui, buồn, chao đảo... Và tôi thừa hiểu rằng chúng chẳng hề lạnh lẽo như những tranh, tượng vô tri.

oOo

Thẫn thờ đi dọc theo cầu Charles, vòng qua rồi vòng lại. Đi đến lần thứ ba thì tôi hiểu mình, không còn có thể chối cãi gì được nữa. Buổi chiều cuối cùng nhìn dòng Vltava trong nắng tàn sắp tắt, tôi đang lắng tìm nghe trong gió, tiếng đàn chỉ mới vừa đêm qua, sao đã như rất xa xưa, và đã như rất cũ...

Hôm qua, theo chiếc cano xuôi trên dòng nước êm đềm của sông Vltava, ngước mắt ngắm Charles Bridge trong cái nắng gay gắt, cho dù mùa hè đã gần hết. Mắt tôi như phải mở lớn hơn, ghi nhận cho rõ một hình ảnh mà chỉ đạo diễn mới có thể nghĩ tới. Chiếc violin được giơ lên cao cùng với tóc tung bay, người nhạc sĩ chạy ùa trong nắng đã làm tôi nhớ tới phim *Fiddler On The Roof*. Hình ảnh này của Ông, chạy bay như gió với cây vĩ cầm trên cầu Charles, đẹp lung linh với chút vẻ giang hồ.

Rời khỏi cano, tôi bước nhanh theo tiếng violin thúc hối, ngạt ngào trong nắng. Khúc *Elegie* của *Massenet*.

Tiếng vĩ cầm thoát bay trên những từng mây trôi nổi. Tôi thấy tim mình như nghẹt thở mỗi khi được nghe những bản nhạc quen thuộc, mà tôi từng chìm đắm với Cafe và Art works, trong căn phòng nhỏ đầy những tượng và tranh...

Dựa lưng vào thành cầu nóng rát, tôi không nghe mà đăm đăm nhìn. Có phải Art đã tạo ra nét đẹp, không chân phương mà đầy chất phong trần, lang bạt của Ông? Như chẳng còn chút nào tự chế, rất hồn nhiên tôi hỏi nếu ông có thể nương theo tiếng hát tôi trong Ave Maria?

Ai có thể hát nhạc giáng sinh trong một ngày cuối hè nắng nóng? Nhưng không chút thắc mắc, tiếng violin vút cao và tôi hát, tiếng hát thiết tha, bùng vỡ. Bản nhạc duy nhất tôi hát bằng tiếng Ý, học được từ ca đoàn của Italian Church tại Little Italy, thành phố tôi đang sống.

Ông ngạc nhiên, quấn quít với giọng Soprano không ngờ của tôi. Riêng tôi hiểu rằng, chúng ta sẽ hát hay và nồng nàn hơn, đàn sẽ dìu dặt, chìm đắm hơn khi con tim reo vui với những xúc cảm dạt dào, vô biên của chính nó.

oOo

Với hai phần ăn nhỏ, ắp đầy những ly rượu trắng, chúng tôi ngồi uống với trăng. Trăng xanh bát ngát, rọi sâu xuống dòng nước êm ái của sông Vltava.

Chúng tôi nói về The Red Violin, cây đàn lưu lạc qua nhiều không gian, thời gian với những biến cố khiếp sợ, những tai ương, và nghiệt ngã... Nhưng vẫn có một tình yêu rực lửa, khi cây vĩ cầm chuyển đến tay một violinist người Ý. Chàng nhạc sĩ bốc cháy với tiếng đàn khốc liệt, đảo điên, đã đàn cùng lúc với những nồng nàn tuyệt vời, òa vỡ của yêu đương... Đoạn này của phim khi bàn tới, chúng tôi cùng thích nhất.

Đêm như sẽ chẳng bao giờ tàn, thánh thoát tôi hát *Memory*, bên tiếng đàn óng ánh và sôi nổi. Và khi biết tôi thích Chopin, lồng lộng giữa một đêm dài sắp hết, là bóng người Violinist mờ ảo, chới với trong khúc nhạc Nocturne.

Khi chan hòa cùng Chopin, tiếng đàn Ông réo rắt, xa vời, và có chút gì đó bàng hoàng gần như nỗi chết... Đêm lặng thinh, nhưng đêm xôn xao cùng tôi với cây vĩ cầm ướt sương, và với cả ánh trăng đang dần phai nhạt.

Tôi đã không hỏi vì sao từ Florence Ông lưu lạc tới đây, đứng phong phanh giữa trời với tiếng đàn đắm đuối? Ông cũng chẳng thắc mắc xem tôi từ đâu mà đến tận chốn này…

Nhưng như hai nhân vật mơ mộng, sống bên ngoài trái đất. Chúng tôi mê muội bàn về chuyện sẽ cùng nhau đàn hát như Bohemian, lang thang trên những chân cầu, góc phố.

Violin và tiếng hát tôi sẽ thoát xa khỏi những u minh, những tăm tối của nhân gian. Sẽ vọng cao lên mãi tới trời xanh cùng với gió, mơ hồ rồi mất tăm ở cuối chân trời…

Cuối cùng tôi đành phải hỏi thăm cô họa sĩ, dù cô đang bận rộn với những chân dung. Mới biết ra Ông chỉ tới đây ba ngày một tuần, còn lại là đàn ở những con phố khác.

Bây giờ tôi mới ân hận vì đã không hỏi han gì, và chính Ông, ngày mai cũng sẽ chẳng hiểu vì sao tôi đã không còn trở lại?

Và như thế, tôi sẽ chẳng còn có bao giờ nghe lại tiếng đàn trác tuyệt, nương cùng với tiếng hát tôi chìm đắm.

Chúng tôi đã cùng biến mất, đã như gió tản bay, rồi mất tăm trên dòng sông có chiếc cầu Charles cũ kỹ.

oOo

Đêm đầu tiên trở lại căn nhà nhỏ, ánh trăng tận Đông Âu đã theo tôi về đây. Tắt hết đèn đóm, phòng tôi ngồi trắng xóa.

Trăng như lân tinh nằm nghiêng trên những phím đàn. Nghĩ tới *Clair De Lune* nhưng đôi tay chợt lạnh giá, làm sao tôi với tới ánh trăng vời vợi của Debussy?

Bắt chước Ông, tôi đổ rượu lên tay, rượu nồng một mùi hương quyến rũ. Từ nay tôi sẽ làm thế cho ấm bàn tay lạnh, mỗi khi ngồi với Piano. Ít nhất thì chúng tôi cũng có một thói quen chung, để hàng ngày theo cùng với hương nồng, tôi tưởng ra bóng dáng người Violinist ẩn khuất, thấp thoáng, và dập dìu cùng với những tranh và tượng.

Âm thanh se sắt của Violin rồi sẽ trầm bổng bên tôi trong gian nhà bé nhỏ...

Bằng bàn tay còn thơm ướt, tôi với cây vĩ cầm, loại đàn mà tôi không bao giờ nghĩ tới chuyện học, chỉ có như một trang trí. Ôm sát trong đôi tay, lần đầu tiên tôi thấy yêu mến nó, dù mua đã rất lâu ở một chợ trời.

Không dữ dội như violin phải sơn bằng máu trong The Red Violin. Nhưng khi mua về, tôi đã để nguyên không muốn lau chùi. Bởi thấm đẫm trong từng sớ gỗ nhỏ phải là những mồ hôi, những mùi vị của đắng cay, khổ đau hay tuyệt vọng. Hoặc dạt dào trong cây đàn cũ, đã là âm vang của rất nhiều những hân hoan, dấu yêu và hạnh phúc…

François Girard cho những dòng máu tung tóe, âm thầm, len lỏi chảy trong từng chút âm thanh, khi cuồng nộ, lúc thanh thoát véo von…

Tôi đang ghì xiết cây violin và để yên cho nước mắt rơi. Nước mắt tôi không thể là máu, vẫn đẫm ướt cây vĩ cầm yêu dấu.

Nước mắt, đã chảy dài trên những ước mơ rất đẹp và đầy hoang tưởng của chúng tôi trong một đêm trăng sáng.

Bohemian. Từ góc phố, xa mãi và sẽ biến mất cuối chân trời…

Lê Chiều Giang

- *Charles Bridge: nhịp cầu cổ trên dòng sông Vltava, Tiệp Khắc.*
- *Fiddler on the roof. Director: Norman Jewison*
- *Memory: Trevor Nunn*
- *Nocturne#20 in C sharp minor: Chopin*
- *Clair de lune: Debussy*
- *The red violin. Director: François Girard*

Giáng Sinh đến Tết Tây và
rề rà lưng tháng Tết Ta cũng về
bó chân nhớ nhà nhớ quê
không gặp ai được bốn bề vắng tanh

luân hoán

Mùa Xuân Cô Mơ Bay
CUNG TÍCH BIỀN

1

Mỗi mùa xuân sắp về, trong cái nắng tàn đông hanh hao đến ứa nước mắt, con người thường hay có những ước mơ đẹp về tương lai.

Mơ mộng là phù phiếm, có đó mất đó. Còn tệ hơn một làn khói thấy. Nhưng mơ mộng cũng là phúc trời cho. Là thần khí, duyên cơ nơi mỗi con người. Có khi sướng rơn người vì mơ ra cái chưa hề tới, không/khó thể xảy ra trong đời thực.

Trong khó khăn của ngày ngày, chỗ hiểm nghèo định mệnh, người ta hay mơ thoát. Một nơi, mặt đất luôn rung rinh, bởi động đất bão tố, sóng thần lở núi; hoặc bầu sinh linh xã hội mịt mù những tối tăm, vắng nụ cười; lúc con người bị tẩy xóa phần nào những riêng tư trước đám đông thường hằng - đã bao phận người đêm đêm luôn giật mình, nỗi hoang mang là rõ thật - ấy là lúc không phải tuyệt cùng thất vọng, nghĩ về cái chết, mà là lúc rất giàu giấc mơ.

Những triệu con người luôn mơ/ước/mộng về một mùa xuân đúng là Xuân sẽ tới. Bao thân phận nhỏ nhoi sẽ thoát khỏi âm u xanh xao, những bế tắc lưu niên đã trở nên ám ảnh siêu hình.

Hồn linh một năm cỏ bồng, xao xác trong gió nắng, trong âm vang của đêm ngày là mông lung gãy đổ. Mơ thoát? Là một cách từ biệt cái tình trạng bao la xám màu của suy đồi, lạc nẻo.

Có những miền đất mà mỗi con người phải bằng lòng sống qua

ngày trong thân phận "Cũng đành." Nên, ngó biển xanh để tìm một lối ra. Ngó lên trời cao nghĩ lung mình đang ngồi trên chuyến bay hạnh phúc. Như Tản Đà rỗng túi xưa kia, đứng chỗ sân ga nhìn con tàu chuyển bánh, mơ tưởng rằng mình đang ngồi trong chuyến tàu ấy, bon bon chạy về nơi xanh thoáng chân trời. Chao ôi, bao mơ ước nơi mỗi con người đã từ lâu hiền lành, bừng cháy bất ngờ, rồi, đã thu nhỏ lại, cằn cỗi. Như giọt máu sót. Khô đen trên cái xác dĩ vãng. Như bầy ong bị tàn phá tổ, hàng hàng xác đen cháy cánh, nằm bò rải rác, rỉ rả chờ cái chết.

Rất nhiều mơ/thoát, nhưng ít ai dám mơ tưởng một sớm mai bỗng dưng một đôi cánh mọc ra từ hai bờ vai. Để chính mình bay đi. Đi đâu cũng được, miễn đạt đỉnh ước mơ. Đến đâu cũng được, miễn là miền hạnh phúc. Hãy cứ Mơ Thoát/ Bay Đi.

oOo

Cô Mơ Bay, cô ấy sắp bay.

Bằng đôi tay làm cánh.

Mơ Bay có sở năng chịu đựng sự đơn độc, từ khước những giao tiếp. Ngồi quán cà phê một mình. Từ lâu không hề dự một lễ tiệc, dù đó là đám giỗ ông nội, đám tang của bà dì. Nhưng sau đó cô thường ngồi một mình trên những ngôi mộ thân yêu này, với nỗi nhớ. Ngày Tết nhứt cô không ở nhà cùng cha mẹ đón Xuân. Sẽ thoát đi, thoát ra, biến vào một đâu đó, đến một đâu đó, cao nguyên chẳng hạn, bờ biển chẳng hạn.

Cô ít khi sử dụng cái gì có máy nổ. Từ nhà đi bộ ra phố thị, ung dung bên cái bị rết đan bằng thổ cẩm; chạng vạng tối Mơ Bay về nhà thường không bật đèn, cô ngồi trong bóng mờ một mình; lúc này cô bảo: "Nghe không gian rộng thêm ra, những u uẩn có dịp hòa tan trong mơ hồ."

Không phải Mơ Bay xa lánh mọi người trong cõi ta bà này vì cô xấu xí, tàn tật. Chẳng méo mồm thâm môi lé mắt đi cà thọt. Chẳng phải mập thùng phuy, chẳng khô đét kiểu gái chậm chồng. Mơ Bay rất đẹp, học giỏi, trưởng thành trong một gia đình nền nếp, giàu gia hạnh.

Mơ Bay còn trẻ. Mộng ước của cô lớn lao, ngoài giới hạn. Thông thường, những ý tưởng lớn lao của tuổi trẻ luôn lồng trong đó cái hoang mơ, hư tưởng.

Cô hiểu rằng, với đôi tay có ngày cô sẽ bay như chim. Hoặc mái tóc cô, sẽ là đôi cánh. Tư tưởng sẽ biến cô nhẹ tênh. Ý chí là nhiên liệu.

Mơ Bay sẽ bay ngọt ngào. *"Anh ạ, vì em có một đôi cánh vô hình. Siêu nhiên là lực đẩy em lên cao."*

oOo

Mơ Bay giải thích nguồn gốc loài người một cách hài hước, đầy chất u-mặc. Nhất định rằng loài người không là hậu duệ của tinh tinh, khỉ, vượn. Muôn triệu năm trước loài người chính là loài chim.

Vì ham rong chơi trên mặt đất, ham suối trong, rừng xanh và thích tắm biển nên chim sa đà vào kiếp đi bộ. Đôi chân chim dần dà bự ra như chân người, và đôi cánh teo lại thành đôi tay. Cô mơ một Cuộc-Bay, chính là phục hồi một kiếp chim.

Mơ Bay chìa bàn tay ra, bảo rằng mười ngón tay thon dài, chìa hỉa kia của cô, chính là những sợi cánh của lông chim biến thể theo quy luật thích ứng.

oOo

Có thể cô Mơ Bay điên. Nhưng điên thì đã sao? Bấy nay điên cả trái đất. Điên từ ngón tay bóp cò tới đường đi điên của hòn bom trái đạn. Núi rừng điên, suối nguồn điên, thì đã sao? Điên thập loại chúng sinh. Nghệ sĩ hà, cũng điên lung. Trong mênh mông một cõi người sống đó, thở đó; sớm tối đi về cánh cửa mở khép, chẳng ai hiểu/ thấy thiên đàng ra sao. Chỉ lúc ngoẻo củ tỏi trong hòm gỗ, ta mới nghe loáng thoáng bên ngoài, chỗ nhang khói lời cầu chúc "Được đến thiên đàng" của bọn người thương tiếc.

Người ta đã có thể đưa Mơ Bay vào nhà thương điên, như xưa kia Mai-a đã từng vào. Có những nhà thương điên dành cho những con người cực tài năng, tuyệt minh mẫn.

Có những cánh cửa sắt thay vì nhốt những con vật, lại mở toang ra nhốt con người.

2

Mơ Bay, một ngày, nhất định hiện thực hóa giấc mơ của mình.

Cô ngồi trong quán nước, sông trôi ngoài kia, bên kia bờ xa hãy còn hàng cây xanh, những mái nhà lấp lánh nắng. Những ghe đò, thuyền máy từ nhánh sông này ra cửa biển bồng bềnh vì cơn gió lớn lúc thủy triều đang lên.

Có một con nước lên trong hồn Mơ Bay.

Có một dòng thác trắng cô thấy khi nhìn dòng người bâng khuâng trên con đường cuối năm, tàn mùa.

Giọng nói cô ấm áp. Đôi mắt cô biết cười. Nhưng màu tóc đen u ẩn của cô chừng như lạnh lạnh. Trong tôi, cô như lưu tồn cơn ma đêm của hư hoang. Sao hôm nay Mơ Bay có cái cách của một bà Bóng. Sẽ tan hồn trong tiếng nhạc cà giựt một khí hậu nhang khói, chỗ lên đồng. Khí hậu của giao hợp âm dương. Nửa khơi dục của thân hình nữ uốn éo, chìa mông lắc ngực, một nửa kia âm u thần bí từ ngôn ngữ kinh tụng.

Thủy triều lên, một Bà Bóng trong tôi.

Mơ Bay nói. Mơ Bay tâm sự. Tiếng cô nói hình như không đi từ miệng cô tới lỗ tai người nghe trước mặt. Nó lang thang, vòng vo. Như ai nói ở xa kia trong trà trộn đủ thứ tạp âm đời, quanh đây.

Tâm sự của cô, như âm vang đi tới từ cái ghế đá, hốc cây, từ viên gạch lót đường. Như đất đai đau, đành cất tiếng. Đôi mắt Mơ Bay là khá hoang mị. Chừng như cả tinh lực kia đang chìm trong cái ý tưởng rất hư hoang mà cô diễn bày:

" *Em là thiên thần sờ nắm được giấc mơ. Phải dựng mộng dậy. Gắn xương cốt cho mộng. Mỗi cơn mộng phải là một Có Thực. Như cây trên đồi. Như vật thể hiện ra quanh đây. Mộng phải thấm được nước. Bốc cháy khi gặp lửa. Ta nói thì mộng phải biết nghe. Ta thổ lộ niềm mong ước, mộng phải OK. Anh ạ, "Nó," cái vô hình hiện ra đó. Giấc mơ, "Nó" đang bước tới. "Nó" chào và bắt tay em.*"

Tôi nói:

"Bắt tay được với một Cái-Trống-Rỗng, thì phải đáng rùng mình."

Mơ cười:

"Chính giấc mơ nó sử dụng em. Cũng như anh, anh nhà văn ạ, anh bị huyền hư sử dụng. Rồi anh sẽ vẽ lại giấc mơ của em qua những giọt màu có thật."

Một ngày cận Tết, những mầm hoa đang ủ hương trong búp. Chờ vỡ òa trong nắng đầu xuân. Mơ Bay nói: "Khi những nụ mai tàn, em bay."

Sao là tàn một mùa nở rộ, em mới bay?

oOo

Có một người đàn ông bước chậm rãi lên thang lầu. Bước vào phòng ngủ. Đã quen cái cách của Mơ Bay, ông không bật đèn. Qua ánh sáng đèn đường rọi vào ông thấy một sự bày biện khá lạ lùng. Mền gối chăn mùng giày dép, áo quần đồ trang điểm của Mơ Bay được thu gom vào cái bao tải bự. Ngoài, có hàng chữ: "Đồ ve chai."

Có một là thư dằn trên mặt bàn:

"Anh ạ, em Ra-Khỏi rồi. Hồn ra khỏi. Xác em là ve chai trong bao tải.

"Hồi đầu em trèo lên ngọn cây sọ khỉ, nhưng cành lá nhiều quá không cất cánh được. Em lên nóc một cao ốc, nhìn thành phố bên dưới như một bãi tha ma trắng, những nhà cao tầng là những ngôi mộ lớn, em lại thôi, cất cánh nơi này chẳng thơ mộng chút nào.

"Em lên cao nguyên. Bên vực thẳm giữa hai hẻm núi, em bay. Anh yên chí, em không hề rơi xuống vực sâu. Chính đôi mắt ta nhìn hẻm núi thăm thẳm bên dưới. Sợ hãi kia, thay vì đầu hàng rơi xuống, sẽ giúp em mạnh mẽ bay lên cao.

"Anh sẽ thấy trong trời mùa Xuân này một con chim lạ. Em đấy. Khi một con chim biến ra một con người là số phận không may. Con người biến được thành con chim mới là hạnh phúc, là ân sủng của Tự do.

Hôn anh.

Em của anh

Mơ Bay"

3

Giấc mơ bị bể sọ não.

Một cái vô hình bị thương tích.

Một cái vô hình đang được chỉnh sửa.

Rất mong manh hồi sinh.

Có tiếng máy lạnh ro ro chỗ phòng hậu phẫu. Toàn thân Mơ phủ chăn trắng. Một cái đầu, qua hai vai, được băng bó kỹ lưỡng, chừa ra hai con mắt nhắm. Hai lỗ mũi được chụp một cái gì đấy gọi là cho thở ô-xy. Vùng miệng được chặn một cái gì đấy gọi là để thương-tật-nhân khi động kinh không tự cắn đứt lưỡi. Một cái bình nước gì trong vắt treo toòng teng gọi rằng truyền nước biển.

Hình như cô gãy cần cổ.

Bà mẹ ngồi cạnh giường. Buồn bã than thở khi có một người, mà bà biết có liên hệ tới những điều không tưởng của con gái mình, tới thăm. Bà nói:

"Nhà văn ơi, mong ông tha cho con nhỏ nhà tôi. Nó mơ hoang, mà gặp ông, nhà sáng tác, thì gia đình này rặt màu bị gậy. Hãy cho chúng tôi xa cách với văn chương. Hãy trả Mơ Bay về với cái thực tế dù thô bạo, đắng cay và buồn phiền này."

Nhà văn ngồi im lặng. Ông bâng khuâng nhìn vào cái có tứ chi màu trắng, tuồng như là cái thi hài.

Thi hài miệng ngậm một cơn mơ không thành.

Một cơn Mơ trắng.

Trong khí hậu ông đang ngồi hít thở đủ kiểu cho bớt ngột ngạt, trong xã hội nhạt màu ông đang sống, mới hôm qua, cái thi hài trắng này tràn đầy hy vọng thoát ly. Mơ rằng được cất tiếng hát nơi xa kia, được viễn mộng bắt tay, OK ôm vào lòng. Mơ kia, là hiện thân của thiên thần, là cô đọng của khí thiêng, giờ đây đang hấp hối.

Hồn Mơ hòa trong hơi ê-te. Xác Mơ dưới lưỡi dao mổ phạch cái não cái tủy để soi ngắm dưới ánh đèn cấp cứu.

"Anh có thấy đường bay của con hạc vàng kia không? Anh ạ, em sẽ bay thanh thoát. Em nhẹ lướt như mây. Em sẽ tường thuật anh hay khi em nhìn về trái đất dưới kia nhỏ nhoi như một hòn bi xanh

[xao]. Khi anh không còn bắt được đường truyền tín hiệu của em thì anh nên mừng là em đã thoát ra được ngoài vùng "phủ sóng" của cái xã-hội-mang-nhãn-hiệu-người."

oOo

Cha cô Mơ ngồi xa hơn. Mái đầu bạc. Đôi mắt sâu, u uẩn. Có thể cô Mơ là cái thừa kế của một cuộc đời ẩn mật này.

Người cha nhìn nhà văn. Nhìn con người đang trôi hoang giữa hai bờ, bên này Mơ, bên kia là Mơ Bay, người cha nói:

" Anh là nhà văn. Anh có thể vẽ ra thần linh, điều động ma quỷ. Một tay viết tài tình, đa mộng tưởng của anh, như anh, mà ra. Lần này, mong anh chỉnh lại nhân vật của anh đi, trong đó có con gái tôi. Anh có thể dùng những giọt mực huyền ảo, vẽ lại được những giấc mơ của mình một cách khác kia mà. Đâu cần có Mơ Bay nhà chúng tôi anh mới thực hiện được cuộc đào thoát của anh ra khỏi cái vực thẳm siêu hình này. Tôi không phê phán rằng anh đúng sai, tốt xấu, chỉ mong cái phúc huệ của nhà tôi."

Nhà văn từ tốn:

"Đa tạ. Tôi sẽ sửa lại bản thảo. *Nhưng nhặt Mơ ra khỏi trang chữ thì tôi còn gì để viết.* Bóng tối chính là nền. Âm bản là phản chiếu kỳ ẩn. Đôi khi mồ-hôi-nước-mắt-luống-cày-tiếng-chim-núi-non-suối-nguồn, chúng từ trang viết biến ảo đi ra. Cõi đời, cuộc sống có thật đã biến hình thay dạng qua ngọn bút. *Tôi chỉ là phần hồn của Mơ. Đúng ra Mơ là ngọn đèn, tôi ánh sáng. Đèn tắt, chẳng còn tôi.*"

Cha cô Mơ tâm sự:

"Nhà văn có thể nhặt ánh sáng từ vô cùng chỗ tối tăm kia mà. Văn chương nghệ thuật hóa biến thực hư cả rồi. *Con gái tôi bây giờ không là con của chúng tôi nữa. Anh ạ, nó là nhân vật của anh. Nó là ảo khi chúng tôi đã từng nuôi nó bằng sữa tươi, tình thương và hy vọng.*

"Xưa kia, trước khi Mơ ra đời, tôi trói thân trong thân phận một người tù trong sâu núi rừng. *Ngày trở về, cũng như anh, thay vì ra đi, chúng ta một lòng ở lại xứ sở này. Chúng ta hiểu ra thử thách, yêu quê hương nên không đi tìm Thiên Đường bất cứ nơi đâu.*

"Chúng ta chấp nhận một cuộc sống trong thân phận đã định, vì yêu cánh đồng, mái tranh, nội cỏ này. Yêu cả cái linh hồn đã không bỏ ta đi, chúng hãy còn sớm tối trong nhau.

"Vợ tôi mang thai Mơ trong những ngày hoang mang. Mơ ra đời, được ông bà ngoại nuôi dưỡng. Một đứa trẻ ngày ngày chạm mặt với những Nỗi-Già, tóc trắng của ngoại. Ngày ngày, với Mơ, xã hội càng lạ lẫm. *Cái bất hạnh của Mơ Bay là quá thông minh, giàu mộng tưởng, rất dị ứng với sự trì độn của xã hội vây quanh, và cả chính mình. Sự đáng kính của tuổi trẻ hôm nay là chống lại sự đồng lõa, đồng hóa"*

oOo

Bà mẹ khui một chai nước suối đặt trước mặt nhà văn. Ông ta đã từng bao phen chết hụt vì những tai nạn đỏ màu. Như con mèo bị tưới nước sôi, sợ cả nước lạnh. Bây giờ ông ớn cả màu trắng, ngay cả màu nước suối.

Màu trắng là nơi chứa chấp, ẩn mình của vạn màu sắc. Là nơi để sắc màu trá hình. Cũng là nơi chốn lưu đày, để sắc màu tự hủy.

Nhà văn tự nhủ.

"Giả dụ dùng một phương tiện chiết lọc tốc độ ánh sáng để chúng, những sắc màu ẩn mình trong màu trắng, trở về sơ nguyên thì giấc Mơ trắng của Mơ Bay sẽ là màu gì? Mơ Bay không thể trả lời. Nhưng thể thái ấy chắc sẽ hiện ra bảy màu cầu vồng.

"Trong những chiều mưa xưa, nắng quái đã lọc màn mưa, hóa ra cái mống cầu vồng nơi chân trời. Thuở nhỏ, tôi hay chạy về phía ấy, phía cái hào quang sắc màu trong màn mưa thưa. Thấy bảy sắc cầu vồng rất gần, thật gần, mà chạy mãi chẳng bao giờ bắt gặp. Càng chạy tìm, cái mống, nhịp cầu huyền ảo kia càng lùi xa mãi...

"Đó chính là cái khoảng cách cố định để ánh sáng đủ thời-không lọc màu đưa vào đôi mắt của chúng ta, khi chúng ta không đủ thần thông thu ngắn khoảng cách để bắt được cầu vồng. Với lịch sử, đó cũng là cái khoảng cách mang tính hố thẳm để xương máu người biết rõ sự thử thách, sự tồn vong. Trong cái khoảng cách định mệnh đó bao nhiêu đứa trẻ trốn tìm, bao nhiêu tuổi trẻ hóa thân."

oOo

Nhà văn ngồi hơi cúi xuống. Ông hiểu đôi chân mình đang trên mặt đất. Nhưng não thùy đã lìa xa cái nơi cần cắm rễ sinh tồn.

Người cha nhìn Mơ, cái chừng-như-một-thi-hài-trắng, nói với nhà văn:

"Mộng tưởng của nhà văn đó. Bây giờ nó là cái hiện thực thương tích kia. Nghệ thuật vẽ ra những định mệnh, tạo ra bao ước vọng. Nhưng nghệ thuật cũng đánh lừa chúng ta.

"Giờ đây tôi đã rất phân vân. *Chúng tôi nên thương Mơ xương thịt gia đình tôi, hay nên yêu cô Mơ sáng tạo của nhà văn, một cô Mơ đẹp hơn cả những giấc mộng bình thường. Chúng tôi tự hỏi, rằng nên yêu quý Mơ tầm thường trong đời thực, hay nên trân trọng cô Mơ Bay giàu lý tưởng, yêu tự do, muốn ra khỏi Cõi tầm thường, như Mơ trong những trang viết của anh.*"

Nhà văn nói:

"Thưa ông, là mong manh bọt nước cả."

Người cha thân mật hơn:

"*Nhưng không có cái bao la sóng vỗ trong tâm linh anh làm sao có chút bọt bèo này. Nhà văn ạ, anh đã rất tài tình. Nhưng trong tài tình nó có cái hững hờ, cái ác.*"

oOo

Có mây mù giăng ngoài xa khung cửa kính bệnh viện. Người cha lại hỏi:

"Anh viết văn bằng gì?"

Nhà văn cẩn trọng và trầm tĩnh. Vì câu hỏi, trong suy nghĩ của nhà văn, nó không gợi ra hình tượng của viết và mực, của máy đánh chữ, hay cái laptop. *Không phải là viết, mà là tra vấn cái Viết Văn. Không là cái phương tiện hành động mà truy tìm cái uyên nguyên, cái ngẫu nhĩ tương phùng giữa Mộng và Thực.* Nghĩ vậy, nên câu trả lời của ông sẽ có khi treo móc vào khoảng trống. Nhà văn nói:

"Bằng thế giới ảo."

Người cha lại hỏi nhà văn:

"Vậy hôm nay là ngày mồng tám Tết, có bọn trẻ nhỏ áo mới đùa vui, có cơn mưa Xuân đổ ở xa xa kia ngoài khung cửa kia, có là ảo?"

Nhà văn có vẻ sầu mộng trả lời:

"Do nơi mỗi tâm thức. Con người ngoài nhục nhãn hãy còn tâm nhãn, tuệ nhãn. Có thể đó là cái có thực trong một Mặt Đất luôn Mùa Đông. Mặt Đất ấy không muốn chuyển mình."

Người cha cười nhẹ, giọng ấm áp:

"Chúng tôi là những con người tầm thường giữa tục lụy, có một lằn mức nhất định khó thể vượt qua. Đó là độ hiểu biết, khó thẩm thấu tâm hồn cao vượt của những nghệ sĩ. *Nhưng nhà văn ạ, băng bó, cứu chữa xong, tôi sẽ mang Mơ của tôi về bằng một chuyến xe có thật. Mơ có thể bay bằng Đôi Cánh Ảo của nhà văn, nhưng Mơ sẽ trở về trong sự âu yếm chúng tôi bằng một đôi chân có thật."*

Nhà văn buồn bã đứng dậy đi về phía khung cửa kính soi nắng. Quả là có thật xa kia một cơn mưa bụi giữa lòng mùa Xuân.

Ông nhắm mắt và thấy Mơ Bay đang bay lơ lửng trong không. Trời vừa nắng vừa mưa trong mưa bụi. Mây liêu trai, và gió cỏ lau. Nàng bay, thơ mộng lãng đãng như giấc mơ nghệ thuật trong thế giới Chagall. Mái tóc nàng tung về sau như một làn khói đẩy nàng lên cao. Tự dưng ông cảm thấy một nỗi nhớ mơ hồ. Một đám khói của tâm linh nhắc nhở.

"Anh ạ, em có một đôi cánh vô hình, một lực siêu nhiên sẽ đưa em Ra Ngoài..." Ông hiểu: "Mơ của tôi vẫn còn Bay."

Cung Tích Biền

mỗi năm khai bút đầu xuân
không hạnh phúc cũng tưng bừng niềm vui
năm nay cô vi đứng cười
cửa sau cổng trước ngậm ngùi ngó ra
tết, xuân không thể vào nhà
ngó vách rồi uống nước trà làm thơ
luân hoán

Nhà Văn Nữ
TRẦN THỊ DIỆU TÂM

Nhà văn nữ...

Đó là cái nhãn hiệu mà người ta gán cho tôi khi tôi có tập truyện ngắn đầu tiên được in ra. Điều này tôi thấy vui vui, mình viết khơi khơi, lung tung lang tang mà được cái "mác" như vậy. Thật ra, tôi chỉ là một người thích kể chuyện, *nhà văn nữ,* danh xưng này quá cao sang, quá tầm với tôi.

Chuyện viết, trước đây còn ở trong nước, không bao giờ tôi nghĩ đến, nhưng khi qua ở nơi đây, một xứ sở văn minh, thấy cái gì cũng lạ, cũng mới và cũng hơi kỳ. Cảm thấy như mình vừa tái sinh vào một kiếp người khác, do trước đây đã tạo được duyên lành. Trong những mối tạo duyên đó, tôi là người thích đọc truyện, nên giờ đây mình là người thích kể chuyện, tôi được luân hồi ngay ở kiếp này không cần phải chờ đợi sau cái chết!

Có nhiều khuynh hướng trong cách viết câu chuyện kể, do ảnh hưởng hoàn cảnh sống, do ảnh hưởng suy nghĩ cá nhân. Trước kia lúc bắt đầu viết, tôi dùng trí tưởng tượng khá nhiều, từ một hình ảnh trong đời thường tôi có thể kể ra một câu chuyện hẳn hoi có thứ tự lớp lang. Đa số chuyện dạo ấy, tôi kể về tình yêu vì cho rằng không có gì đẹp hơn loại tình cảm này! Lẽ dĩ nhiên tình yêu trong trí tưởng được vẽ vời rất nhiều điều đẹp đẽ xúc động. Trong đời thường, làm chi có những mối tình đẹp như thế. Kể ra cũng có hơi ba xạo! Tuy nhiên, mẫu truyện nào cũng đều dựa vào một *hình ảnh có thực* đã thấy trong quá khứ hay hiện tại. Có chuyện tình bịa đặt hoàn toàn, chẳng hạn như *Tìm Trong Quá Khứ,* khung cảnh là bệnh viện tâm thần Sainte Anne (vì chỗ tôi làm việc gần bệnh viện này, thấy bệnh nhân đi dạo ra vô). Tôi kể, có một người đàn ông điên muốn tìm lại quá khứ mình, một người đàn bà không điên muốn quên đi quá khứ đau buồn, tình cờ họ gặp nhau và yêu nhau. Câu chuyện cảm động này được cô MC Hồng Vân đọc trong "chương trình đọc truyện" của đài VOA, nghe chừng cũng da diết, có lẽ nhờ giọng đọc hay, lôi cuốn. Khi viết ra những câu chuyện tình lãng mạn, tôi nghe tuồng như mình tham dự trong đó, mình đang là diễn viên chính. Vậy mới ham viết!

Có điều, ngôn ngữ viết ít khi bắt kịp với nhịp độ suy tưởng, luôn chậm chạp, trong khi dòng suy nghĩ luôn biến động theo cảm hứng. Tìm câu chữ thích hợp cho suy nghĩ, cho sáng tạo là điều không dễ dàng gì. Viết, luôn luôn là một hành trình đi *tìm kiếm.* Tìm kiếm cái gì, điều gì? Đó là một câu hỏi với tôi, tôi không biết giải đáp.

Nhưng bây giờ, bây giờ bộ não tôi không còn khả năng phong phú để tưởng tượng như thế. Giờ đây, trước căn bệnh mất trí nhớ có thể xảy ra bất cứ lúc nào đối với người lớn tuổi, tôi muốn xét lại mình xem còn nhớ hay quên chuyện này chuyện nọ. Mấy cái chuyện tôi kể lại đây đều dựa trên những điều có thực, và không xạo chút nào.

Tôi nhớ rõ dạo đó ở Paris, tại trung tâm giúp đỡ người tị nạn Đông Dương gồm Việt, Miên, Lào, tôi đang đứng lớ ngớ đọc thông cáo tìm việc, bỗng dưng một ông Tây đi ngang, gọi tôi vào văn phòng, và giới thiệu cho một nơi quen biết làm việc. Sau mới biết ông ấy là giám đốc của trung tâm. Nhờ vậy tôi có dịp tập sự. *Tôi đi làm*, buổi sáng đầu tiên đứng chờ chuyến xe tàu điện, cảm thấy hãnh diện chi lạ. Hãnh diện như cậu bé lần đầu đi đến trường trong đoạn văn của Thanh Tịnh *"Tôi đi học".* Vì từ lúc lấy chồng, tôi bỏ việc không đi làm ở nhà chăm con, đến 75 chồng bị đi tù, vợ ngụy không có chỗ đứng trong xã hội cộng sản, nên chuyện đi làm là một ước mơ. Bây giờ sang đây, tôi đi làm, kiếm một ít tiền trang trải chi tiêu cho gia đình là thực hiện được mơ ước của mình.

Tôi làm việc tại một nơi bán nhiều sách báo, mỗi ngày những đợt giao sách báo mới. Mỗi khi cầm một cuốn sách, tôi chú ý cái đề tựa, tự hỏi không biết tác giả viết gì trong đó. Có khi mượn đem về nhà đọc. Tiếng Pháp không mấy rành, tôi luôn tra từ điển, ông Mai Trung

Ngọc, nhà xuất bản Nam Á, là người cho tôi cuốn tự điển hữu ích đó khi mới đặt chân tới Paris. Tự điển Pháp-Việt không giải thích rõ ràng, dùng tự điển Larousse dễ hiểu hơn, lại học thêm nhiều chữ cùng gốc. Sách họ viết bên này khác hơn bên nhà trước đây, tác giả phân tích tâm lý nội tâm nhiều hơn. Tôi thích loại truyện như vậy. Trong những tờ báo phát hành ngày chủ nhật, có tờ *Journal du Dimanche*, dạo đó hay đăng những truyện ngắn, có nhiều truyện thú vị về cuộc sống đời thường. Đâu cần phải có những éo le gay cấn mới là truyện. Truyện không cần cốt chuyện, nếu viết hay là hay rồi.

Trên những chuyến tàu đi về, đoàn người làm việc tấp nập không ai chú ý ai vội vã đi vội vã về, tôi chú ý tới người mù với cây gậy ngắn huơ qua huơ lại trong không gian tìm lối đi, họ thành thạo biết trạm nào phải xuống, trạm nào phải lên để đổi tuyến xe. Tôi viết truyện ngắn *"Người mù trong thành phố Paris"*. Và kết luận: Nghĩ đến những người trong nước có mắt nhìn mà phải sống cuộc đời thua xa người mù nơi này! Truyện đăng ở một tờ báo nổi tiếng lúc bấy giờ, đó là tờ Phụ Nữ Diễn Đàn.

Ông Chử Bá Anh, chủ bút tờ Phụ Nữ Diễn Đàn ở Virginia Hoa Kỳ cho đăng những truyện ngắn đầu tay của tôi. Trước đó, tôi hỏi ông nên lấy bút hiệu như thế nào, lấy tên nhà tôi ghi là bà Phạm.., vì từ khi lấy chồng sinh con đẻ cái, tôi *ăn theo chế độ* của chồng, tên tôi mất hút từ lâu. Ông Chử nói mình viết thì lấy tên mình, cớ gì lấy tên chồng làm bút hiệu. Tôi nghe lời. Ông Chử chính là người khuyến khích tôi rất nhiều. Sau khi gửi đăng vài truyện, tôi nhận được tiền nhuận bút, mỗi truyện 50 đô, vài truyện cũng được vài trăm. Số tiền này tôi trân trọng lắm, cất giữ không dám tiêu pha gì, xem như một món nữ trang quý không dám đeo vào người. Tiền này có giá trị cao, giá trị về tinh thần. Nó là những vé xe tàu đưa tôi đến những vùng đất xa lạ, trong đó một mình tôi tự do rong chơi.

Dạo ấy tờ báo PNDĐ được bán rất chạy ở Paris vì tin tức nhanh chóng về chính trị, lại có nhiều tiết mục, từ đàn ông tới bà già đều thích đọc. Nhiều người phải xin đặt mua báo trước tại nhà sách Nam Á, vì đến mua trễ không còn. Ông Chử là người có đầu óc tổ chức rất giỏi, không có tờ báo Việt ngữ nào viết tin nhanh bằng tờ PNDĐ. Hầu như các báo ở Cali đều lấy tin từ CBA News, có lần tôi nghe ông nói đến tương lai có "internet" mà lạ.

Lúc vợ chồng chúng tôi qua Hoa kỳ lần đầu thăm con gái bên đó, ông đã cho đăng vài hàng chữ trên tờ báo địa phương cùng số phôn nhà con chúng tôi, vậy là các báo khác đăng theo. Hôm sau điện thoại reo không ngớt hỏi thăm. Con gái phải ghi tên vào giấy để nhớ người gọi tới. Ai cũng gửi lời mừng, có người tưởng nhà tôi chết trong tù (vì một truyện ngắn tôi tả cảnh đi thăm nuôi chồng, nhưng chồng lại chết trong tù.). Chúng tôi không quen được chào đón thăm hỏi có vẻ ồn ào như vậy, và nhất là phải gọi cám ơn từng người quen có lòng nhớ mình. Nhưng ông Chử chứng tỏ qua điều này, cho thấy truyền thông (của ông) đóng vai trò quan trọng trong cộng đồng. Vài năm sau, vì bị bệnh hen suyễn lâu ngày, lại ham mê công việc, ít chú ý về sức khỏe, ông đã mất trong đêm khuya trong căn phòng riêng của ông. Ra đi khi tuổi mới 63* là hơi sớm, năm 1996. Chúng tôi buồn không ít. Nhờ ông chúng tôi gặp nhau, và nhờ ông tôi được làm quen với chữ nghĩa.

Dạo ấy, nhà tôi bị động viên ra trường Thủ Đức, có sự vụ lệnh đổi lên dạy trường Võ Bị Quốc Gia Đàlạt. Ông Chử biết tin ra tận phi trường Liên Khương đón anh ấy về trường Văn Học, vô lớp dạy ngay không kịp về nhà thay áo quần dân sự. Lúc ấy, tôi đang ở Huế, bà Dì tôi là một nữ tu từ Pháp về dạy tại trường Couvent des Oiseaux, bà gọi tôi lên Đàlạt để học phân khoa Chính Trị Kinh Doanh mới mở tại Viện Đại Học. Sau đó tôi gặp ông Chử, và ông nhờ tôi dạy Anh văn cho lớp đệ thất đệ lục trường Văn Học của ông. Tôi nhận lời ông, và gặp gỡ anh ấy, nhà tôi. Một người từ Sài Gòn lên, một người từ Huế vô, hai người gặp nhau tại một thành phố đẹp mộng mơ, yêu nhau là đúng số mệnh rồi.

Bà Dì tôi là người có đầu óc cấp tiến khá đặc biệt. Đó là "Mẹ Marie Thành", sau này Bà phiên âm tên Marie thành chữ Mai, Thành là tên một vị nữ thánh tử đạo VN. Tại sao tên thánh của các nữ tu VN luôn lấy tên các vị thánh người nước ngoài mà không lấy tên vị thánh nước mình. Một cải cách của bà, bà tỏ ra một người có tinh thần ái quốc dân tộc, luôn tìm hướng đi mới cho giáo hội VN. Bà có nhiều tài năng trên nhiều lãnh vực, đi nhiều nơi trên thế giới, có tài thuyết giảng và thuyết phục người khác nghe lời mình, và nhất là có tài mở hầu bao của các hội dòng giàu có phương Tây giúp đỡ cho dân nghèo VN. Cuộc đời của Dì tôi là cả một hành trình vừa tu hành vừa hoạt động xã hội đáng ngưỡng mộ, bà mất ngày 14/01/2019. Đó là một phụ nữ có lý tưởng, lý tưởng từ lúc còn là cô giáo Bùi Thị Như-Kha của trường Đồng Khánh ngày xưa, mang nặng trong lòng quyết tâm phục vụ xã hội. Bà đi tu để hiến dâng mình cho mục đích lý tưởng ấy.

Trong chủ đích gọi tôi vào ở nội trú trong trường Couvent des Oiseaux để đi học đại học, bà mong muốn tôi có cơ hội tiếp xúc với dòng tu, mong sau này có thể theo chân bà. Tôi được học riêng thêm Pháp ngữ tại đây, và được bà chỉ dẫn cũng như khuyên bảo đôi điều quy tắc của nhà dòng. Tuy nhiên ý muốn cải tạo tôi thành nữ tu của bà bị thất bại hoàn toàn. Mỗi người chọn con đường mình đi. Thế mà, sau này mới đây, tôi có một giấc mơ với hồi kết hẳn hoi: Tôi trở về chốn ấy, xin bà Bề Trên dòng tu này cho tôi ở lại làm việc vĩnh viễn không ra ngoài xã hội nữa. Nhưng quá muộn rồi.

Nhà dòng "Notre Dame du Langbiang" (Dòng Đức Bà Lâm Viên) xây dựng ngôi trường Couvent des Oiseaux tại Đà Lạt chiếm cứ cả một ngọn đồi thông bên cạnh suối Cam-Ly, ngọn đồi này do một cựu học sinh tặng cho nhà dòng, đó là Nam Phương Hoàng Hậu. Sau này, Dòng Tu có thêm trường Regina Mundi tại 228 Công Lý Sài Gòn, bị CSVN đổi tên là Lê thị Hồng Gấm. Cả hai ngôi trường Pháp ngữ này đào tạo các nữ sinh từ cấp tiểu học lên cấp trung học. Trong số nữ sinh thời ấy ở Đà Lạt, tôi nhận biết có cô bé Tuấn Anh, con gái của tổng thống Nguyễn Văn Thiệu, cô rất giống bố, và Geneviève NHT, con gái của luật sư Nguyễn Hữu Thọ, chủ tịch của *Mặt Trận Giải Phóng Miền Nam*". Hai ông bố là đối thủ chính trị, nhưng có hai cô con gái học chung một trường. Hầu như con gái của các tướng lãnh cao cấp, hay của doanh thương giàu có miền Nam đều gửi con vào học tại trường này. Với sự giáo dục nghiêm ngặt của các nữ tu trí thức ở Pháp về, phụ huynh yên tâm hy vọng con mình được học nhiều điều hay đẹp, không những học chữ mà còn học cả nhân cách tốt.

Ngôi trường này trước đây được xem là nơi đào tạo con cái gia đình quý tộc, hiện nay lại trở thành nơi dành cho con cái dân tộc thiểu số, tức dân tộc miền núi rừng Tây Nguyên!

Sau khi gặp mặt nhà tôi tại khung trường Văn Học một thời gian, chúng tôi "hẹn hò". Hẹn hò hoài cũng ái ngại cho phần con gái, vì nghe nói anh ấy đã cho de vài cô rồi. Tôi đòi *"ra công khai"* (cụm chữ này tôi chôm được của cô Nông Thị Xuân, bồ của ông Hồ Chí Minh, sau khi cô sinh được một cậu con trai, cô Xuân đòi ra công khai, nhưng không được ông Hồ bằng lòng, sai bộ trưởng công an Trần Quốc Hoàn giết cô và quẳng xác ra đường, phao tin cô bị xe cán chết). Đòi hỏi công khai được gia đình bên anh ấy chấp nhận lo chuyện cưới hỏi. Anh ấy đưa tôi về Sài Gòn, bảo đến thăm ông bà cụ thân sinh anh, lại cẩn thận dặn dò: em nên mặc áo dài có cổ, đừng mặc áo dài không cổ như kiểu bà Ngô Đình Nhu. Biết gia đình anh nền nếp cổ xưa, tôi chọn chiếc áo dài lụa màu xanh lá chuối non *có cổ*. Hôm ấy anh nói một câu, tôi nhớ mãi đến bây giờ, nghe sao mà tình tứ quá: *Em như cốm xanh*. Vâng, là cốm xanh ngày ấy, còn ngày hôm nay là cơm nguội khô cắn vào gãy cả răng!

Ôi thời trẻ trung, tình yêu sao mà đẹp đến thế. Nhà tôi là người dạy môn toán, (một thứ khoa học dựa trên các con số) lại là người tính tình khá mơ mộng, thích làm thơ. Lúc quen nhau, anh đọc cho tôi nghe những vần thơ tình anh làm ngày trước, và kể thêm khi dạy cùng ông thầy Vũ Khắc Khoan ở Trường Sơn Saigon, thầy đề nghị lăng-xê thơ anh trên báo, nhưng anh lắc đầu, điều quan trọng nhất của anh là kiếm tiền giúp gia đình bố mẹ và các em. Vậy mà sau khi lấy tôi về làm vợ, chẳng bao giờ anh làm nổi thêm một câu thơ nào đọc cho tôi nghe. Tôi có hơi ân hận vì mình đã hủy diệt nguồn thi hứng của anh ấy!

Trở lại câu chuyện đang kể.

Sau khi ông Chử mất, không có ai đủ khả năng điều hành tờ báo, nên đình bản luôn. Người phối ngẫu của ông là nữ sĩ Vi Khuê, bà có nhiều tác phẩm thơ danh tiếng, thơ của bà đẹp, trang nhã dịu dàng. Nữ sĩ đúng là một mẫu người của thơ và mộng. Nghe kể lại mối tình của hai ông bà cũng đẹp như thơ. Xưa ở Huế, bà làm xướng ngôn viên đài phát thanh, ông nghe giọng đọc của bà mỗi ngày mà mê, mê tiếng và mê luôn người, nên rước bà làm vợ. Qua định cư ở Virginia, hai ông bà cùng nhau sinh hoạt tích cực trong lãnh vực văn hóa và giáo dục, được nhiều người quý trọng, trong đó có tờ báo PNDĐ rất thành công. Sau khi ông mất, bà Vi Khuê thỉnh thoảng liên lạc với tôi qua điện thoại. Sau này bà bị mất trí nhớ nhiều, nên cũng vắng. Bà ra đi năm 2018.

Có lần muốn thử nghiệm sự mất mát, sự ra đi vĩnh viễn của một người, tôi cầm điện thoại gọi vào số máy của ông Chử bên đó. Tiếng chuông reo lên liên hồi, từng chập... không còn bắt máy a-lô như mọi lần. Tiếng chuông reo vào khoảng không trống vắng. Một người đã ra đi, không còn tiếng nói, không còn có mặt. Tôi lấy bút đỏ gạch bỏ một hàng chữ số trong cuốn sổ điện thoại. Từ đó đến nay, đến hiện tại, biết bao người quen đã đi ra khỏi đời sống này, tôi đã gạch bỏ nhiều lần số điện thoại cùng với tên của họ. Biết bao giờ thì số điện thoại của tôi bị gạch bỏ như thế?

Ngày đó, ông Mai Trung Ngọc chủ nhà xuất bản Nam Á-Paris bảo tôi gom góp hết các truyện ngắn, đánh máy lại cho vào disquette đưa cho ông in thành sách. Thật là may mắn. Ông là một người hào phóng, hứa trả cho tác giả một số tiền mà tôi không ngờ, 20.000 francs, (viết chữ là hai chục ngàn franc). Một số tiền hơn gấp 4 lần tháng lương tôi đi làm bấy giờ. Tôi tự hỏi mình có thật là nhà văn hay chưa? Có tác phẩm được nhà xuất bản in ra và trả tiền cao như vậy thì đủ biết, cần chi phải giả vờ khiêm tốn! Sau khi in sách xong, ông MTN tổ chức cho tôi Ra Mắt Sách, rất nhiều thân hữu tham dự. Thật tình mà nói, ông ấy có ý tốt muốn giúp chúng tôi, chứ với người viết khác, ông không hào phóng như thế. Nay ông đã mất sau cơn đột quỵ đau tim, một cái chết bất ngờ nhanh chóng và không chút đau đớn. Trong tang lễ ông chủ nhà xuất bản sách Nam Á Paris, người em trai đọc vài lời tiễn biệt anh, có nhắc đến tên tôi như là một khai phá của nhà xuất bản. Giống y chang một nhạc sĩ đã khám phá được một giọng ca. Tôi ngồi nghe mà lòng ngậm ngùi.

Sau này, tôi ao ước truyện của mình được đăng ở các báo có tính cách văn chương như *Văn Học (Nguyễn Mộng Giác), Hợp Lưu (Khánh Trường), Văn (Nguyễn Xuân Hoàng)*. Được đăng trên các báo này có lẽ có giá trị hơn. Tôi không biết có hơn chăng, nhưng phải bỏ tiền mua báo ủng hộ hằng năm, để báo sống mà đăng bài cho mình. Nay Nguyễn Mộng Giác, Nguyễn Xuân Hoàng đã vào thiên thu.

Paris bấy giờ có nhiều sinh hoạt về văn nghệ rất vui, tôi luôn tham dự vì được làm quen giới văn nghệ sĩ. Giới này là những người hoạt động trong lãnh vực văn hóa nghệ thuật, gồm có ca sĩ hay ca hát tài tử nói chung. Người ca hát rất được hân hoan chào đón tôn trọng trong những đám đông họp mặt, nhìn họ đứng dưới ánh đèn sân khấu trông rất hay, và sau khi hát, họ cúi đầu nhận những tràng vỗ tay rào rào. So với họ, thì người viết văn tụt giá lắm. Không phải ai cũng là độc giả mình, không phải ai cũng biết mình, không phải ai cũng khen mình viết hay. Do đó tôi cũng muốn chuyển sang lãnh vực hát ca cho vui, khi mình hát xong, được nghe tiếng vỗ tay rào rào phía dưới. Dự tính mua dàn máy Ka-ra-ô-kê đem về nhà hát theo, nhưng tiếc thay ông nhà tôi không mấy ưa loại hát ca này. Vả lại mở máy tập hát, e rằng hàng xóm láng giềng đưa đơn kiện cũng mệt, xứ sở này khó lắm, việc chi cũng bị thưa kiện. Nhớ trước đây, một cô láng giềng xinh đẹp người Trung Hoa được anh chồng mua cho một chiếc piano ở nhà đàn cho đỡ buồn, cô hay đàn những bản nhạc tôi ưa thích, nhưng sau đó bị các nhà hàng xóm trên lầu dưới lầu cùng ký tên trong đơn khởi kiện tới cảnh sát. Tôi không ký. Cô than thở nói tiếng Pháp chữ được chữ mất, rằng người Pháp ở đây không thích nghe nhạc. Tôi khuyên cô nên mua một cái villa để chơi đàn.

Tôi dẹp mộng ước hát ca, đành ngồi âm thầm một mình mà viết độc thoại tình ca. Thực ra, trong thâm tâm, tôi luôn mơ ước trong đời mình có một cây đàn piano trong nhà, chí ít cũng một cây guitar, vừa đàn vừa hát những bản nhạc yêu thích. Ước mơ được ca hát không thành tựu. Không được chuyện này tôi xoay qua chuyện khác, đó là đi học vẽ, nhưng rồi cũng dở dang. Tôi có máu nghệ sĩ, nhưng nghệ sĩ dỏm, vì chẳng món nào học đến nơi đến chốn cho ra hồn. Nghệ sĩ thực thụ, cần phải có đam mê, tận hiến cuộc sống cho đam mê đó. Viết văn cũng vậy, dâng cả đời mình cho chữ nghĩa mới được gọi là nhà văn đúng nghĩa.

Bốn tập truyện ngắn với tên tác giả TTDT, nằm im lìm trên kệ sách nhà, không hiểu sao, đã nhiều năm nay tôi không mở ra đọc lại. Một lần tôi can đảm lấy xem, ngạc nhiên như đọc truyện của một ai khác viết, không phải là mình (kể chuyện tào lao vậy mà cũng in luôn đến 4 tập). Nhìn thấy tủ sách các loại, ngẫm buồn cho thế sự văn minh hiện đại. Các nhà bán sách Việt ngữ hầu như đều đóng cửa dẹp tiệm, ở Paris hay ở Cali đều không còn thấy nữa, không tìm thấy nữa. Anh Phạm Xuân Hy, tác giả chuyên về dịch thuật Liêu Trai Chí Dị, là người yêu chuộng sách vở, lưu trữ sách rất trang trọng. Anh gọi tôi để nghị tặng một số sách báo cũ, nhưng tôi cám ơn anh, và từ chối vì tủ sách chật cứng dù đã đem tặng thư viện của Giáo Xứ Việt Nam khá nhiều. Không biết rồi anh tặng sách cho ai. Những cuốn *sách muôn năm cũ / biết để đâu bây giờ?* Đúng là lâm vào cái thế lưỡng nan: *Bỏ sách thì thương, mà vương sách thì tội* . Tội nghiệp cho cái thân phận sách báo. Hơn nữa, sách nó nặng lắm, cầm vài cuốn thấy oải rồi. Thế hệ đọc sách không còn nữa. Giờ đây, ai cũng lo dọn dẹp nhà cửa cho gọn ghẽ, chuẩn bị cho tâm an để làm một chuyến viễn du không bao giờ trở lại.

Trong các chuyến tàu mê-trô dưới lòng đất Paris, tôi vẫn thấy nhiều phụ nữ cầm sách trên tay đọc chăm chú. Họ là người Pháp đọc sách tiếng Pháp, không phải người Việt đọc sách Việt. Dân cư người Việt di tản ít ỏi, lại phải hội nhập với dòng đời nơi đây, ra đường phải nói tiếng bản địa. Thế hệ người Việt nói tiếng Việt dần dà không còn chỗ đứng. Chúng ta nay còm cõi, già cỗi, tay chân bắt đầu run rẩy, cầm cuốn sách lâu thấy mỏi rồi, mắt lại kém, lem nhem. Những buổi Ra Mắt Sách là những buổi chợ chiều. Những cuốn *sách thật* tiếng Việt trước đây chọn nơi này làm đất tạm dung, nay thật sự chẳng còn nơi nào để dung thân. Chỉ còn hy vọng cuối cùng, sách vở được ký gửi trong lòng độc giả.

Thế nhưng tại quê nhà, với khối dân số trên 90 triệu người, sách vẫn còn chỗ đứng, người đọc vẫn còn nhiều. Có chị bạn nói nên in sách ở Việt Nam, có thể được phổ biến rộng rãi hơn nhiều. Một nhà thơ chỗ quen biết cũng hỏi tôi, nếu muốn, sẽ giới thiệu nhà xuất bản. Việc in ấn trong nước bây giờ với kỹ thuật tân tiến đẹp và giá rẻ. Nhưng tôi ái ngại. Từ lâu rồi, tôi không còn liên lạc với quê nhà. Xa cách quá, không vì xa cách bởi không gian mà xa cách bởi muôn vàn khác biệt. Tôi đang sống với cộng đồng nơi đây, không sống với cộng đồng tại Việt Nam.

Xin hẹn một ngày đẹp trời, tôi sẽ viết tiếp câu chuyện, hy vọng đường đời còn tiếp diễn...

Trần Thị Diệu Tâm
Paris, tiết Lập Xuân 2020

(*) Chử Bá Anh (1934-1996)
http://thithuthuytran.blogspot.com/2015/07/chu-ba-anh.html

Bọc Nhẹ Túi Không

HỒ ĐÌNH NGHIÊM

Tôi đeo *sac à dos* sau lưng. Ra đi phải mang ba-lô, quần áo cứ thế chêm vô. Tôi mua một vé đi *métro* lắc lư chạy tới bến xe đò, tự hỏi mình về nguồn gốc chữ ba-lô. Vì sao lại Tây ba-lô nhỉ? Có Việt ba-lô chăng? Lắc lư con tàu đi. Tàu ấy là tàu hỏa, tàu điện hay tàu thủy? Trên đất hay dưới nước? Chắc chẳng phải là tàu bay lượn trên không trồi sụt những mây chập chờn.

Đi về những địa phận khác thì có lắm người sắp hàng, riêng quầy bán vé Québec thì tôi là người đứng thứ ba, sau một bà già và sát cái va-li to tướng của một trung niên râu ria xồm xoàm. Khứ hồi hay sao? Người ngồi sau tấm kính hỏi tôi. Không, vé lẻ. Tôi trả lời và đút ba tờ 20 vào cái vòm cung khoét dưới tấm kính ngăn chia. Số bạc lẻ mà người mặc đồng phục màu xanh vừa thối cho tôi không chắc sẽ mua được một ly cà phê. Dầu gì thì chất nước không dùng để giải khát ấy là thứ mà tôi cần dung nạp. Bạn thấy đó, ở sân ga, ở bến tàu, ở sân xe đò, ở phi trường, kẻ lữ thứ thường dùng cà phê để đè nén bao bồi hồi, lắm xúc cảm.

Lại phải đối mặt với cô hàng cà phê: Lớn? Trung bình? Nhỏ? Tôi nhìn mặt hoa da phấn đang được tẩm hương thơm không phải cứt chồn. Trung bình, xin vui lòng. Và phụ chú thêm: Loại *dark, strong. Plus fort possible.* Đắt đỏ quá. Cà phê ở bến xe thường không mấy ngon, nhưng họ có lý do chính đáng để bán giá khác thiên hạ. Sắp lên đường mà, chín bỏ làm mười đi mà, phân bì kiện tụng đưa ý kiến làm gì cho ngày mất vui, sir!

Mông-xừ lạ mặt ôm ly cà phê đi ra ngoài trời. Trời nắng, thứ nõn nà của dương quang vừa thức giấc. Lá cây xanh biếc cũng bừng tỉnh, đêm qua hình như sương có về. Không gian dựng đặt một hình khối hư ảo, nó khiến tôi nhớ Hàn Mặc Tử: Sao anh không về chơi thôn Vỹ? Xa xứ lạc bước đến nơi này, tôi vẫn xem Québec là một thôn Vỹ tưởng tượng dù có thắp đuốc hai hàng cũng chẳng tài nào ngó ra một ngọn cây cau, một hoa bắp lay bên sông có dáng con đò sẵn lòng chở ánh trăng về đúng với hẹn thề.

Đây về thôn Vỹ mất hơn ba tiếng, chưa kể dọc đường phải dừng ba nơi để đổ người xuống đón khách lên. Liên tỉnh lộ thênh thang, hút mắt những cánh đồng không biên giới ẩn hiện những căn nhà tạo ra từng vệt màu nóng trên bức tranh thẫm xanh làm trôi bớt sự buồn tẻ điệp trùng. Một đàn bò ơ hờ gặm cỏ, đôi ba con ngựa chạy loanh quanh. Những chiếc máy cày được phủ bạt và đàn chim đậu trên dây chùng trông như những nốt nhạc chưa hoàn thiện, khó trỗi nên cung bậc du dương. Tất cả câm lặng vì xe đò dường như có trang bị hệ thống cách âm. Ngay cả khi lao thân dềnh dàng đi, tiếng động cơ cũng không việc gì phải gầm rú. Êm ái, rù rì, dễ làm mắt ríu lại. Tôi đứng lên với tay moi bọc hành lý để nhặt ra cuốn sách nhàu cũ mang tựa "L'île d'espérance". Một kỷ niệm vàng úa Diane trao tay trước hôm từ giã Québec. Diane là cô giáo dạy Pháp văn ở ngôi trường COFI, cánh cổng học đường đầu tiên dành cho bọn di dân đa chủng tộc trọ trẹ ú ớ tấp vào. Cô tận tụy, chí tình chỉ bày và hơn bốn năm chia lìa tôi chưa ngốn xong cuốn tiểu thuyết của Erich Maria Remarque. Tôi đọc nhát gừng, chắp vá với cuốn từ điển Pháp-Việt tuy vậy vẫn cảm được cái không khí tan vỡ, đố ky, lạc lõng, mất niềm tin mà tác giả bày ra qua nhân vật Ernst Grâber, người lính trẻ được về phép từ mặt trận bên Nga. Diane đã rào đầu tuy cùng một tác giả nhưng cuốn "À l'Ouest, rien de nouveau" hay hơn. Tôi thưa, hình như hồi còn ở quê hương, bậc trung học tôi đã từng xem qua, dưới tựa "Mặt trận miền Tây vẫn yên tĩnh". Và tôi đã chết mê chết mệt. Ở xứ tôi chiến tranh liên miên, ác liệt, gà cùng một mẹ đá nhau chết bỏ nhưng chưa có ai đủ nội công để vẽ nên một cảnh sắc bạc tình vô lý đớn đau kèm chút thơ mộng tựa Remarque. Xe đò mỗi lúc một thu ngắn dặm trường, Québec miền Tây Bắc biết có yên tĩnh như ngày xưa?

Tôi không là một quân nhân Đức được hai tuần phép về lại thành phố tan hoang bom đạn; tôi chỉ là một di dân mà Québec ngày đó đã mở ra cánh cửa đầu tiên, rộng lòng đón nhận, dạy dỗ nuôi nắng. Cho cơm ăn, cho áo mặc và cho tấm lòng vàng son của Diane thiết thân chia sẻ. Khác biệt không gian thời gian hoàn cảnh, khác tất. Nhưng lạ lùng là tôi đang mang tâm trạng gần giống như Grâber, hoài nghi chen lẫn bồi hồi. Nhân vật ấy về căn nhà cũ bị đánh sập, tìm bố mẹ thất lạc ở trung tâm tiếp cư, ở nhà thương, ở trường học, thậm chí chạy ra ngoài nghĩa trang để nhìn mặt từng tử thi. Còn tôi tự lục soạn trong đầu ra từng địa chỉ, bốn năm hẳn đủ dài để Diane thay đổi số phận trên chính quê hương mình? Tóc nâu luôn bới lên, cái ót nhiều lông măng, sợi dây chuyền đánh rất nhuyễn để đeo một mặt ngọc xanh hình thể như một giọt nước. Nước rơi lưng chừng giữa đường khe chia lìa đôi vú không mấy lớn, áo nịt ngực mang số A-34. Tiếng Pháp mang nặng thổ âm, luôn nói chậm rãi cho các "trò" bắt kịp, thông hiểu. Tôi mê đắm lời thơ Jacques Prévert khi Diane cất tiếng giảng về một bài học nằm ngoài giờ. Alicante:

> *Une orange sur la table*
> *Ta robe sur le tapis*
> *Et toi dans mon lit*
> *Doux présent du présent*
> *Fraîcheur de la nuit*
> *Chaleur de ma vie.*

Bến xe đò ở Québec có nới rộng, sửa sang, nâng cấp. Một khách sạn 3 sao nằm kề còn mới màu vôi, cờ tỉnh bang màu xanh nước biển in hình 4 bông huệ trắng phập phồng ở đỉnh cột vắng gió. Việt ba-lô đứng với thân chao khi cảnh cũ ập tới mang nhiều đổi thay. Từ đây về trung tâm thành phố nếu không dùng *taxi* thì băng qua bên kia đường, vào lồng kiếng đợi chuyến buýt mang số 11 ghé ngang, và tội gì phải gọi *taxi*. Xe buýt sẽ chạy vòng vo lắt léo ở các con đường, mất thời gian một cách vô lối, phí phạm để đánh đổi một lộ trình bình thường chẳng quá bốn lăm phút. Nhưng đã có hành khách là tôi đang mềm lòng hoài niệm, tôi muốn nhìn lại đủ mọi góc cạnh về nơi chốn tôi dầm mình trong hơn hai năm. Dịu dàng tươi mát trong đêm và cuộc sống tôi từng đón nhận sự ấm áp không diễn tả được bằng lời.

Ngôi trường đã đổi thay bảng hiệu. Mái ngói bạc màu như ngân sách tỉnh bang hết hào phóng nuôi dạy bọn người tứ xứ. Tốn kém cả trăm điều, bạn nên hiểu cho. Hỏi về một cô giáo tên Diane, tầm 40 tuổi, cao 1m 70 nặng 52 ký là chuyện bất khả. Chúng tôi không phải cảnh sát và nếu là *police* thì họ đề nghị bạn nên mang theo một tấm ảnh, mất chừng non tháng, hy vọng thế, chúng tôi sẽ tìm ra một bóng chim tăm cá. Cây xăng nằm ở góc đường vẫn chưa di dời. Tiệm tạp hóa gần bên cũng mang diện mạo lòe loẹt như cũ. Một nhà giữ trẻ đối mặt với "kẻ thù" muôn đời có sức thu hút những đứa đầu xanh vô tội: McDonald's. Tôi từng được nhận vào đó làm người phục vụ đồ ăn nhanh có mặc đồng phục tươm tất. Chỉ đúng một tuần vì trình độ giao tiếp với khách hàng của tôi quá thấp. Đang học tiếng Pháp và tiếng Anh thì đi đong kể từ hôm người bạn đồng minh nhẫn tâm tháo chạy. Nghe tôi bị đuổi, Diane an ủi theo cách của cô: *Toi* bị từ khước tới 10 lần thì đến lúc đó mới có cảm nhận đúng đắn về một cuộc sống xa lạ. Đừng nản, niềm tin là thứ chúng ta không thể để vuột trôi. Yêu một người cũng thế. Đam mê hoặc niềm tin đôi khi là hai chân phải trái mỗi ngày bạn cất bước xuống đường. Dọ dẫm rồi sẽ có lúc vững chãi.

Tôi chẳng thích quan điểm của Diane, tôi không trang bị niềm tin nào cả. Cái tôi cần là một công việc và được trả lương mỗi thứ năm hàng tuần. Ba ngày sau tôi vào xin việc ở quán ăn có tên gọi lạ thường: "Con Mèo Bị Cảm". Chủ quán người Ý, đã ba đời cắm dùi mưu sinh ở đây. Ông nheo mắt ngắm tôi: Ông nội tao khởi nghiệp bằng nghề rửa chén lúc 19 tuổi, 25 thì phụ bếp. 32 thành bếp trưởng và 45 tuổi ổng mở ra cái nhà hàng này. Mày tin không? Rửa chén thời buổi này sướng thấy mồ, có máy phụ đỡ một tay… Tuần lương đầu tiên tôi nhận được trong đôi tay bắt đầu biến dạng. Hai bàn tay đã tự nó đoạn tuyệt với giấy bút. Nước nóng, dầu mỡ, xà phòng, thuốc khử trùng, bùi nhùi, lọ nồi mãi bày binh bố trận để tôi ngập đầu vật lộn trong ma mị. Tôi bắt đầu quen miệng chửi thề, những từ ngữ mà chính Diane cũng không thông hiểu về nghĩa đen, nghĩa bóng. *Tabarnak*, chữ ấy làm gì có trong tự điển Larousse. Và dường như nó dễ phát âm hơn chữ *Je t'aime*.

Chân mỏi dừng đứng ở một ngã tư, lòng đang phân vân tôi chợt ngó ra một tấm bảng hiệu. Tấm bảng thật xấu, từ màu sắc cho đến cách đặt để những con chữ lộn xộn. Nhưng vì xấu, nó phô bày một sự gợi mời. "Quán Đồng Hương. Đặt Biệc PHỞ". Một thương hiệu lạc loài, nó chẳng màng lỗi chính tả. Miễn bà con cô bác hiểu điều chúng tôi muốn nhắn nhe là vui rồi. Tôi vui chân băng qua đường. Dạo tôi còn ở đây, thành phố chỉ có duy một cái chợ thực phẩm Á Châu nhỏ xíu, điều này gây khó khăn không ít cho ai kia nuôi mộng mở quán ăn đậm đà bản sắc dân tộc. Phỡ này chẳng biết có giống món Phở đặc thù của người Việt? Không cứ là ban đêm, đôi lúc ban ngày nhà ngói cũng giống như nhà tranh vậy! Và bạn tin không, vàng thiệt gặp lửa cũng phải sợ. Thứ gì mà chẳng ngán bà hỏa. Ba má tôi mất sau 75, ông bà nói: Thà mà bị cháy nhà cho cam! Chiến tranh ròng rã mấy chục năm không sứt mẻ, đợi hòa bình tới mấy ổng ngang nhiên vào soán đoạt căn nhà dấu yêu kia. Khi không mà mình trở thành kẻ đầu đường xó chợ, và quy luật khách quan đã diễn ra, song thân tôi chết không nhắm mắt dưới tấm khẩu hiệu "độc lập, tự do, hạnh phúc". Tôi hằng tin những kẻ "Việt ba-lô" như tôi sống tản mát ở bốn phương trời cũng do 6 chữ vàng ấy xua đuổi đi (một đêm không trăng sao).

Quán không có thực khách, có hai cô gái ngồi cuốn chả giò, vừa làm việc họ vừa trao đổi về một cơn lụt lịch sử đang tác hại ở quê nhà. Giọng họ thật thản nhiên khi nói tới sự tổn thất quá lớn, nhân mạng, trâu bò gà vịt, mùa màng cũng như nhà cửa bị nhấn chìm trong mưa lũ. Tôi hiểu điều gì đã khiến lòng họ nguội lạnh khi nhắc về chốn xưa. Họ sẽ giỏi tiếng Pháp hơn tiếng mẹ đẻ, họ sẽ "merde" nếu tôi bảo chữ phở nên là dấu hỏi hơn dấu ngã. Lớp người họ thuộc loại thịt ba rọi. Đành vậy, nửa nạc nửa mỡ.

Ai đã đang tâm lấy đi một nửa thịt nạc của họ vậy? Và tôi, xương thịt này cũng là một thứ tái nạm gầu đó thôi.

Mấy người ạ? Một cô đứng lên khi thấy tôi bước vào. Chao ơi, phải mà tìm ra cô Diane nhỉ? Hai người. Chưa khi nào tôi nói được chữ đó. Tôi đã đánh rơi lời thề, rằng có ngày sẽ tự mình nấu cho cô ăn món bún bò. Tôi không trông mong đâu. Diane nói, rửa chén ở đó thì bất quá bạn chỉ nấu được món spaghetti là cùng. Dạ, chú thích ngồi ở đâu cũng được ạ. Tôi nhìn quanh và tôi đến ngồi dưới một bức tranh vẽ cảnh đò trôi trên sông với bóng chiều tà. Một bức tranh thuộc dạng "bờ hồ", có nghĩa là chẳng mang chút nghệ thuật nào ở đấy cả. Vẽ là vẽ vậy thôi, bất biết những điều cơ bản cần có khi gia công. Mặt bàn có vuông kính dày, tấm thực đơn được ép mình bên dưới. Chú ăn gì ạ? Tấm màn sáo ngăn chia được vén mở, một người đàn bà từ sau bếp hiện ra ở đó, có lẽ vì nghe tiếng chào hỏi khách. Tôi nhìn bà ấy, mường tượng chính bà là người chèo đò trên dòng sông trôi xuôi về hoàng hôn. Đò chưa tấp bờ đã vội xắn quần leo vào triền cỏ. Cỏ lưa thưa, mọc cao thấp chút nhớ chút quên. Chút hoài nghi chút xác tín. Tôi đang tự giận mình khi nghĩ mãi vẫn chưa nhớ được một danh xưng. Soan, đúng là Soan, S chứ không phải X. Hoa Soan chớ không là hoa Xoan. Học chung lớp với tôi và theo như cách đánh giá của Diane: Một học trò kém!

Soan trông có già đi, bằng chứng là gương mặt ấy đã nương nhờ vào lắm mỹ phẩm, hoặc thời mới sang chưa có tiền để "nâng cấp" mặt mày? Soan đang vận dụng bộ nhớ, một học trò kém không hẳn là kẻ luôn nhớ trước quên sau. Cách Soan biểu lộ sự ngạc nhiên khiến hai cô gái phải sớn sác chú mục tới vị khách không mời. Săm soi, dọ hỏi, hoài nghi. Tôi ngồi ở cái bàn có hai ghế, một ghế tôi đặt đít và ghế đối diện chễm chệ cái ba-lô. "Ra đi không mang ba-lô, quần áo cứ thế cắp nách", đó là ngày tháng cũ của một thằng người vượt biên, thậm chí nó chẳng có gì để cắp nách ngoài một nỗi sợ hãi về canh bạc cầm chắc sự thua lỗ, từ chết tới bị thương đếm không xuể, canh cánh bên lòng. Đến được bờ bãi tự do, chí ít hắn phải nên sắm một cái ba-lô để đi đây đi đó (ở nhà với mẹ biết ngày nào khôn!). Muốn ngồi chung bàn với tôi Soan phải kéo lê một chiếc ghế lại gần. Ôi, lâu ngày quá! Bấy chầy phiêu bạc nơi đâu? Đã lập nên công trạng gì chưa?

Tôi nhìn Soan, thầm nghĩ là mình yêu cái tên ấy quá. Tôi cũng yêu khuôn mặt trái soan của Diane. Chẳng biết hoa soan có đẹp không? Và hương mùi nó mang có đằm thắm?

Tôi vui lòng trả lời tất cả những vấn an của Soan, để đáp lại tấm thịnh tình tôi chỉ hỏi duy một câu: Có phải bà là chủ nhân quán này không? Giọng cười của Soan vỡ ra, phải nhiều nội lực mới tạo được một chất lượng tựa thế. Giọng cười quyền uy của một bà chủ. Gọi thức ăn chưa? Uống bia nhé? Mình đón mừng cuộc hội ngộ. Tôi ngắm người thiếu phụ học chung khóa Pháp văn kéo dài trong bốn tháng. Chỉ cần quen biết trong ngần ấy tháng ngày, tình cờ khi gặp lại, người đó sẵn lòng khao đãi bạn và gọi "đón mừng cuộc hội ngộ". Tôi cảm động: Hồi nào quán cần người rửa chén đổ rác nhặt rau thì nhớ gọi tôi nhé. Tôi giàu kinh nghiệm việc ấy, nhớ không?

Soan đánh vào vai tôi: Mình không biết đùa, ghi số điện thoại trước rồi sẽ ưu tiên giải quyết cho. Quán đang cần sự góp tay của đàn ông.

Tôi đùa, được làm việc ở đây thì xem như lập được công trạng rồi, "đi đâu loanh quanh cho đời mỏi mệt". Nhạc trong quán vừa trỗi bài hát ấy và tôi bè theo. Soan sửa thế ngồi: Tin được mấy phần? Lặn lội về đây có mục đích chi không? Tôi nắm lấy chai bia ướp lạnh mà cô tiếp viên vừa mang ra: Uống nước nhớ nguồn, tôi về thăm trường cũ, thăm cô Diane. Họ tốt với mình quá. Soan vẫy tay làm hiệu, người con gái đang cuốn chả giò ngưng công việc để tiến lại gần. Ngồi tiếp chuyện với chú này đi, tao lui sau lo ninh nồi phở cái đã. Con Trúc này là học sinh sau cùng của ngôi trường văn số ấy.

Soan đứng lên Trúc ngồi xuống. Tóc che nửa mặt khi Trúc chùi những ngón vào cái tạp dề ca-rô xanh trắng. Tôi hỏi: Trúc có học với cô Diane không? Không, khi cháu vào học thì cô ấy vừa thôi dạy. Trường có tổ chức một buổi tiệc nhỏ với sự đóng góp của các học viên, tự mang lại, giới thiệu những món ăn đặc sản của quốc gia mình chung vui làm bữa tiễn đưa cô Diane. Trúc có biết lý do cô ấy nghỉ dạy? Nghe nói cô bị bệnh nặng, cô muốn về sống gần gia đình. Là rời khỏi Québec? Dạ, ba má cô ở phía cực bắc. Họ mang hai giòng máu, một nửa của thổ dân giống như người Esquimau vậy. Bộ chú không biết sao?

Tôi uống hết chai bia, hèn gì gương mặt Diane luôn thu giữ một nỗi buồn trầm lắng, lôi cuốn. Chút hoang dại cộng với niềm u ẩn ta thường nhìn thấy đọng chiếu trong những cặp mắt của những người không thích hòa mình vào văn minh thành phố. Họ khép kín, họ sẽ hân hoan chừng nào họ bắt gặp một khoảng trời rộng cho dầu trắng toát bạt ngàn giá băng. Tôi hiểu do đâu Diane luôn rộng lòng với những người di dân, những kẻ tị nạn như tôi. Cô hạnh phúc khi còn có chốn quay về, cô thương tôi vì tôi từng là đứa vô tổ quốc. Hắn đang ngồi trong quán Phở sai lạc dấu và hắn biết đã thực sự vuột mất cô. Hắn chưa đọc xong cuốn "Một thời để yêu một thời để chết" mà cô trao tặng nhưng hắn ngầm hiểu cái kết thúc bi thảm buộc phải tới của tác phẩm đó.

Không ăn phở vì nghĩ là món ấy dở, tôi gọi dĩa cơm sườn bì chả do đích thân Soan động dao động thớt. Tôi thương những giọt mồ hôi rịn ướt ở chân tóc Soan khi cô mang ra cái đĩa lớn một cách cực đoan. Tôi đùa: Món Sà Bì Chưởng của Soan thâm hậu quá, ăn tới mai vẫn không vơi bớt sáu phần hỏa hầu. Cho mình gửi tiền. Tầm bậy. Soan nạt. Biết có còn nhìn thấy nhau bận sau mà vẽ vời. Chúng tôi ôm nhau một lát như ngày cuối kết thúc khóa học để mỗi người một hướng lìa xa. Ngày ấy Soan có hôn bên má tôi nhưng hôm nay thì không. Cô hỏi: Bây giờ vác ba-lô đi đâu? Phía Bắc mênh mông chi xứ biết đâu mà tìm. Thôi cứ thu cất một kỷ niệm đẹp, gặp lại người xưa thêm buồn vì người xưa đang thập tử nhất sinh. Tôi đánh liều hôn vào môi Soan, chỉ để ngăn Soan đừng nói. Soan xô tôi ra: Bậy bạ quá! Hồi nào hết đường đi thì trở lại đây, chắc chắn là không cần người rửa chén đâu.

Tôi cúi đầu. Thấy cái ba-lô không dưng nặng quá. Tôi sẽ trở lại một ngày xấu trời nào đó, việc đầu tiên tôi sẽ bắc thang lên nhúng cọ vào lon sơn để viết lại chữ Đặc Biệt Phở kẻo chúng bạn cười, khi dễ Việt ba-lô. Tôi sẽ lùng sục vào internet, đăng tải một lời cầu mong: Muốn gặp lại cô Diane bất kể cô ở ngàn trùng cách biệt. Quý vị nào hay tin xin chỉ bày, thành thật cảm ơn.

Tôi ra bến xe đò. Đi Montréal. Một vé lẻ. Xin vui lòng. Tôi mua một cốc cà phê. Hoàng hôn đổ xuống trên Québec nhiều bóng tối. Tôi sẽ về tới chốn tôi nương náu lúc nửa khuya. Mùa hè vẫn có từng cơn gió lạnh chạy vụt qua. Qua nhanh hơn cả mộng mị. Nhức buốt. Québec, Je me souviens.

Hồ Đình Nghiêm

tuyết đắp mùa đông trắng
ra đường thở khói bay
năm nay bịt mũi miệng
nuốt hơi buồn bụng đầy

luân hoán

Văn Học Lưu Vong Thời Đầu

NGUYỄN VY KHANH

Trong gần nửa thế kỷ qua, thế-giới đã nhìn thấy sự hình thành của một tập thể lưu-đày mới mang tên Việt Nam. Và một "nền" văn-học từ đó phát sinh và lớn mạnh: sau 1975, ý niệm "lưu đày", "lưu vong" đã đến với văn chương Việt Nam và đã thay đổi nội dung nhiều lần. Tình cảnh *lưu đày* bắt đầu luôn luôn với một biến cố quan trọng, bất ngờ và không có chuẩn bị trước và phải có thay đổi cuộc đời. Tâm thức lưu đày có đặc tính là của chung, của những người cùng sống xa quê hương - dĩ nhiên có cả lưu-đày, biệt xứ ngay trên quê hương và có những "tâm thức lưu vong" khi đang ở trên quê-hương đất nước mình hoặc "exil du sens" mang tính hiện sinh của những Nietzsche, Hölderlin!

Nói lưu-đày tức nói đến chính trị và lưu-đày đi đôi với quê-hương! Sau biến cố năm 1975, người Việt lưu đày với ý tưởng đã mất hết, mất hết một cách tức tưởi dù vẫn có hy vọng. Nay là tình cảnh và tâm thức lưu-vong, không còn là phỏng đoán như Võ Phiến đã từng trả lời khi nhà báo Viên Linh hỏi "Nhà văn có cần sống tại quê-hương mình không?", rằng *"Tôi nghĩ là cần. Văn sĩ lưu vong, xa cuộc sống dân-tộc, thật khó sáng-tạo. Phần đông dường như họ dần thiên về suy tưởng, khảo luận"* [(1)]. Nửa thế kỷ sau, tùy cá nhân mà cái lưu đày đó đã trở nên chai đá, đã quen hay vẫn đầy nước mắt và tâm thức đọa đày, qua phân! Nhưng trong **25 năm đầu**, cái lưu đày đó ra sao? Thiên chức văn nghệ sĩ đã và sẽ khiến người cầm bút lưu-vong đến với một số đề tài chúng tôi tạm ghi nhận trong bài này. Bài viết nhận định với văn bản, ghi lại chân dung của một phần - nếu không là chính, của văn học hải ngoại, có thể để nhắc nhớ người đọc hôm nay rằng văn học hải ngoại căn bản đa phần là như thế và từng là như thế!

Quá Khứ

Đề tài thường thấy nhất đó là *quá khứ*! Người lưu đày có những nhu cầu, hy vọng và những âu lo riêng. Trong tình cảnh đó, quá khứ trở thành tổ ấm, ngọn lửa. Thời gian đã qua khiến quá khứ trở thành một thực tại thường trực, bất biến! Quê hương của người lưu đày như đối với người Việt sau tháng Tư 1975 là một quê hương đã mất nhưng đồng thời quê hương đó cũng trở nên không chắc chắn, mơ hồ vì cái mất mát ở đây không thể đo lường, thống kê như khi người ta đánh mất vật dụng hay tài sản! Với Thanh Nam, Sài-Gòn là tất cả, nay mất, tức không còn lại gì:

> *"Sàigòn, ôi những thân quen*
> *Nhịp xe chợ sớm, ánh đèn hẻm khuya*
> *Vang trong hồi tưởng não nề*
> *Tiếng mưa pháo kích bốn bề thủ đô*
> *(...) Ghé thân lữ thứ trăm miền*
> *Nỗi buồn nào cũng mang tên Sàigòn"* (Sàigòn) [2]

Quê nhà, không gian ấy, Sàigòn hay Nha Trang, Hội An, Hà Nội, ... sống động trong những trang viết hay trong điệu nhạc, đối với người viết, như một hạnh phúc được sống lại, như đang sống, hạnh phúc còn có thể tìm thấy trong văn chương, nhờ đó mà còn có thể qua văn chương đi thăm lại những con đường khu phố xưa, càng xưa càng thắm. Những trang chữ gộp lại có thể chỉ là bước đầu của một hành trình về lại quê nhà. Dù rằng ta không thể nào đặt chân hai lần vào cùng "một" dòng sông, nói như nhà hiền triết Hy-Lạp Heraclitus, quá khứ chỉ còn là những lắng đọng, cái còn lại của thời gian, cái còn lại sau khi đã mất tất cả!

> *"Có đêm nằm mộng thấy bầy ngựa*
> *Hí giữa đồng xanh, vó đạp rừng.*

Năm tháng đi về, tim rực lửa.
Tang bồng vạn hướng, một non sông (...)"

(Nguyễn Phúc Sông Hương, Hóa Thân Ngựa Thồ) [3]

Ở Hoàng Xuân Sơn, quá khứ đó thêm mùi hương và màu sắc:

"Khi lá rừng phong dần đỏ thắm
anh nghe hương nồng bách diệp thoảng quanh đây
ôi những mùa thu rực rỡ xứ người
anh vẫn nhớ vẫn mơ mỗi độ thu vàng phố cũ
(...) chiều nay đứng dưới hàng phong rực rỡ
mà ngỡ rung rung màu huyết phượng năm nào..."

(Thu Vàng Phố Cũ) [4]

Nguyễn Tất Nhiên nhà thơ tình yêu nay trong hoàn cảnh chung có những bài viết về thân phận, cuộc đổi đời khiến hạnh-phúc xáo trộn, vai trò, thân phận đều đổi. Minh Khúc sau đây là một trong những sáng-tác cuối cùng của nhà thơ (mất ngày 3-8-1992):

"Đường không gian - đã phân ly
Đường thời gian - đã một đi không về...
Những con đường mịt sương che
Tôi vô định lái chuyến xe mù đời
Cu tí ngủ gục đâu rồi?
Băng sau, ngoái lại, bời bời nhớ con!
Đường trăm năm - nát tan lòng
Đường ngàn năm - hận, xin đừng trả nhau!
Những con đường cuối năm nào
Cho tôi tìm lại cành đào ba sinh
Khi em lễ mễ với tình
Thắp nhang tạ tội sinh thành con đi...
Đường chung đôi - đã chia đời
Đường chia đôi - vẫn hơi người quẩn quanh
Chim đêm hót tiếng đau tình
Đau tim tôi chở lòng thành kiếm em..."

(Westminster, CA, 2-1-1990)

Với tập *Nhớ Đất Thương Trời* (1996), Trần Hồng Châu, nhà thơ khoa trưởng tư duy chín mọng đã đi vào cái buồn triết lý, nhiều suy tư về hệ lụy làm người xa xứ. Lưu vong như là hậu quả của chiến tranh được đa số các nhà thơ đưa vào tác phẩm của họ. Trần Thiện Hiệp có *Cây Lá Phận Người* (Toronto: Viet Publ., 1987), *Mặt Trời Lưu Vong* (Seattle WA: 1991) và *Đỉnh Mây Qua* (Seattle WA: Người Việt Tây Bắc, 1997), Trần Nghi Hoàng với *Lưu Vong Hành* (1988) rồi Nguyễn Ngọc Thuận với *Tù Ngục Và Tâm Thức Lưu Đày* (1988) với nửa phần Tù Ngục có những bài chứng-tá cho một thời bi thảm đồng thời là bản cáo trạng u uất:

> *"... Tao đưa mày ra mồ*
> *Nằm đây mà an nghỉ*
> *Thoát một kiếp lao tù*
> *Trả cùm gông lại họ*
> *Bát ngô thiu cúng mày*
> *Không tìm ra nhang thắp*
> *Đất núi sỏi khó đào*
> *Huyệt nông mày nằm vậy..."*

(Đám Ma Tù)

Quá khứ, quê nhà đã trở thành một đề tài tưởng chừng không bao giờ cạn, chỉ nêu vài tác giả như Hồ Minh Dũng, Lâm Chương, Hồ Đình Nghiêm, Tâm Thanh, Nhật Tiến. Hồ Đình Nghiêm hai mươi năm sau, với *Vầng Trăng Nội Thành* (1997), vẫn viết về Huế và quê nhà như vừa sống, vừa trải qua! Văn chương người Việt ở hải ngoại phần lớn nội dung là quê nhà và ngày cũ, cũng mảng văn học ấy khai thác những đời sống ở những không gian địa lý trước đó chưa là đề tài quen thuộc của các tác phẩm khi chưa mất quê hương! Đây là lý do văn chương "miệt vườn" nở rộ ở hơn thập niên đầu! Lần đầu người miền Nam lục-tỉnh xa quê, tâm tình lưu đày đặc biệt, nông nỗi, mãnh liệt. Quá khứ, đời sống lịch sử và con người miền Nam được dịp phơi bày lên trang giấy văn chương, cũng như 21 năm trước đó, cuộc di cư 1954 từ Bắc vô Nam trên cùng lãnh thổ đã là nguồn văn chương cho nhiều cây viết Bắc cũng như Nghệ Tĩnh Bình!

Lúc đầu phải nhớ cái gì đáng nhớ, cái gì mất mà nhiều người tiếc nhớ, nhưng rồi như người trưởng thành, người ta hết ngại viết về những tiếc nuối và kỷ niệm dù vụn vặt, của một nhóm nhỏ (một trường quận nhỏ chẳng hạn!). Thành phố, ngôi trường của tôi có thể không to lớn, không phải ai cũng biết đến, nhưng nó vẫn rất đẹp trong tâm khảm tôi. Tác phẩm của họ do đó đã trở thành tấm gương, thành ánh phản chiếu lại, dù hiu hắt đến mấy, cái đời sống ở một không gian cũ, qua đó, cả một xã hội và thời đại! Gợi cái cũ, cái đã mất, để nhung nhớ, để cùng nhớ nhung, như tiếng cầu bình an, hạnh phúc và nghĩa tình bạn bè, thân quen. Nói như Võ Phiến, *"người ta nhớ nhau không nhớ vì cái lỗi lạc, lại e rằng chính nhớ nhau vì cái nhảm nhí ... những cái xe bánh mì ở đầu con hẻm, cũng như nhóm trẻ nít trong xóm vẫn rình rập trèo lên các mái tôn để thả diều, v.v... Tất cả những cái nhảm nhí vô nghĩa ấy, đến một lúc nào đó, trong một hoàn cảnh nào đó, bỗng dưng trở nên quan-trọng như thể chúng là linh hồn của cuộc sống, ít ra, là linh hồn một quãng đời vài chục năm ở quê hương. Trên đất khách, giữa người xa lạ, chợt nhận ra không còn có ngày gặp lại những người xưa cảnh cũ, ta thấy mình mất hết dĩ vãng. Đêm đông không chỉ dài có năm canh mà những sáu bảy canh; ngày không còn đủ sáu khắc: mới chừng bốn giờ chiều đã mịt mù u ám, trời sầu đất thảm. Cuối đông hướng về mùa xuân, không còn chờ đợi dáng con én mà lại lắng nghe một con ó đêm (night hawk) lẻ loi, kêu chão choẹt đó suốt đêm trường trên khoảng trời vắng ngắt. Người cũ xung quanh chẳng còn ai, kỷ niệm cũ không còn. Những giọng nói tiếng cười cũ, không còn. Những con người đã sống trên đời chừng nửa thế-kỷ, bỗng không còn quá khứ nữa, bỗng bơ vơ như trẻ sơ sinh: Hoàn cảnh kỳ cục không thể tưởng"* (Cỏ Bồng Phất Phơ) [5].

Viết do đó là tâm sự với chính mình, với người quen, những đồng môn, đồng hương (nghĩa gốc là làng), những người cùng thế hệ, có chung phần nào quá khứ! Để rồi có người sống với tự hào hoặc như sống lén lút với người tình: tự hào một chính nghĩa, một phong hóa, một gốc nguồn, lén lút vì sợ hiểu lầm lẩm cẩm hay chưa trưởng thành!

Quê nhà trong văn chương ở cuối thập niên hải-ngoại thứ hai đi sâu hơn vào chi tiết, những chi tiết chưa được khai thác! Thành phố, xóm làng, từng khu phố dù tầm thường tới mấy đi nữa đều được người viết khai thác kỹ càng! Ngay một ngôi trường cũ nào đó (từ thủ đô đến tỉnh rồi xuống quận) cũng được nhiều người viết xoi bói từng góc lầu, từng hốc hảnh nơi đó ngày xưa họ từng đã ở đó, họ hạnh phúc, vui chơi đánh đáo, nhảy dây (những trò chơi cũng đang biến mất!), nói tiếng yêu lần đầu hay chỉ là những cái nhìn lén ở tuổi mới lớn! Những chi tiết, tình huống của những nơi chốn cho người viết cái không khí quá khứ! Chi tiết, dư vang và kỷ niệm! Thế giới đó hoàn toàn thuộc về họ, bớt hoặc hết còn là không gian của chung, của lịch sử, của nhiều người. Văn chương đi theo những hội ái hữu những người cùng tỉnh, cùng làng, cùng trường, v.v... mọc lên ở nhiều nơi, nghĩa là nơi nào có người Việt cư trú! Những thay đổi chính trị thế giới gần đây cũng giúp cho sự tìm kiếm và sống lại quá khứ rẽ ngã quặt, xảy ra trên ngay bản địa, qua những con đường cũ, khu phố xưa, những người thầy, bạn, đồng ngũ, v.v...

Viết về quê hương và quá khứ để đối chiếu với hôm nay, với đời sống lưu xứ. Trong đó sau cá nhân, gia đình đã trải qua nhiều biến thiên nhất! Biển dâu văn hóa ở ngay gia đình là nền tảng của xã hội cũ, trước đây! Nếp sống gia đình thay đổi, nền tảng khả thể sống của con người biến dạng, cá nhân trở thành vong thân, không gian mới khiến con người hết trung thành với chính mình, như cắt đứt với quá khứ. Trật tự tưởng nghìn đời nay đã mất, cái mất mát này đưa họ đến một vị thế một nơi chốn có thể trung lập nhưng đáng lo vì những cột mốc tham khảo, chiếu văn hóa, vừa bị xóa hết, những thẩm quyền cũng lạc chỗ hết! Nếp cũ trở thành nguồn của hạnh phúc, thành hy vọng. Quê nhà do đó trở nên điểm tựa, cho những tham khảo đã mất đó! Nhưng với thời gian, nỗi nhớ cũng trở nên già cỗi một cách bi thảm, khó khăn. Nỗi nhớ trong cô đơn, giữa những thê thảm của cảnh vật chung quanh, ... đã là những yếu tố làm suy bại kẻ lưu đày! Quá khứ quấy rầy đến làm hỏng cuộc sống hiện tại; đã dứt bỏ quá khứ nhưng không dễ, lắm khi bị thương tổn. Hãy đọc Nhật Tiến (những truyện trong các tập *Tiếng Kèn, Một Thời Đang Qua*), Nguyễn Mộng Giác (các truyện Tạ Ơn, Ngựa Nản Chân Bon trong *Ngựa Nản Chân Bon* 1984, Trái Tim Bên Phải, Ngọn Cỏ Khô Trên Thung Lũng Mùa Xuân, Chủ Nhật Buồn,.. trong *Xuôi Dòng* 1987), Vĩnh Hảo (*Mẹ, Quê Hương Và Nước Mắt* 1989), Võ Kỳ Điền (một số truyện ngắn trong *Kẻ Đưa Đường* 1986 và truyện dài *Pulau Bidong, Miền Đất Lạ* 1992), cũng như truyện của Nguyễn Trung Dũng, Phan Thị Trọng Tuyến, Song Thao, Phạm Ngũ Yên, Hoàng Du Thụy, Hoài Mỹ, Hoàng Nga, Ngự Thuyết, v.v... Theo dõi tâm thức của tác giả qua các tác phẩm cho thấy có một diễn trình biến thiên, cập nhật, như Song Thao lúc đầu viết về quá khứ như những nhung nhớ, tham chiếu với đời sống hội-nhập đã lần hồi trở về quá khứ với con người và khung cảnh thật riêng tư, thật chi tiết, thật xa xăm, như càng xa về thời gian người ta càng gần lại với không gian?

Kẻ Lạ

Đề tài thường thấy khác, là "kẻ lạ" (người ngoài, người xứ khác, ...). Trong diễn trình hội nhập, phát hiện khủng hoảng về cội nguồn, căn cước, diện mạo (*ta là ai?*). Trong thời gian đầu xoay sở thích ứng, người lưu đày có tâm thức bị bỏ rơi, vô định, sau đó tâm thức đó trở thành tâm thức kẻ lạ như bất cứ di dân nào khác chung quanh. Ta và tha nhân thay nhau đóng vai kẻ lạ và Ta đã thành kẻ lạ.

Thanh Nam là nhà thơ đầu tiên, qua *Đất Khách* (1983), đánh động tâm thức lưu đày của người Việt ở ngoài nước, với những đề tài cô đơn, cách biệt, vong thân nhân cách, con người Việt, trong từng chi tiết. Cao Tần làm thơ và in *Thơ Cao Tần* trước Thanh Nam nhưng Cao Tần nói chung ít tâm thức lưu-đày mà nhiều quan sát tình huống hơn! Thân phận kẻ lạ, nhân cách bị trấn lột, cắt vụn nhỏ. Sự đánh mất cái hiện hữu, những thất vọng và cái chết, ... là những tâm tình lúc đầu, tức cảnh thành thơ đau xót sống ở cõi tạm xứ người với tâm tình đã mất hết khó lòng có ngày nhìn thấy quê nhà trở lại. Thanh Nam đau xót khi nhìn tờ lịch đầu năm, khi xuân không đợi vẫn đến :

> *"Tờ lịch đầu năm rớt hững hờ*
> *Mới hay năm tháng đã thay mùa*
> *Ra đi từ thuở làm ly khách*
> *Sầu xứ hai xuân chẳng đợi chờ..."*

Thời-gian trở nên tương đối và chủ quan:

> *"... Một năm người có mười hai tháng*
> *Ta trọn năm dài Một Tháng Tư!*
> *Chấp nhận hai đời trong một kiếp*
> *Đành cho giông bão phũ phàng đưa... "*

Đau lòng khi phải đổi ngược tên cha mẹ đặt hay khi phải nghe con nói tiếng người, cũng có thể hiểu đổi tên và nói tiếng lạ để được yên:

"*Đổi ngược họ tên cha mẹ đặt*
Tập làm con trẻ nói ngu ngơ..."

Đành tìm vui trong rượu "*đổi bóng mình ta say với ta*" (Thơ Xuân Đất Khách) [6].

Thơ lưu-vong gần với đêm tối, âu lo, tuyệt vọng, một cái chết say; ngôn ngữ trở nên lãng mạn đầy hơi rượu. Trong khi Thanh Nam bi quan, cúi đầu, thì Cao Tần giễu cợt cuộc đời lưu vong lạc lõng - giọng điệu gần Kiều Phong hơn là Lê Tất Điều đôn hậu trước đó:

"*Mai mốt anh về có thằng túm hỏi / Mầy qua bên Mỹ học được củ gì / Muốn biết tài nhau đưa ông cây chổi / Nói mầy hay ông thượng đẳng cu li / Ông rửa bát chì hơn bà nội trợ / Ông quét nhà sạch hơn em bé ngoan / Ngày ngày phóng xe như thằng phải gió / Đêm về nằm vùi nước mắt chứa chan / (...) Ông học được Mỹ đất trời bát ngát / Nhưng tình người nhỏ hơn que tăm / Nhiều đứa hồn nhiên giống bầy trẻ nít / Còn hồn ông: già cốc cỡ nghìn năm / (...) Nếu mai mốt bỗng đổi đời phen nữa / Ông anh hùng ông cứu được quê hương / Ông sẽ mở ra nghìn lò cải tạo / Lùa cả nước vào học tập yêu thương / Cuộc chiến cũ sẽ coi là tiền kiếp / Phản động gì cũng chỉ sống trăm năm / Bồ bịch hết không đứa nào là ngụy / Thắng vinh quang mà bại cũng anh hùng*" (*Thơ Cao Tần*, 1978).

Quá khứ là nhất, quê nhà là nhất, mà đã mất, nên cái hiện tại không có gì đáng giá, đáng thưởng thức. Ông Khó Tính của Nguyễn Bá Trạc chê phong cảnh, chê biển xứ người, chê người lông lá, nhà chọc trời nhìn mỏi mắt có ngày động đất thì chỉ khốn, thất chí nay gọi Trời bằng thằng và hay chửi thằng Trời bất công, ngay trà Đỗ Hữu ông vốn thích nay từ Việt Nam gửi sang cũng không ngon như trước dù nấu với nước mưa, vì "*nước mưa ở Mỹ, uống vào đắng cả mồm*" [7].

Ngu Yên trong hai tập thơ đầu tay *Hóa Ra Nét Chữ Lên Đàng Quẩn Quanh* (1986) và *Tựa Đề Ở Bên Trong* (1987) có nói đến hội nhập với nửa con mắt và môi nhếch. Ráng hội nhập để chứng tỏ có ý chí, khả năng như mọi người, nhưng khi như mọi người thì hắn trở thành kẻ lạ với chính hắn trước đó. Kẻ lạ cho nên thơ văn viết về đi hoang, đi tìm bản gốc và quá khứ! Nhà văn thơ lưu đày tập thể như người Việt sau 1975 khi viết thường nhân danh tập thể, nhân danh để trốn mặc cảm kẻ lạ. Đưa đến những ghetto văn hóa vừa bảo vệ những người làm kẻ lạ vừa là hàng rào ngăn cản hội nhập! Tình cảnh lưu đày khi tìm ra cái chìa khóa (Võ Phiến), khi nhức đầu ... vừa phải (Nguyễn Bá Trạc), khi không còn quốc tịch, thành chàng cù lần (Cao Tần), khi nhìn con nước Cửu Long, Đồng Nai nơi mặt sông Saint-Laurent (trong thơ Hoàng Xuân Sơn, Luân Hoán) hoặc sông Mississippi xứ người:

> *"đường ngươi đi phù sa rải khắp*
> *sông xa quê sông biết nuôi người*
> *đường ta đi tha phương cầu thực*
> *muốn nuôi mình mà hết niềm vui ..."*

(Hoàng Lộc. Nói Với Dòng Mississippi) [8].

Nước sông thời lưu vong không còn như nước sông Seine của những Cung Trầm Tưởng và Nguyên Sa thời thập niên 1950! Trong Cái Chìa Khóa [9], Võ Phiến diễn tả tâm trạng hụt hẫng, rối loạn trên đường rời khỏi nước, chiếc chìa khóa đáng lý phải để lại cho bố già thì lại mang theo như cái còn sót lại của quê hương! Thân phận ở giữa hai văn hóa, hai cuộc đời. Ngoài những muộn phiền lạc xứ lúc đầu, thường Võ Phiến nhìn người và cảnh người với con mắt sắc bén tò mò lí lắc, trong các tập tùy bút *Thư Gửi Bạn* (1976) và *Lại Thư Gửi Bạn* (1979).

Nhà thơ từ lựa chọn trở thành nạn nhân của mơ, chìm đắm như trong cái chết. Lưu đày đồng nghĩa với mộng mị cho nhẹ kiếp người! Người tình, kẻ thân yêu, ... như xuất hiện, hiện ra từ cõi mơ! Kẻ lưu-vong dễ chuốc căn bệnh ngỡ ngờ, mới trông ngoại hình đã đoán kẻ ấy xuất thân nơi mô:

> *"có phải em là Công Tằng Tôn Nữ ...*
> *vừa liếc qua ta đã nhận ra ngay*
> *đôi mắt Huế hữu duyên vì biết háy*
> *nét đài trang trong dáng nhíu lông mày*
> *(...) môi muốn hỏi mắt muốn chào nhưng ngại*
> *em nghiêm trang kiểu cách một thời xưa*
> *quanh quẩn ngó rồi dòm ta đánh giá*
> *thằng cha này sao nhớn nhác khó ưa? ..."*

(Luân Hoán. Gặp Một Người Nghi Rất Huế) [10]

Nhưng không phải ai cũng gặp may như Luân Hoán, các tác giả khác như Nguyễn Ngọc Ngạn, Song Thao, Hồ Đình Nghiêm, Trần Hoài Thư, Đặng Mai Lan, ... nói nhiều đến "kẻ lạ" trong cái nhìn của đồng hương, trong những liên hệ, đối xử. Nguy hơn nữa khi tìm ra "kẻ lạ" trong cái nhìn của chính mình, nội tâm trở thành hang động càng đào sâu thêm càng thấy hụt hẫng:

"... đêm xứ người hoa lệ / hồn lạc xác bơ vơ / (...) người cười mà tôi khóc / người hát tôi máu tuôn / buốt trái tim hằn học / nghe toàn lời vô luân / rồi tôi nhận ra tôi / hóa thành tên vô loại / ngu ngơ loài cỏ dại / nhìn không giống một ai" (Nguyễn Ngọc Thuận. Xứ Lạ) [11]

Ông Khó Tính của Nguyễn Bá Trạc cuối cùng cũng khám phá ra ông còn bực mình đến cả cái hình hài của ông. Từ điểm khởi hành không dung thứ và cởi mở đó, con người ta dễ thành những thành phần dở dở ương ương, như Người Di Cư Nhức Đầu Vừa Phải, một nhân vật khác của Nguyễn Bá Trạc [12]. Cái u uẩn mấy ai hiểu nếu không cùng tâm sự và tình cảnh:

"... em hãy kể tôi như trái cây lột vỏ
để qua đêm ngày hôi gió thịt xương tôi
như gái tỉnh lẻ thất thân nơi thị trấn
lỡ một lần lỡ thêm nữa chẳng sao ..."

(Cao Đông Khánh. Uẩn Tình Kẻ Xa Xứ) [13].

Lưu đày tức cô-đơn và trong cô đơn mở ra hiện tượng lưỡng nhân cách, nhị trùng, ở nơi đất mới, chỗ làm, ở nhà, trong quán ăn, với bạn hữu. Trong ngôn ngữ, giải trí, v.v... Lưu đày trong công việc làm (đổi hẳn khuynh hướng nghề nghiệp, không làm cùng nghề như trước, như trước chủ báo, nhà văn đắt khách, sau làm thợ nhà in; trước sĩ quan hải quân, sau làm thợ đóng tàu; trước y sĩ sau làm nhân công trong nhà thương (truyện Nguyễn Xuân Quang, Trần Long Hồ, v.v...). Nơi làm việc ráng hội nhập như người bản xứ, nói tiếng người, nhưng ra khỏi đó thì sống như người Việt, tức sống nửa thật nửa giả, bản ngã nhị trùng, lâu thành kẻ lạ. Tình cảnh nhị trùng có thể đưa đến bóng tối, bi quan, thất vọng, vắng mặt, lỗ hổng đen, có khi đổ bệnh, thường là tâm thần, xã hội, bệnh không thể hội-nhập, dị ứng hội-nhập, sống bên lề. Nhà thơ trong tình cảnh đó kêu lên cô độc của "tôi" chẳng tốt, tâm hồn hoang vắng, con tim lẻ loi chẳng nên, như Nguyễn Tất Nhiên cuối đời. Sống ở giữa hai bờ, bên ni, bên tê - như tựa một tác phẩm của Minh Đức Hoài Trinh. Tình cảnh nhị trùng cuối cùng rõ ra không phải là giải pháp. Phải tìm cách chữa trị! Ta không còn ở thế cho, ban phát, mạnh, mà trở nên người bệnh phải chữa, những vết thương rướm máu không lành! Hoàng Xuân Sơn, Giang Hữu Tuyên, Hà Thúc Sinh, Bắc Phong biến vết thương rướm máu thành niềm hy vọng. Nguyễn Mạnh Trinh vẫn giữ được nét ngang tàng trong đời mới (*Thơ Nguyễn Mạnh Trinh*, 1985). Tưởng Năng Tiến vùng lên từ tủi nhục thân phận chung. Nếu không, chỉ là cái chết!

Cái Chết

Đề tài cái chết trở lại thường xuyên với người viết lưu-đày. Du Tử Lê đem vào thơ hình ảnh cái chết non, tức tưởi, kết thúc một cuộc sống đứt đoạn, từ chối hội nhập và đời sống mới.

"... Khi tôi chết hãy đem tôi ra biển
và nhớ đừng vội vuốt mắt cho tôi
cho tôi hướng vọng quê tôi lần cuối
biết đâu chừng xác tôi chẳng đến nơi
Khi tôi chết hãy đem tôi ra biển
đừng ngập ngừng vì ái ngại cho tôi
những năm trước bao người ngon miệng cá
thì sá gì thêm một xác cong queo
Khi tôi chết hãy đem tôi ra biển
cho tôi về gặp lại các con tôi
cho tôi về nhìn thấy lệ chúng rơi
từ những mắt đã buồn hơn bóng tối
(...) Khi tôi chết nỗi buồn kia cũng hết
đời lưu vong tận tuyệt với linh hồn"

(Khi Tôi Chết Hãy Đem Tôi Ra Biển) [14]

Di chúc sớm cho người cùng thời mà như cho người sau, vì với những kẻ vì hoàn cảnh phải ra đi thì cái chết không là nỗi hãi sợ lớn, có khi cái chết trở thành nỗi ám ảnh biết là đang chờ đợi! Ngoài ra càng về sau càng có những nhà văn thơ can đảm lấy cái chết làm đề tài, như Xuyên Trà:

"khi ta chết, đất nơi nào cũng vậy
Thịt xương này đâu trở lại quê hương
Nơi sông núi mạch nguồn ta cắt rốn
Là trăm năm người hát khúc đoạn trường..."

(Lời Cuối Cho Người) [15]

Phạm Ngũ Yên trong thư gởi Ngô Du Trung Thay Lời Tựa cho tập *Hoa Bluebonnet Cho Hai Người* (Bình Minh, 1994) cũng viết: *"Một trong những mơ ước từ lâu của tôi là tôi sẽ viết về những chuyện tình (...) Nó song hành bên cạnh ta và hiện hữu mỗi ngày như sương mù, như mưa bụi. Như ẩm ướt mùa đông và nắng cháy mùa hè. Tình yêu vượt lên trên mọi thứ triết học cao nhất nhưng cũng trần trụi tầm thường như chính con người và cuộc đời cưu mang nó (...) Tôi muốn thả sự trong sáng hồn nhiên đậu xuống những dòng chữ mình viết như một cách tạ ơn đời. Và tâm hồn kẻ lưu vong là tôi thèm muốn được chết trên rẻo đất tự do đượm đầy sữa và mật (...)"* (tr. 9, 12).

Người theo dõi văn học hải ngoại có khi giật mình đọc những văn bản văn học mà có cảm tưởng đọc di chúc. Cái chết là trực diện, còn kiếp sau thì nói cho qua, dễ nói: kiếp này không yêu được đến nơi đến chốn thì hẹn kiếp sau, đời sống dĩ lỡ, thôi chờ kiếp khác, mơ mộng đổi đời ở kiếp sau, v.v... Nhưng cái chết là chuyện không thể tránh, cái sẽ đến và chắc chắn đến, như cuối một đoạn đường, chỉ có trước hay sau; trong tình cảnh lưu-đày trở thành cái tức tưởi, đớn đau vì như thiếu sót gì đó, như không tự nhiên! Thành thử phải lên tiếng, phải cho người khác biết tâm thức bất thường đó! Nhưng cái chết dù sao cũng trở thành thiết yếu cho tương lai, như màu mỡ cho đất lạ, trở thành bông hoa, mầm sống, nhưng trong một không gian xa lạ, lạ từ khí hậu, cây cỏ, cảnh vật đến nhịp sống, khiến tâm thức lưu-đày trỗi dậy. Hình ảnh miếu đền hiện ra trên hành trình tâm thức đến với cái chết như là ý nghĩa sau cùng, lúc thân xác suy thoái, hủy hoại. Với Du Tử Lê, chết là đi về quê nhà, lướt qua biển, gió, không trung,... không còn giới hạn trần gian. Nước, biển là nơi trú ẩn tìm kiếm, tuyệt diệu, nơi quy ẩn tránh đời, cũng là chốn cuối cùng mong về, như lẽ đương nhiên dịch lý. Những hình ảnh này hay thấy trong văn chương lưu-đày. Viên Linh dựng hình ảnh Thủy Mộ Quan (cũng là tựa tập thơ của ông, 1982). Con nước từng đem đến sự sống lúc quyết định ra đi:

"Hai ngọn sóng ngược chiều về mỗi ngả
Ngọn quá khứ mịt mùng không thấy nữa
... Một tiếng biển chỉ một tiếng biển thôi
Một tiếng biển thì thầm mà lớn tới mênh mông
Lạc róc rách trôi vào cửa sống ..."

(Mai Thảo. Hỏi Mình Giữa Biển) [16]

Thế giới mơ hồ, giả thật, sống chết, thế giới của Trang Tử. Giữa đời sống lưu đày thực và cơn mộng, nhà thơ vẫn lựa chọn mộng mơ, hoặc nói rằng họ sống cuộc đời hiện thực như trong một cơn mơ! Khi viết về cái chết của nhà văn Thanh Nam bạn mình, đã nghĩ rằng đến được bến bờ tự do là đã quên được cái chết: *"Từ biến động, từ đổi đời, từ địa ngục, từ cõi chết trôi ra, sống sót, tới bờ đất mới, nghĩ mình được may mắn phục sinh, lửa đạn đã tránh đường, đại dương còn ném trả, mười năm ấy hình như chúng ta không còn bận tâm về cái chết, chẳng còn những tư duy về cõi chết, nhìn thấy cõi chết. Nhất là cái chết của một người thân"*. Nhưng thời gian đó dù không nghĩ đến cái chết bình thường của con người, nó vẫn đến, như đã đến với Thanh Nam. Cái chết thân phận này khiến cho Mai Thảo *"thấy lại một lộ trình người, và giữa những đứt đoạn khắp cùng, một chu kỳ đời sống, một chu kỳ toàn vẹn."* (Lần Thăm Cuối Cùng, viết năm 1986, nhân ngày giỗ đầu của TN)

Lưu đày có thể trở nên nội tâm, nhập ngã thể. Nhà thơ Thái Tú Hạp thì nhìn cái chết qua ngả tâm linh, một cuộc phiêu lưu thường là cá nhân. Tác phẩm ra đời từ âu lo, đau khổ phận người, lời thơ trở nên cứu rỗi, giải thoát, cho cá nhân mà cũng là cho tập thể cùng hoàn cảnh. Nhưng cái chết từ điểm ngộ này hết là cá nhân, mà trở thành xã hội, tập thể. Những nỗ lực gây dựng cộng đồng xác nhận cái chết không phải là mục đích, mà là một tái dựng, không phải là đêm tối hay trống không mà là ánh sáng dù le lói yếu ớt nhưng loan báo một cuộc đời mới! Một trú ẩn vĩnh cửu!

Trong tình cảnh lưu-đày, nhìn ra cảnh vật xứ người, thiên nhiên, cây cối, cảnh vật trở nên nhẹ tênh, như hương khói, như trở nên không vật chất, không trọng lượng! Người buồn cảnh có vui đâu bao giờ cho nên cảnh vật, thế giới bị chặt nhỏ ra, bị tan tác, rời rã, ... Nguyễn Xuân Thiệp nhận chân bản ngã từ cảnh vật, từ những cây cỏ ở xứ người,

Texas. Thơ Luân Hoán nói đến con người bị tuyết chôn vùi, trong lạnh vắng, như một giấc mơ. Không còn là tuyết phất phới bay trong những phim ảnh hay tác phẩm văn chương của người mà ta từng đọc hay xem ở quê nhà!

Trở thành vong thân, mất bản ngã, mất hiện sinh, đưa đến cái chết và xương, và miếu đền, ... Có người muốn trở về tuổi thơ và thời ngây thơ đã mất; ở đây ý thức mưu toan trốn tránh hiện tại. Tất cả mọi di dân đều lưu giữ chất truyền thống trong thân xác và tâm thức, trong người họ luôn có một phần lưu đày! Người nghệ sĩ lưu dân đem một phần quá khứ đến cho hiện tại, đem giấc mơ gắn vào thực tại. Nhưng trong một tình cảnh bi đát vì bản ngã đang bị pha trộn, giữa hai chọn lựa, cả lâm vào tình trạng bị tước đoạt bản ngã văn hóa, sau khi đã mất bản ngã chính trị và kinh tế! Ta có thể trung thành với bản ngã, với mình, hơn là chấp nhận sống trong một xã hội "vay mượn"! Thành thử nếu rơi vào tình trạng đi trên mây, lạc lõng, là một hình thức lưu đày nhưng phải chăng lại là một tình cảm chưa trưởng thành? Điên loạn tâm thần, ứng xử cũng là một đề tài được nhiều người viết đụng đến.

Hội Nhập

Đề tài cuối là hội nhập và con nuôi - kẻ thành công hội nhập, kiểu "vẻ vang dân Việt". Đây là chuyện thế hệ nối tiếp, thứ hai, họ thành công vượt thoát quá khứ để hòa mình vào thực tại, nhưng có người vẫn bị xung khắc nội tâm và xã hội dù ít hơn thế hệ đầu.

Đối với thế hệ đầu, lưu đày là sống một đời sống mới, trong hoàn cảnh chẳng đặng đừng, cho hy vọng nẩy sinh. Hạnh phúc không cho bản thân thì thôi đành sống những mảnh hạnh phúc trong hy vọng, trong hạnh-phúc của người khác, của con cái, người thân hoặc của cả đồng hương nơi địa phương. Đời sống mới ở xứ người không thể là một mục đích vì thường với hy vọng, người ta mong đó chỉ là một giai đoạn tạm bợ, chuyển tiếp, dù có lúc nhìn nhận đây là nơi đất hứa. Các nhân vật của Phan Thị Trọng Tuyến trong *Mùa Hè Ở Một Nơi Khác* (1986) - cũng như của nhiều tác giả khác, gặp nhiều vui buồn, thử thách trong cuộc sống mới ở xứ người. "Ông Nguyễn" của Hoài Mỹ (*Về Với Biển Cả*, 2000) phấn đấu và tự phấn đấu để hội-nhập văn hóa. Ông Hiếu của Tâm Thanh (Đôi Giầy, *Thiên Nga Giữa Cõi*

Người, 1999) khó khăn hội-nhập vì phải từ bỏ nếp tư duy và văn hóa "truyền thống" - thật ra chỉ là những thói sống ích kỷ cho gia-đình và cá nhân, chạy theo tiếng tăm và bề ngoài hào nhoáng, giữ "thể diện" dù phải giả dối, mà quên hạnh-phúc cá nhân cụ thể, ở đây là con trai của ông! Hoài bão mong Nhàn học bác sĩ như con bao gia-đình người Việt khác không được, ông Hiếu cuối cùng tỉnh thức có con dù làm lao động hốt rác còn hơn mất con - "tôi chỉ cần nó còn sống"! Các nhân vật của Nguyễn Xuân Quang (*Những Mảnh Đời Tị Nạn*, 1989), Hoàng Chính, Mai Kim Ngọc, Song Thao, Nguyễn Thị Thảo An, Lê Thị Huệ, Miêng và cả Hồ Trường An cuối cùng đã hội nhập, đã sinh hoạt bình thường. Xa lạ trở thành đất hứa vì nhu cầu nhập thân vào thiên nhiên, vào khung cảnh sống, khả năng người Việt có thừa, lịch sử đã chứng minh như vậy!

Đời sống hội-nhập có những mặt trái, con người phải đương đầu với những hoàn cảnh mới, như chuyện ly dị. Nguyễn Mộng Giác trong Chủ Nhật Buồn (*Xuôi Dòng*) đã diễn tả những hoàn cảnh trớ trêu của ly dị - ở đâu thì cũng chẳng là chuyện vui dù có khi là giải pháp tốt cuối; nhưng ly dị ở xứ người với những luật lệ thành văn gây bi thảm hơn! Đó là với thế hệ nhà văn đầu! Nguyễn Thị Phong Dinh thuộc thế hệ sau đã có cái nhìn hiện thực hơn. Trong *Giữa Hai Mùa Gió* [17], tác giả đã sử dụng cảm quan hiện thực và phân tích tâm lý của Tây phương để diễn tả những tâm trạng của con người Đông phương và thiển nghĩ khá thành công, ít ra là đem lại nội dung và kỹ thuật mới cho văn chương lưu-vong. Những mảnh đời sống ở xứ người, hội-nhập tích cực nhưng vẫn bị cuốn hút vào guồng máy nhân sinh không lối thoát. Những cơn lốc định mệnh đẩy đưa con người rời khỏi vùng đất nước Hậu giang sang đến xứ Mỹ mênh mông lòng người phức tạp, mà người đồng hương thì có khi tệ mạt dù lấy cớ phải hội-nhập hay phải này nọ. Dưới ngòi bút của Nguyễn Thị Phong Dinh, hội-nhập trở nên một phương tiện để con người sống lưu-vong khám phá bộ mặt thật của người thân (Nửa Mầu Xanh Biển), người tình và tình người (Trời Xanh Không Em).

Kiểm điểm sau một cuộc bể dâu, có những sống sót, đoàn tụ, thành công nhưng trong thực tế, khi nhìn kỹ cộng đồng người Việt dễ thấy nền tảng gia đình đã bị xáo trộn, theo nếp người, rời ra thành chủ nghĩa cá nhân, ly tán và nhiều bất khả cảm thông. Vợ chồng tự do, con cái tự do, có nghĩa là tự đảm nhận nhưng cũng tự cho phép, cắt nghĩa theo cách riêng. Nhiều cặp vợ chồng tan rã vừa khi đặt chân lên xứ người, vì có những lỗi lầm, quá đà của một người trong quá khứ. Xưa mới nhúm bất hòa, cả guồng máy văn hóa và gia đình đã hàn gắn, xóa bỏ. Nay khi ly tán, lý do và bằng chứng cũng hết cần thiết. Đưa đến lạm dụng, quá đà. Tự do cho kỳ được, tự do thành một đảm nhận hiện sinh, dù khác người, như "mặc cảm thiếu nợ của tự do" [18] của nhân vật Thái Hòa Nguyễn Trung Hối (*Trong Mê Cung*) chẳng hạn. Tự do cam phận, dửng dưng với số mệnh, bất kể dư luận và cái nhìn của tha nhân!

Hội nhập là tình cảnh đối lại với di trú, lưu đày. Nếu lưu đày níu con người lại với bi quan, phi lý, nếu con người lưu đày chìm trong quá khứ, mọi sự dễ trở thành tiêu cực, gượng ép, thì hội nhập dùng tích cực làm tôn chỉ, hướng về tương lai, cập nhật với đời mới, không gian mới. Người Việt lưu vong từ những năm sau 1975 đã hơn một lần tranh luận, bàn thảo về vấn đề hội nhập, cả những hội thảo toàn quốc hay liên quốc ở Âu châu, Canada, Hoa Kỳ, v.v..., từ hội nhập xã hội, hôn nhân, nghề nghiệp đến chính trị, v.v... Các nhà làm văn học ở hải ngoại cũng đã thường trực đối đầu với hội nhập. Đã hơn 24 năm, nay là lúc cần những ngồi lại, những feedback, thu dọn kinh nghiệm, đổ vỡ, thành công, ...

Hội nhập đi đôi với gốc rễ. Vấn đề không phải hội nhập khiến con người phải tha hóa, mất gốc rễ. Vấn đề theo thiển ý nằm ở bản chất của mỗi cơ chế. Tạm ghi nhận hai phương trình: một bên là hội nhập trăm phần trăm, không gốc rễ = con người trở nên con người vũ trụ, vật chất / không biên giới, có thể hoán đổi / văn hóa không nhãn / tâm hồn trung dung, tập thể. Kết quả mong chờ là hạnh phúc hiện tại / mặt trái có thể ê chề khi thất bại / hụt hẫng khi có vấn đề! Bên kia là hội nhập với gốc rễ = con người như một kết tinh dịch lý / một thành phần văn hóa và độc đáo trong vũ trụ / một tâm hồn. Hậu quả: khó khăn lúc đầu / hạnh phúc có khi tìm thấy / cân bằng trong mọi hoàn cảnh / nhưng có riêng tư để có thể tìm lại!

Hội nhập là một trong những đề tài chính của văn học hải ngoại. Võ Phiến trong *Thư Gửi Bạn* (1976) và *Lại Thư Gửi Bạn* (1979) quá Việt Nam, không tin vào hội nhập vì nghĩ rằng tâm hồn Việt Nam không thể hội nhập; ông giữ mình, lấy mình làm tham khảo, đến soi mới, nghi ngờ hàng xóm bản xứ. Võ Đình ở ngoài nước đã lâu, trong tác phẩm vẫn có những vấn nạn về hội nhập, những tham chiếu văn hóa ta với người. Lê Tất Điều sau những hí họa cuộc đời *Ly Hương* (chung với Võ Phiến, 1977) đến *Thư Về Bloomington, Illinois* (1997), những tư duy siêu hình về con người, đời sống và vũ trụ, của một người tị nạn, vẫn mạnh hơn là một hội nhập dứt khoát. Nguyễn Xuân Quang với *Những Mảnh Đời Tị Nạn* hay Nguyễn Ngọc Ngạn trong nhiều tiểu thuyết đã dùng cuộc đời đa dạng của người Việt tha hương làm nền. Nguyễn Bá Trạc qua *Người Tị Nạn Di Cư Nhức Đầu Vừa Phải* (1993) tiếp tục những suy tư âu lo cho cả cộng đồng. Nhà văn Song Thao từ ngạc nhiên trước những lối sống của người đến dùng cái nhìn Việt Nam để cắt nghĩa, dàn xếp mọi chuyện. Nguyễn Trung Hối cũng tham chiếu với đời cũ, tình cũ, con người cũ, ...

Ngoài các đề tài và nội dung kể trên, các nhà văn đã viết đến những thành công hội nhập, xem những cách mạng xã hội, cá nhân, tình dục của người nữ như những thành công hoặc đưa ra những cái nhìn mới về cá nhân cũng như tập thể. Những người trẻ với tâm thức mới, trẻ, dân chủ, hiểu biết, nhận chân, sẽ bớt ảo tưởng và cố chấp của thế hệ cha anh và sự hội-nhập mang nhiều ý nghĩa khác hơn!

*

Gần một nửa thế kỷ sau ngày 30-4-1975, sự lưu đày của hơn hai triệu người Việt đã trải qua nhiều biến thiên và nhiều hệ quả. Ngay từ những ngày đầu, cộng-đồng người Việt ở hải ngoại chia đôi và đối nghịch nhau về chính trị: đa số tị nạn chính trị và một thiểu số thân Cộng hay thân chế độ nắm quyền trong nước. Hai văn hóa chính trị, hai thái độ sống, hai ngả hy vọng đối chọi nhau. Hãy gọi là phe thân Cộng và phe không-cộng-sản! Với thời gian và với nhiều đợt thuyền nhân, tị nạn cộng-sản và đoàn tụ gia-đình cũng như biến cố H.O. - tù nhân chế độ trong nước được rời khỏi nước và định cư ở Hoa Kỳ và nhiều nước, văn hóa chính trị đối đầu nói trên đã thay đổi. Kẻ thân cộng người thì buông Cộng và giấu mặt mà sống, người thì trở nên cán bộ xã hội xin tiền đem về giúp người tật nguyền bệnh hoạn để sám hối hoặc để giải tỏa cho cái gọi là "lương tâm" hoặc để tiếp tục được xem là ... "trí thức" "ưu thời" (theo thời!), người thì tìm cách đến với cộng-đồng mà trước đó họ nhìn như kẻ thù, để nịnh bợ và xâm nhập vào các sinh hoạt chung, người thì tuyên bố chỉ làm văn hóa như viết tiểu thuyết lịch sử, làm thơ, cả lý luận chuyện phải làm. Còn những người lúc đầu "quốc gia" dần thành "không cộng-sản" lớn dần với những tiếng nói "lương tâm" hay thuần bất mãn ở trong lòng chế độ trong nước và người Việt ở Đông Âu; ý thức chính trị của đa số này phân hóa thành nhiều hình thức khác nhau nhưng vẫn có những con người thực tâm với đất nước.

Gần nửa thế kỷ sau, tình cảnh lưu đày thực sự về thân xác và tinh thần thu gọn lại rất nhiều. Đa số đã ổn định, biến *lưu-đày* thành *định-cư*, nhận đất mới làm quê-hương dù vẫn là thứ hai trong tâm tưởng và thường là với thế hệ thứ nhất. Các thế hệ con cháu có thể sẽ vẫn có người mang tâm thức *lưu vong* nhưng đối với các thế hệ này, quê-hương sẽ trở thành một tìm về nguồn gốc. Diễn trình ngược chiều về quá khứ, kẻ lạ và vấn nạn về cái chết cũng như hội-nhập!

Ở hoàn cảnh lưu đày, sống ở ngoài, chịu hệ lụy và cả hạnh phúc của nó, người ta hiểu rõ hơn thế nào là quê hương, đất nước. Những định nghĩa như "văn học truyền thống", "chính nghĩa", "quốc gia" sẽ trở nên hẹp hòi. Khoảng giữa thập niên 1980, các tạp chí và báo chí cộng-đồng hải ngoại đã nổ ra cuộc bàn luận về tính cách truyền thống của một nền văn học. Mặt khác, truyền thống có thể là "tự do", "quốc gia", "không cộng-sản", nhưng nếu không có chất Việt thì lại là cưỡng bách văn hóa rồi - chất Việt ở đây đã hiểu là cập nhật với thời đại! Vả lại, nếu chúng ta cứ khư khư với truyền thống, văn hóa gốc, cứ đi sâu lùi vào đó, ngoảnh mặt lại thời gian đang trôi qua, thay đổi đang diễn ra, thì nhà văn ta càng lưu đày văn hóa hơn nữa, vì lúc đó ngôn ngữ truyền thống trở nên một loại ngôn ngữ phiên dịch.

Không ai có thể tiên đoán tương lai văn hóa ở hải ngoại đứng hay nằm? Khó trả lời những câu hỏi nền tảng như "Ta là ai? Tại sao ta lại ở đây?". Chuyện kiểm thảo, tự vấn tự xét là chuyện bình thường! Nhà thơ Luân Hoán sau một thời-gian ở xứ người đã tự kiểm điểm :

"mười năm lớ ngớ không ngon giấc/ co duỗi không qua khỏi cái giường / hít thở cầm hơi vài cơn mộng / buồn ngắm, chừng như sắp thối xương / (...) mệt mỏi đang luồn quanh xương thịt / nằm im nghe ngóng bước thời-gian / vô phương chống đỡ tàn phai phủ / từng tế bào treo trắng cờ hàng / (...) chẳng lẽ chưa quen đời lưu lạc / sống ở nhà thuê, chết hỏa thiêu / sớm tối đi về trời đất lạ / cách biệt không gắn

bằng mến yêu / (...) mười năm dài thật mà mau thật / tưởng chừng như mới cách qua đêm / đoạn đời trước mặt ta còn đủ / giữ vững cho mình một trái tim " (Bài Kỷ Niệm Tròn Mười Năm Ở Canada) [17].

Ở ngoài hay quê nhà, tựu trung, đối với văn chương cũng như lịch sử, là một nghi vấn vô nghĩa. Thời gian và hiện sinh rồi ra cũng chỉ là những khía cạnh và hiện tượng, của quan niệm và của tâm thức! Trong bài này chúng tôi nói lưu đày trong thơ văn vì lưu đày là một cái sống thật của con người. Nhiều nhà văn nhà thơ đã giãi bày tâm cảm, có thể có người chưa nói hết; còn tâm thức chung của cả tập thể cần nhiều phân tích và quan sát khác! Cuối cùng thì phải nhìn nhận rằng tình cảnh cũng như cảm nhận lưu-đày đã thay đổi và biến hóa theo thời-gian!

Nguyễn Vy Khanh

Chú-thích

- *Thời Tập*, số 1, 14-12-1973, tr. 46

- Thanh Nam. *Đất Khách* (Tác giả xb, 1983), tr. 17, 18.

- Tuyển Tập *Một Thời Lưu Lạc* (San Jose CA: Cội Nguồn, 1997), tr. 184.

- Hoàng Xuân Sơn. *Huế Buồn Chi* (Montréal: Tác giả xb, 1993, tr. 53-54.

- Võ Phiến. *Ly Hương* (Des Moines Iowa: Người Việt, 1977), tr. 89-90. Tập in chung với Lê Tất Điều.

- Thanh Nam. Sđd, tr. 13-15.

- Nguyễn Bá Trạc. *Ngọn Cỏ Bồng* (Westminster CA: Người Việt, 1985), tr. 1-3.

- Hoàng Lộc. *Qua Mấy Trời Sương Mưa* (Los Angeles CA: Văn Mới, 1999), tr. 171.

- Võ Phiến. *Thư Gửi Bạn* (Des Moines Iowa: Người Việt, 1976).

- Luân Hoán. *Đưa Nhau Về Đến Đâu* (Los Angeles CA: Sông Thu, 1989), tr. 68, 69.

- Nguyễn Ngọc Thuận. *Tù Ngục Và Tâm Thức Lưu-Đày*. Westminster CA: Văn Nghệ, 1988, tr. 62.

- Nguyễn Bá Trạc. *Chuyện Của Một Người Di Cư Nhức Đầu Vừa Phải* (Westminster CA: Văn Nghệ, 1993).

- Cao Đông Khánh. *Lửa Đốt Ngoài Giới Hạn* (Houston TX: TGXB, 1996), tr. 139-140.

- Du Tử Lê. "Khi Tôi Chết Hãy Đem Tôi Ra Biển". *Thơ Tình* (s.l.: Nhân Chứng, tái bản 1984), tr. 94-96.

- Xuyên Trà. "Lời Cuối Cho Người". *Văn Học* CA, 192, 4-2002, tr. 47.

- Mai Thảo. *Ta Thấy Hình Ta Những Miếu Đền*. Westminster CA: Văn Khoa, 1989, tr. 94, 96.

- Luân Hoán. *Cỏ Hoa Gối Đầu* (Miami FL: Sóng Văn, 1997), tr. 110-116.

Ông Địa
SONG THAO

Ông Địa là người mang lại cái Tết cho mọi người. Giữa tiếng trống tiếng chiêng nhộn nhịp, ông nhảy múa với khuôn mặt không bao giờ tắt nụ cười. Tôi chưa bao giờ thấy ông Địa không cười. Nụ cười của ông không chỉ là nụ cười cứng ngắc trên mặt nạ mà còn hiển hiện trong bộ quần áo xanh đỏ lộn xộn, cái bụng phệ cố hữu và, nhất là điệu nhảy tung tăng với chiếc quạt bên những chú lân và những tràng pháo đang nhoáng lửa nổ vang lừng.

Trong đoàn lân ngày tết, "nhân vật" nổi bật nhất dĩ nhiên là lân. Ngày xưa chỉ có một cặp lân, con đực là kỳ, con cái là lân. Ngày nay lân cũng như người, bị nạn nhân mãn nên có cả bầy lân. Con xanh con đỏ, con trắng con vàng, hoa cả mắt. Bên cạnh lân là ông Địa. Ông này thờ chủ nghĩa độc thân nên xưa hay nay cũng vậy, cứ mình ên múa lung tung. Trẻ em thường khoái ông Địa. Nhạc sĩ Vũ Hoàng có bài hát "Bé Thương Ông Địa" nói lên sự yêu mến này:

Ơi ông Địa có cái bụng ngộ ghê,
Cầm cái quạt ông nhảy múa say mê.
Ơi ông Địa có gương mặt thật duyên
Ông mãi cười như không biết mỏi miệng.
Đi xem múa lân hay là xem múa rồng,
Em thích nhất ông Địa vì ông Địa rất vui.
Ông Địa không dám trèo cao như lân như rồng
Ông đứng múa dưới đường trông mặt thấy mà thương.

Tuổi thơ của thế hệ chúng tôi ngoài Bắc hình như không có ông Địa. Ngoài Bắc chỉ có múa sư tử chứ không có múa lân. Mà chỉ múa vào dịp tết Trung Thu chứ không múa vào Tết Nguyên Đán. Sư tử không có sừng như lân và ít nhảy nhót như lân. Thời chúng tôi, đầu sư tử rất giản dị do một em bé đội lên múa nhì nhằng sơ sơ. Phía sau là cái đuôi bằng vải đỏ do một em khác nắm, dùng hai tay phất phất lên chứ không phải một người chui vào trong như múa lân. Cái trống cũng nhỏ xíu được một em đeo bằng cái dây tròng lên cổ, vừa đi vừa gõ, chiêng là cặp chũm chọe do một em khác đập vào nhau. Múa sư tử như một niềm vui giản dị ngày rằm tháng tám chứ không rực rỡ và nhộn nhịp như múa lân.

Coi ông Địa phe phẩy chiếc quạt giỡn với lân không phải là chuyện giỡn chơi khơi khơi mà có ngọn ngành đàng hoàng. Theo truyện cổ dân gian thì lân là một con quái thú từ dưới biển lên quấy nhiễu dân lành. Ông Địa đã chế ngự được con lân quái vật này và biến nó thành một con vật ăn chay, hiền lành, tu tâm dưỡng tính. Từ đó mỗi năm ông Địa đều dẫn lân đi chúc tết mọi người. Dân chúng khắp nơi đã chào đón và thưởng cho lân bằng cách treo rau xanh, giấy đỏ khi lân tới nhà. Từ ngày di cư vào Nam, tôi đã qua nhiều cái Tết. Ngày nhỏ, chạy theo coi múa lân một cách thích thú. Khi có con, chất hai bé lên chiếc xe *vespa*, chạy khắp Sài Gòn Chợ Lớn, tai nghe thấy tiếng trống ở phía nào là vội ào tới coi. Lân của ngày xưa ăn rau xanh nhưng lân sau này hình như chán ăn chay. Người ta vẫn treo cây rau theo tập tục để thưởng cho lân nhưng trong rau có tiền. Khi lân chộp được cây rau xanh đã nhảy cẫng lên vui mừng nhưng lại xé nát rau, vứt xuống đất, tiền thì ngậm vào miệng. Chẳng lẽ lân lại sa đọa? Mà nếu lân có sa đọa thì cũng phải thôi. Vì chúng bắt chước theo con người!

Ông Địa chỉ dẫn lân đi chúc tết mọi người vào dịp Tết, hết Tết ông về ngồi nơi bàn thờ. Vì ông là một vị thần. Khi đi ăn uống hay mua sắm, chúng ta thường gặp bàn thờ ông Địa nơi các cơ sở thương mại. Bàn thờ là nơi tôn nghiêm, thường được đặt trên cao nhưng bàn thờ ông Địa lại ngồi bệt dưới đất. Vì ông là thần đất. Chuyện ông ngồi trên bàn thờ không phải dễ dàng, cũng phải kiện cáo mới đặt được cái bàn tọa nơi ngồi mát ăn bát vàng này. Ngày xưa, bàn thờ này dành cho ông Tà chứ không phải ông Địa. Theo chuyện "Ông Tà Kiện Ông Địa" của tác giả Nguyễn Hữu Hiếu trong cuốn "Truyện Kể Dân Gian

Nam Bộ" thì ngày xưa dân Nam Kỳ lục tỉnh thờ ông Tà chứ không phải ông Địa. Nhưng ông Tà là dân thích đi du lịch nên bỏ dân đi hoài, chẳng được việc chi. Dân gian tức khí nên chuyển bàn thờ ông Tà ra bờ mương, ruộng vườn hay mé sông lạnh giá. Họ thay thế ông Tà bằng ông Địa nơi bàn thờ trong nhà. Khi trở về, ông Tà tức tối mang vụ truất phế này ra đình làng, kiện lên Thành Hoàng. Thành Hoàng đã nắm được hồ sơ nên xử vụ này dễ ợt. Thành Hoàng phán là "hùm bắt được hùm ăn, sấu bắt được sấu ăn", ông Địa có công theo sát dân tình nên được thờ ở trong nhà, còn ông Tà vốn thích ngao du sơn thủy nên thờ ở ngoài ruộng rẫy. Nghe phán quyết, ông Địa khoái chí tay xoa bụng, tay phe phẩy quạt, vỗ vai ông Tà nói: "Tà cũng đừng buồn. Địa với Tà cùng màu da màu máu. Dù ở trong nhà hay ngoài ruộng rẫy thì cũng cùng ở trên mảnh đất này, chúng ta đều là anh em bè bạn. Tà hãy cùng tôi hòa thuận, cùng hợp nhau giúp đỡ độ hộ dân chúng làm ăn, gìn giữ đất đai". Ông Tà nghe thấy chí lý nên đổi giận làm hòa. Từ đó mới có câu: "Ông Địa giữ nhà, ông Tà giữ ruộng".

Từ khi được ngồi trong nhà, không biết có phải sợ ông Tà giành lại bàn thờ không mà ông Địa ngồi miết, không chịu đứng dậy tập thể dục thể thao nên cái bụng bự ra. Tôi suy bụng ta ra bụng… ông Địa nói vậy nhưng thực ra cái bụng ông Địa chàng ràng ra như vậy không dính dáng chi tới thể dục thể thao cả. Trong cuốn "Văn Học Dân Gian Bạc Liêu", tác giả Nguyễn văn Thanh cho biết cái bụng trống của ông Địa có sự tích đàng hoàng. Ngày xưa có một bà góa tính tình chua ngoa, cay nghiệt nhưng có cô con gái đẹp đẽ, hiền dịu. Mỗi khi cô gái này làm chuyện chi không vừa ý bà, bà luôn mắng: "Hà Bá đ. mày!". Ông Địa biết chuyện, đi kiếm Hà Bá chọc: "Nè Hà Bá, anh tốt phước quá! Ở đây ngày nào cũng có người muốn hiến con gái cho anh đó. Mà lại con gái đẹp đẽ nết na chớ!". Hà Bá nghe thấy khoái quá, bắt ông Địa đưa tới nhà cô gái. Tới nơi, trời còn sớm. cô gái ngủ chưa dậy, chỉ có bà mẹ đang quét sân. Giữa sân có con chó nằm ỳ cản trở công việc của bà. Bà đuổi thế nào nó cũng không đi. Tức khí, bà trở cán chổi, đập lia lịa con chó và luôn mồm mắng: "Hà Bá đ. mày!". Nghe vậy, Hà Bá tức quá, nhìn qua ông Địa. Ông Địa đang ôm bụng cười. Nghĩ ông Địa chơi mình nên Hà Bá giơ chân đạp ông Địa té lăn cù xuống mương. Ông Địa không dứt được cơn cười dù té xuống nước nên vẫn há miệng uống đầy một bụng nước khiến cái bụng chè bè ra như vậy! Thiệt oan ơi ông Địa!

"Oan ơi ông Địa" là câu đầu môi chót lưỡi của dân gian miền Nam. Nhưng chuyện oan ức của ông Địa không phải là chuyện trên mà là một chuyện dân gian khác. Tại một làng kia có một bến sông. Dân làng thường tới đây gánh nước, giặt giũ. Cạnh bến sông có một ngôi miếu thờ ông Địa. Một ngày kia, có một cô gái thường ra bến sông bỗng bị to bụng. Luật lệ trong làng rất nghiêm khắc, phạt nặng cha mẹ những cô gái chưa chồng mà chửa. Cha mẹ cô gái này tra hỏi cô để tìm ra tác giả của cái bụng hầu bắt cưới cho khỏi nhục gia phong. Cô gái khai đêm đêm cô ra gánh nước bị ông Địa dụ dỗ nên có thai. Ông Địa tức quá, ai ăn ốc cho ông phải đổ vỏ. Để phòng thân nên từ đó về sau, chuyện trai gái dù giấu kín đến đâu cũng bị con mắt thần của ông soi ra và bá cáo cho cả bàn dân thiên hạ biết hầu tránh bị oan ức. Câu "oan ơi ông Địa" từ đó mà ra.

Ông Địa là người hiền lành chân chất lại rất bình dân. Lúc nào cũng cười hề hề rất sảng khoái. Ông Địa của miền Nam khác với ông Địa ở các vùng miền khác. Dân Nam có hình tượng ông Địa quấn khăn rằn, tay cầm quạt mo, tay cầm điếu thuốc coi rất bình dân. Ông lại là người dễ dãi nên muốn cúng tế gì ông cũng gật đầu tất. Chén chè, ly cà phê, điếu thuốc, cái bánh bao hay nải chuối đều được ông OK. Có điều muốn cúng ông thì phải nếm trước. Dân Nam thường bẻ ăn một trái chuối trước khi cúng. Chuyện này cũng có sự tích. Có một lần ông Địa bị ngộ độc nên sợ không dám dùng đồ dân cúng. Vậy nên phải ăn trước để chứng minh là đồ cúng không có… hóa chất. Các nhà nghiên cứu có ý kiến khác. Sở dĩ dân gian ăn đồ cúng trước để biểu thị tính dân dã của ông Địa. Đó là một cử chỉ thân mật dành cho một ông thần luôn ngồi bệt dưới đất.

Chuyện cúng kiếng này, ông Địa cũng bị gạt vì bản tính xuề xòa tin người. Có một anh lái buôn cầu ông Địa cho buôn may bán đắt sẽ cúng kiếng trả công. Lần đầu anh hứa nếu chuyến buôn trót lọt sẽ cúng ông một "con hai chân". Ông Địa nghĩ rằng anh ta sẽ cúng con gà con vịt chi đó. Anh trúng chuyến buôn nhưng không muốn mất tiền mua đồ cúng, hẹn chuyến sau. Chuyến buôn sau nếu trót lọt anh sẽ cúng một "con bốn chân". Ông Địa chắc mẩm sẽ được cúng con heo, con bò chi đó. Nhưng anh ta lại lật kèo một lần nữa, hẹn chuyến sau trót lọt nữa sẽ cúng một "con tám chân". Lần này anh cúng thiệt. Đó là con cua rẻ òm! Thua trí anh lái buôn nhưng ông Địa không giận. Bản tính ông như vậy. Hề hả, tươi cười, bình dân. Vậy nên khi dân làng rượu chè, bài bạc quá lố, có ai chê trách thường mang ông Địa ra bào chữa: "Chơi mát trời ông Địa luôn!".

Một vị thần bình dân, tốt bụng như vậy, phải được dân gian quý mến. Người ta đua nhau thờ cúng ông Địa để cầu mong mọi sự hanh thông. Không chỉ những người làm ăn buôn bán lập bàn thờ ông Địa mà trong nhiều tư gia, người ta cũng thờ ông thần quá gần gũi thân mật này. Trong tâm thức dân gian, ông Địa được coi như một vị phúc thần. Ngoài việc bảo vệ đất đai, ruộng vườn ông còn là vị thần dẫn dắt ông Thần Tài mang của cải, tiền tài tới cho gia chủ. Vậy nên người ta thường thờ hai vị thần này chung một bàn thờ. Nhiều người còn coi ông Địa như một vị thần độ trì cho mọi người lương thiện, ngay thẳng và luôn cả các vị tu sĩ của các đạo giáo vốn khuyên người ta ăn ngay ở lành. Hiểu như vậy thì ông Địa còn có sứ mạng tâm linh.

Nhưng tôn giáo có công nhận ông Địa không? Được các Phật tử hỏi về việc chúng sinh có được phép lập bàn thờ ông Địa hay không, thầy Thích Phước Hải dẫn giải như sau: *"Rải rác trong các kinh điển Phật giáo đôi khi cũng có đề cập đến các vị Thần. Như Kinh Địa Tạng cũng có nêu ra rất nhiều vị Thần. Tuy nhiên, theo Phật giáo, Quỷ Thần cũng là một trong nhiều loài chúng sinh. Cho nên, Phật dạy người Phật tử không được quy y với các vị Quỷ Thần. Người Phật tử, sau khi quy y Tam Bảo, trong nhà chỉ nên thiết lập một bàn thờ Phật và nếu có thờ thêm, thì cũng chỉ thờ tổ tiên, ông bà, hay cha mẹ mà thôi. Ngoài ra, không nên thờ bất cứ vị Thần nào khác. Vì thờ như thế, là trái với lời Phật Tổ dạy. Đã chống trái lại, tất nhiên, là mình đã có lỗi rồi. Nếu là Phật tử, thì chúng ta nên lưu tâm về vấn đề nầy. Có thế, thì chúng ta mới xứng danh mình là người Phật tử chân chính tu học Phật vậy."*

Bên Thiên Chúa Giáo dĩ nhiên cũng bác bỏ việc thờ cúng thần linh. Linh Mục Phanxicô Xaviê Ngô Tôn Huấn trả lời như sau: *"Chính vì mục đích tôn thờ một Thiên Chúa duy nhất mà người Công Giáo không được phép tôn phục bất cứ thần linh nào khác ngoài Thiên Chúa ra. Nói rõ hơn, không được phép trưng ảnh tượng bất cứ thần linh nào dù là của tôn giáo khác hay theo truyền thống dân gian như ông thần tài, ông công, ông táo, ông địa v.v... trong nhà hay nơi buôn bán, dịch vụ thương mại. Vì trưng bày như vậy có nghĩa là tin tưởng vào quyền năng của một ai ngoài Thiên Chúa là nguồn duy nhất của mọi ơn phúc và uy quyền trên mọi tạo vật và vũ trụ. Nói khác đi, trưng các ảnh tượng kia là vô tình hay cố ý xúc phạm đến Thiên Chúa là*

Chủ Tể của mọi loài, mọi vật mà ta phải thờ lạy theo đúng niềm tin Công Giáo."

Ngày xưa, khi chưa có khoa học, người ta chưa giải thích được những hiện tượng thiên nhiên như sấm chớp, động đất, bão tố…, người ta phải đặt ra các vị thần để con người có chỗ dựa vào, cảm thấy an toàn hơn. Nhưng khi khoa học tiến bộ, con người vững tin hơn, các vị thần rơi rớt dần. Nhưng tín ngưỡng dân gian vẫn dung dưỡng một vài vị phúc thần mà họ tin là mang điềm lành tới cho họ. Ông Địa là vị thần ở lại với con người lâu nhất. Có lẽ vì ông gần gũi với con người nhất. Nhưng ít ai có lòng với ông Địa bằng ông Nguyễn văn Hai, người có biệt danh "Ông Hai thờ ông Địa".

Tới khu vực chợ Thủ Đức, hỏi nhà "ông Hai thờ ông Địa" là dân địa phương sẽ tận tình chỉ dẫn liền. Năm nay đã 87 tuổi nhưng ông vẫn còn minh mẫn kể lại cơ duyên đưa ông tới với tượng các vị thần: "Trước đây Thủ Đức chỉ là một huyện xa thành phố nên xung quanh nhà tôi toàn cánh đồng hoang vắng. Tới năm 1997, sau khi quy hoạch, nhà tôi nằm trên mặt đường vị trí đẹp. Gần đây có người trả giá lô đất hơn trăm tỷ nhưng tôi không bán mà để dành làm nơi thờ cúng các bức tượng bị bỏ". Khoảng ba chục năm trước, ông Hai làm nghề chạy xe ba gác. Tình cờ vào một buổi chiều, khi chạy xe về nhà, ông thấy một tượng Bà Chúa Xứ bị sứt mẻ đặt ở trước cửa nhà nên ông mang vào, lấy xi-măng sửa lại để thờ. Sau đó, mỗi sáng, ông thấy trước cửa nhà đầy những tượng cũ kỹ hoặc sứt mẻ người ta mang đến, ông đều mang vào sửa sang lại, đặt lên bàn thờ. Hiện ông đã có trên một ngàn tượng, phần lớn là tượng ông Địa. Khu đất rộng hai ngàn thước vuông của ông Hai là một gia tài nhiều người mơ ước. Ông cương quyết: "Mảnh đất này người ta đã từng trả 110 tỷ đồng (4 triệu 730 ngàn đô Mỹ) nhưng tôi không bao giờ bán. Sau này nếu tôi mất, tôi sẽ để lại cho các con và chúng sẽ tiếp tục thu nhặt, thờ cúng các tượng Phật và ông Địa này".

Ông Hai chạy xe ba gác này thật đáng nể. Coi tiền bạc như pha. Một lòng với ông Địa. Thiệt là dân chơi "mát trời ông Địa" luôn!

Song Thao
11/2020

Múa sư tử

Ông Nguyễn văn Hai và dàn ông Địa tại nhà.

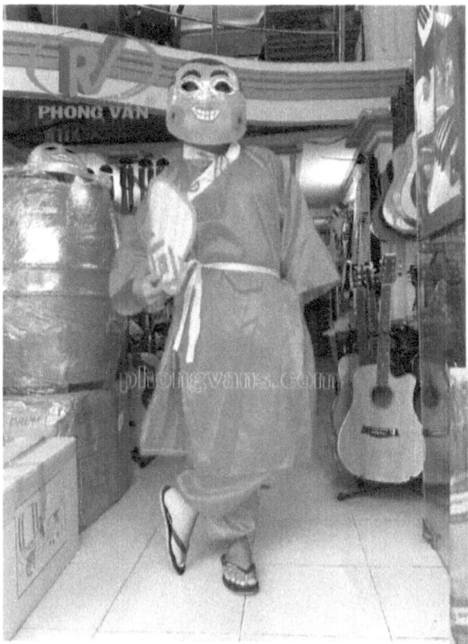

Ông Địa của đoàn múa lân.

Bàn thờ Thần Tài- ông Địa của một gia đình. Hình: DUY KHÔI

Múa lân.

Ngôi Nhà Lạnh Lẽo

MANG VIÊN LONG

Bà Thìn có hai con trai và một cô con gái út. Năm bà sinh cô út, ông Ngọ mất bất ngờ vì nhồi máu cơ tim, trên đường đến bệnh viện thăm bà.

Thời gian vẫn thản nhiên trôi qua, nhưng cuộc đời lại đổi thay thật nhanh chóng - nay Ngọc đã hai mươi bảy tuổi, đã có chồng, một con, đang dạy học ở Đà Nẵng. Chồng Ngọc là một nha sĩ, cũng đang làm việc ở đó.

Lễ - con trai đầu của bà, làm việc cho ngân hàng Vietuscombank ngay sau khi tốt nghiệp đại học. Hằng - vợ Lễ, con gái của ông phó giám đốc, thạc sĩ Kinh tế, cũng đang làm việc cho ngân hàng này. Hai vợ chồng Lễ đã có hai con, mua được nhà ở khu biệt thự quận Tân Bình. Em kế Lễ, là Nghĩa, đang là giảng viên tại trường Đại học Cao Nguyên, cô vợ mở công ty thu mua, và xuất khẩu café, hạt tiêu.

Theo những góp ý của các con - tuổi già, không còn buôn bán làm ăn gì thêm được, bà Thìn bán ngôi nhà khá rộng ở phố chính thành phố Pleiku, chia làm bốn phần. Bà cho mỗi người con, bất kỳ trai hay gái, mỗi đứa một phần; còn lại cho bà một phần.

Ngọc nói:

- Anh nào nhận phần của má, thì nuôi dưỡng má.

Nghĩa đồng ý:

- Anh Hai - trưởng nam, nên nhận giữ khoản này, để lo cho má lúc ốm đau!

Lễ đang phân vân, thì Hằng - vợ anh, cười:

- Anh chị cũng muốn lo cho má lúc tuổi già cơ mà.

- Vậy má cứ thu xếp - Lễ cười, khi nào đi, gọi con về đón má vào Sài Gòn - Lễ ân cần dặn dò.

oOo

Sau gần một tháng ở lại Pleiku, đi thăm bà con, bè bạn bao năm gần gũi, gắn bó, từ thuở hai vợ chồng bà đùm túm nhau dẫn Lễ lên đây lập nghiệp, như đi tản cư, tránh bom đạn ở quê; rồi che tạm mái nhà cạnh khu chợ còn hoang phế, sau hơn bốn mươi năm xuôi ngược, vợ chồng bà đã xây dựng được cơ ngơi như hôm nay - bà Thìn mua vé xe vào Sài Gòn như lời Lễ dặn, khi bà gọi vào báo tin. Ngày đưa bà lên xe, nhiều bà con, bạn bè của bà đã có mặt - như một cuộc chia ly khó có ngày gặp lại. Bà Thìn đã òa khóc, không muốn lên xe, cho mãi đến khi người tài xế hối thúc lần cuối! Ba đứa con của bà, không đứa nào có mặt. Chúng còn đang mải bận sống với đời sống của chúng ở phương xa.

Lễ đón bà ở Bến xe miền Đông, chở về nhà, rồi sau đó vội đi làm ngay cho kịp giờ. Hằng cũng đã đưa con trai út đến trường học, trước đó một giờ. Bà Thìn bước chân vào căn biệt thự xinh xắn, giữa vườn cây đầy hoa, với ánh nhìn lạ lẫm, hoang mang, như bước vào một cõi đời mới lạ mà bà chưa hề nghĩ đến. Mọi thứ chung quanh được sắp xếp thứ tự, ngăn nắp đến từng thứ nhỏ nhất, khiến bà không dám sờ tay vào.

Theo lời Lễ dặn, thức ăn đã có sẵn trong tủ lạnh, lúc nào đói, thì lấy ra hâm nóng, mà ăn. Vợ chồng Lễ sau 6 giờ chiều mới trở về, cùng đứa con đang gởi học bán trú tại một ngôi trường danh tiếng ở quận 10. Lễ lặp lại: *"Má ở trong nhà, chơi ngoài vườn, nhưng đừng ra ngoài đường, con khóa cổng rồi!"*.

- Con đưa chìa khóa cổng cho má! - Bà Thìn nói.

- Má giữ làm gì? - Lễ ngạc nhiên.

- Lúc nào má đi chùa…

- Trời ơi! Đi chùa làm gì cho mệt? - Lễ cằn nhằn.

- Má quen rồi, con à! - Bà Thìn gượng cười, đến đó má vui hơn.

- Không được đâu. - Lễ vội nổ máy xe.

Còn lại một mình, bà Thìn ngồi ở phòng khách nhìn ngắm mọi thứ một lát - rồi vào căn buồng dành riêng cho bà nằm dài, đôi mắt lim dim. Từ bây giờ cho đến 6 giờ chiều sao mà xa xôi quá - bà nghĩ thầm. Thời gian như chạy chậm lại trước mắt bà. Hình ảnh buổi chia tay bà con xóm giềng ở bến xe chiều hôm qua, lúc này quay lại, chậm chạp, rời rạc, như nỗi buồn đang lớn dần trong chiếc đầu đã bạc tóc, đang khô héo vì nỗi truân chuyên, âu lo của bà.

Bà nhớ những buổi sáng rộn ràng mua bán khi ông Thìn còn sống, những buổi sáng tất bật bên các con, những buổi sáng gặp gỡ bạn bè hẹn nhau đi ăn giỗ, ăn cưới, đến những buổi sáng nhàn rỗi già nua đi bộ với mấy bà cùng khu phố giữa màn sương còn trắng lờ mờ của cảnh phố núi trầm mặc mà thân thương, ghi dấu bao kỷ niệm một thời son trẻ, những buổi sáng rủ nhau đến chùa sớm phụ giúp chùa cho ngày lễ. Sự hồi tưởng như một liều thuốc mầu nhiệm, đã khiến bà quên đi thời gian trống trải khi ở giữa ngôi nhà rộng thênh, vắng tiếng nói cười.

oOo

Một ngày bà Thìn được gặp vợ chồng Lễ và đứa cháu nội vừa lên 5 sau sáu giờ chiều, khoảng một giờ, bên bàn ăn. Sau đó, ai cũng có việc riêng trong phòng, ngay cả đứa cháu nội. Bà Thìn đã đôi lần nói với Hằng cho thằng cu Khải ngủ chung ở phòng của bà, để bà cháu thủ thỉ cho vui trước giờ ngủ, nhưng Hằng không chịu.

Bà Thìn không có việc gì trong phòng riêng, nên ra ngồi ngoài vườn, nhìn ra đường. Bà ngồi im, nhìn cảnh người xe tấp nập qua lại như nhìn vào trong màn hình ti-vi, được lặp đi lặp lại. Bà gắng ngồi lâu, nhưng cũng không tìm thấy niềm vui, an ủi nào với cảnh người xe tấp nập, vội vàng ấy, mà dường như cảm giác đơn độc, lạnh lẽo càng tăng lên, khiến bà thêm bần thần, lo lắng! Ánh sáng hy vọng được sống sum vầy, an vui bên con cháu khi tuổi già trước đây, bỗng bị mây đen bao phủ, trở nên buồn thảm. Sống bên con, cháu, mà như không có con, cháu vậy! Những lúc ngồi yên một mình, bà nghĩ tiếc không nghe theo lời khuyên của bà Tấn là đem gởi số tiền hơn năm trăm triệu cho ngân hàng, hằng tháng lấy tiền lãi, rồi đến xin sống làm công quả cho ngôi chùa của Sư bà Tịnh Hạnh, đóng góp cùng chùa khi có việc từ thiện. Bà Hải cũng bảo bà nên mua một căn nhà nhỏ trong con hẻm của bà, để chị em được gần gũi sớm tối, cùng rủ nhau đi chùa mỗi đêm. Nhưng tiền bạc đã chuyển vào tài khoản của Lễ hết rồi - chuyển vào thì dễ, mà rút ra không dễ.

Vào một buổi tối, trong bàn ăn, bà Thìn nói với Lễ:

- Mai con mua vé tàu cho má về quê thăm ít bữa.

- Ngoải còn ai mà về? - Lễ lên tiếng, cằn nhằn.

- Mới ở một tháng, mà sao má đòi về vậy? - Hằng nhìn bà Thìn, dò xét - Hay má ra Đà Nẵng sống với con Ngọc nhé?

- Biết nó có… “chịu” má ở không?

- Để con gọi cho nó. - Lễ lấy điện thoại gọi ngay.

Sau mấy phút gặp Ngọc, Lễ càu nhàu:

- Con đó lúc nào cũng kêu bận đi dạy, than khổ đủ thứ.

- Mầy gọi thằng Nghĩa cho má gặp. - Bà Thìn đề nghị.

Lễ gọi cho Nghĩa.

Bà Thìn nói chuyện với Nghĩa:

- Má muốn lên thăm chơi với vợ chồng con vài hôm.

- Con bận công tác - im lặng một giây, tiếng Nghĩa vang lên, anh Lễ nhận phần của má rồi sao còn đẩy má đi?

- Má muốn đi thăm…

- Ở Sài Gòn sướng vậy mà còn đòi hỏi gì nữa, còn đi đâu, cho khổ?

- Khổ mấy má cũng chịu được, nhưng má không thể sống trong ngôi nhà lạnh lẽo.

Tiếng khóc của bà Thìn vỡ òa như những tiếng thở dài dồn nén lại đã lâu.

Mang Viên Long

Gian Dối, Thêm Một Lần
HOÀNG CHÍNH

1

"Có chuyến," người thanh niên thì thầm, hai con mắt kín đáo liếc quanh, rồi chồm ra phía trước, hạ giọng, "Đi không?"

"Đi một mình à?" Cô gái tròn hai con mắt, hỏi.

Lại đảo mắt ngó quanh, người thanh niên khẽ gật đầu.

"Đi một mình mà coi được à?" Cô gái nói, giọng đanh lại.

Người thanh niên trợn mắt, "Nói nhỏ chút coi." Rồi anh dịu giọng, "Hai đứa mình mà."

Cô gái cau mày, xuống giọng, "Thế còn… còn Khải thì sao?

"Mai mốt sang bên ấy, bảo lãnh Khải." Người thanh niên nói nhanh, như sợ không còn dịp nào để nói.

Người con gái ngần ngừ suy nghĩ. Những ngón tay xoắn xuýt cái muỗng, như thể muốn bẻ cong nó. Người thanh niên nhấp nhổm trên chiếc ghế nhựa. Ly cà phê còn nguyên, đã nguội. Ly chè đã tan hết đá thành một váng nước lỏng bên trên những hạt đậu đen và những miếng thạch vuông vức.

Người thanh niên nhìn quanh. Quán vắng. Âm thanh láo nháo từ dàn máy hát. *Trường Sơn Tây anh đi, thương em bên ấy mưa nhiều, con đường gánh gạo…* Người thanh niên nhìn vào mắt cô gái. Loang loáng những vết buồn trong ấy. Ý nghĩ ngổn ngang trong đầu hai người. Họ nhìn vào mắt nhau. Nhìn hoài.

Thật lâu sau, cô gái hỏi, "Chừng nào đi?"

"Tối nay."

Cô gái bật người dậy trên ghế, "Tối nay à?"

Người thanh niên không trả lời. Hai con mắt vẫn xoáy vào đôi mắt buồn trên khuôn mặt trái xoan.

"Sao sớm quá vậy?" Cô gái hỏi, những ngón tay mân mê cán muỗng.

Người thanh niên cau mày, "Có chuyến thì phải đi chứ."

"Đi một mình mà được à?" Cô gái lớn tiếng, giọng chì chiết.

"Đã bảo đi với Hùng mà." Người thanh niên gằn giọng, thì thào, "Nói nhỏ thôi."

"Còn Khải…"

"Đã bảo mai mốt qua bên đó, mình bảo lãnh Khải mấy hồi."

Hai con mắt chớp. Cái muỗng xoắn xuýt trong lòng bàn tay. Vầng trán lờ mờ những nếp nhăn. Cô gái mím chặt đôi môi. Đôi môi không thoa son nhưng lúc nào cũng thắm đỏ.

Sau cùng, cái đầu tròn lúc lắc, nửa như gật đầu, nửa như lắc đầu, "Thôi, thế cũng được."

Người con trai thở phào, đưa bàn tay qua mặt bàn, đặt nhẹ lên lưng bàn tay cô gái. Bàn tay anh chạm vào chiếc nhẫn vàng mỏng mảnh ở ngón tay đeo nhẫn. Những ngón tay người con gái duỗi ra, buông cái muỗng bạc xuống mặt bàn gỗ.

"Sao… sao tay Liên lạnh thế?" Người thanh niên ấp úng.

Cô gái rụt bàn tay lại, lặng thinh.

Người thanh niên chồm người ra trước, thì thầm, "Mười một giờ đêm nay người ta đến đón."

"Anh Khải không cho em ra ngoài một mình ban đêm đâu." Cô gái nói. Đôi môi chu lại như giận dỗi.

Người thanh niên cắn môi, những nếp nhăn lờ mờ trên vừng trán. Rồi trên khuôn mặt trai trẻ hiện lên một nụ cười, "Thì em nghĩ đại ra một câu nói dối nào đó. Em nói dối Khải, đi gặp anh hoài mà nó đâu có biết. Nói dối thêm lần này nữa thôi.”

Hết bản nhạc, quán im ắng. Hai người im lặng nhìn nhau. Bà chủ quán thay băng nhạc khác. *Tiếng chày trên sóc Bombo* gì gì đó.

“Thì thôi vậy. Lần cuối cùng đấy,” người con gái chỉ ngón tay vào ngực người thanh niên. “Em nói dối cho anh, lần cuối.”

“Cho em và anh.” Người thanh niên ngắt lời. Cô gái nguýt dài. Người thanh niên cười cầu hòa, “Thôi em ăn chè đi, mình còn về sửa soạn.”

Người con gái đẩy ly chè qua một bên, “Ai mà ăn nổi chứ!”

Chỉ đơn giản có thế. Và họ đi cùng chuyến. Ghe không lớn lắm. Sáu mươi mấy người chen chúc nhau dưới hầm. Tiếng máy khậm khoạc inh tai. Được một ngày một đêm thì máy nóng, tỏa khói mịt mù. Bầy người giúi đầu vào nhau, tay quạt liên hồi, miệng nhào nháo những cơn ho. Tài công tắt máy, chờ cho nguội bớt. Gặp cơn bão nhiệt đới. Sóng cao như những ngọn đồi. Chiếc ghe lắc đám dân vượt biên chồng chất trong khoang như lắc những con xúc xắc trong lòng đĩa. Cơn bão lắng dần, người nằm vùi cả lên nhau. Người con gái co quắp một xó. Người thanh niên co ro một xó khác, lẫn lộn giữa những thân người xa lạ. Ướt át, nhớp nhúa, hôi hám nồng nặc.

Tàn cơn bão, biển lặng, sóng êm. Dưới ánh sáng lờ mờ của hầm tàu, người thanh niên nhìn quanh, toàn những khuôn mặt lạ. Cô gái tỉnh dậy, tròn mắt nhìn người đàn ông không quen mà cô đang nằm úp trên ngực anh ta. Cô luống cuống chống tay ngồi dậy. Chân tay nhơm nhớp chất bài tiết. Nhìn quanh. Toàn những người lạ. Mãi, hai người mới nhìn thấy nhau. Nhưng xa quá, và đầu óc cả hai cùng quay cuồng, không thể vạch những thân người đang chồng chất lên nhau để tìm đến với nhau. Đành ngồi dựa vách ghe, nhìn nhau, đờ đẫn. Chuyện trò bằng mắt.

Liên có sao không.
Em không sao.
Anh sao rồi.
Cũng không sao. Chỉ say sóng.
Em cũng say sóng. Mình đến đâu rồi nhỉ.
Chắc ra khỏi hải phận Việt Nam rồi.
Thật không anh.

Mình đi mấy ngày rồi mà.

Mấy ngày anh nhớ không.

Nói bằng mắt nên không được nhiều. Nhưng hiểu hết những điều trao gửi. Chợt ai đó mở hé cái nắp đậy khung cửa trên đầu, một bầu trời rực nắng bên ngoài. Một vạt nắng tạt xuống hầm tối. Những con người tù túng dưới hầm tàu nhắm vội mắt lại vì chói. Kẻ vừa mở cái nắp vuông ấy nói vọng xuống, "Tới giàn khoan ngoài hải phận quốc tế rồi, bà con ơi!"

Đám người say sóng dưới hầm rú lên mừng rỡ. Ngồi ở tận góc cuối hầm tàu, người thanh niên nghểnh cổ nhìn về phía cô. Trong vạt nắng xéo lọt qua khung cửa, anh thấy cô gái - từ hôm nay là cô gái của riêng anh - đưa tay lau mắt. Nước mắt hay nước biển anh không rõ.

2

"Họ và tên anh là gì?"

Sau một giây ngỡ ngàng, người thanh niên đọc tên mình.

"Còn cô?"

Người thanh niên quay qua nhìn cô gái. Cô nhìn lại anh, rồi đọc tên cô cho nhân viên Cao Ủy Liên Hiệp Quốc.

"Hai người là gì với nhau?"

Người thanh niên ngập ngừng, "Là…"

"Tụi em là…" Người con gái cướp lời.

Người nhân viên da trắng nhìn anh, rồi nhìn qua cô gái. Ngọn bút nằm chờ trên trang giấy.

"Vợ chồng." Người thanh niên nói vội.

Cô gái há hốc miệng, xoay qua nhìn người thanh niên, rồi ngậm ngay miệng lại.

Người nhân viên đánh dấu X vào ô "vợ chồng" trên trang giấy. Hai người ký tên vào hồ sơ tị nạn. Xong, người nhân viên đứng dậy, chìa tay ra bắt. Cô gái rụt rè bàn tay mềm. Người thanh niên run run nắm lấy bàn tay người nước ngoài đầu tiên mà anh tiếp xúc, kể từ khi cửa địa ngục sập xuống nửa còn lại của quê hương.

"Chúc mừng ông bà đến đất tự do." Người nhân viên tươi cười.

"Cảm ơn ông. Ông nói tiếng Việt hay quá." Người thanh niên nói, mắt không rời đôi mắt biếc xanh màu nước biển.

"Trước đây tôi làm việc ở Việt Nam," người nhân viên Liên Hiệp Quốc nói. "Hai ông bà chung một hồ sơ định cư. Xin chúc mừng."

Chỉ đơn giản như thế. Họ về ở với nhau.

Năm đó hai ông bà "đồng bào tị nạn" ấy mới vừa tròn hai mươi tuổi.

3

Chuyện không vui xảy ra đúng ba tháng sau khi đến định cư ở một thành phố vùng tây nam tỉnh bang Ontario. Một buổi chiều, tan giờ học Anh văn, Liên ghé chợ mua thức ăn về nấu cơm. Hùng ở nhà sắp xếp lại đống quần áo cũ.

"Cái giẻ rách này bỏ đi nhé." Hùng vừa nói vừa vung vẩy cái áo len màu cà phê, cũ rích.

Liên đang xắt củ hành tím thành những lát mỏng để xào thịt bò, ngẩng đầu lên nhìn. Thấy chiếc áo, cô ngưng tay xắt hành, tròn hai con mắt, "Không được."

"Giữ làm gì?"

"Thì cứ để đấy."

"Cũ rích rồi. Bên này thiếu gì áo. Nhà thờ mới cho một đống, mặc đến vài năm cũng chưa hết."

"Cứ để đấy cho em." Cô nói và trở lại với những lát hành. Hành tím tỏa ra cái vị cay ngợp không gian. Cô chớp mắt vội cho bớt cay. Và nước mắt bỗng từ đâu trào ra đầm đìa trên má.

Đàng kia, Hùng quăng chiếc áo len cũ xuống giường, cau có, "Lại khóc đấy à. Đã như thế thì việc gì phải theo người ta xuống ghe."

Trong góc căn bếp chật chội, những lát hành mỏng vẫn được xắt ra đều đặn. Tiếng dao chạm lên thớt vẫn xen kẽ tiếng sụt sùi.

"Có bao nhiêu thứ để mang theo, mắc mớ gì lại đem theo cái thứ ấy." Người đàn ông nói vọng ra sau bếp.

Từ trong bếp vọng lại tiếng người đàn bà, ướt như tắm nước, "Chạy như chạy giặc, có thì giờ đâu mà lựa với chọn."

"Lấy theo cái áo len làm gì?"

"Sợ xuống ghe lạnh thì sao?"

"Áo len mình sao không lấy theo mà lấy áo len của nó?"

Không có tiếng của người đàn bà. Chỉ có tiếng sụt sùi. Người đàn bà không tìm ra câu trả lời. Và nước mắt bỗng dưng giàn giụa. Không biết tại những lát hành tím cay nồng hay tại một nỗi niềm nào khác chôn kín trong lòng.

Cuộc sống cứ thế trôi đi. Năm này qua năm khác.

4

"Anh chỉ cần ký vào đây là xong," Người luật sư trực dí ngón tay vào đường gạch trên trang giấy.

Hùng ngập ngừng nhìn đám chữ xô đẩy nhau muốn tràn ra ngoài trang giấy.

"Chỉ cần một chữ ký là xong." Giọng nói trầm của người luật sư rù rì bên tai anh.

"Tôi có bị tù không?"

"Không. *No jail.*"

"Nhưng mà tôi có làm gì đâu."

"Anh bị truy tố tội hành hung vợ. *Domestic assault*, tội nặng."

"Tôi có hành hung ai đâu!"

"Vậy Liên là ai?"

"Vợ tôi."

"Anh hành hung cô Liên."

Hùng trợn tròn con mắt. Từ sáng đến giờ, mỗi lần nghe nói mình bị kết tội hành hung vợ - và người ấy là Liên - anh lại trợn tròn con mắt như thế.

Người luật sư lắc đầu, "Tôi đã giải thích cho anh nhiều lần rồi. Anh chỉ cần nắm cổ áo người khác, thế đã là hành hung rồi."

Hùng không nhớ mình có túm cổ áo Liên không, anh chỉ nhớ thật rõ là anh có giằng cái áo len màu cà phê sữa cũ từ tay Liên, lúc hai người đứng trước căn *apartment* của mình. Chuyện cãi cọ, xô đẩy nhỏ nhen ấy lọt vào mắt bà hàng xóm. Thế là cảnh sát tìm đến. Thế là anh bị bắt. Thế là giấy tờ, thủ tục chồng chất. Và giờ này anh ngồi trong cái hộp vuông vức có song sắt một phía, ba phía kia là vách tường nhám nhúa, chờ ngày mai ra tòa để được tại ngoại hầu tra.

Hùng nhặt cái bút bên cạnh trang giấy lên, nắm chặt trong tay như sợ nó sẽ vuột mất. Anh nhìn lướt những dòng chữ lúc nhúc bên nhau như bầy kiến. Và một dòng chữ khiến anh giật mình.

"Tôi không được về nhà à?"

"Không."

"Không cho tôi gặp vợ tôi à?"

"Không."

Anh lại trợn tròn hai con mắt, "Tại sao vậy?"

"Trừ khi vợ anh cho phép."

"Không cho tôi gặp cô ấy, làm sao tôi xin cô ấy cho phép tôi về được?"

"Anh chỉ được về nhà nếu cô ấy viết giấy cho phép." Người luật sư nói, nhấn mạnh từng chữ một.

Hùng nhìn người luật sư, dịu giọng, "Ông nói giùm với vợ tôi được không, xin cô ấy cho tôi về. Cô ấy cần tôi bên cạnh. Cô ấy ở một mình, tôi lo..."

Người luật sư tần ngần, "Tôi không hứa được, nhưng tôi sẽ cố gắng."

Hùng đặt ngọn bút lên đường gạch trên trang giấy, ngần ngừ một lúc rồi ký tên mình lên hàng gạch ấy.

Luật sư trực ra về. Người cảnh sát dẫn Hùng xuống phòng tạm giam. Một cái chăn bé tí. Một cái gối mỏng và mềm nhão. Chiếc giường sắt võng xuống ở giữa. Anh lăn qua lăn lại. Ánh đèn vàng như màu da người sốt rét kinh niên. Đêm ở xà lim im ắng đến rợn người.

Buổi sáng, anh đến tòa trong chiếc xe bít bùng, chung với ba phạm nhân khác. Chào hỏi cho có lệ. Gã da đen nhìn anh, *What did you do?* Anh trả lời, Tao chẳng làm gì hết. Gã da đen cười, Tao cũng chẳng làm gì hết. Gã chỉ về phía hai gã còn lại đang nhắm mắt nướng giấc ngủ vụn, Hai đứa kia cũng chẳng làm gì hết, rồi cười rống lên. Anh lặng thinh.

Trong bốn đứa ra hầu tòa sáng hôm ấy, Hùng là người được lãnh ra sớm nhất. Trên đường về, anh ngượng ngùng cầm tay vợ, hỏi nhỏ, "Sao em lại lãnh anh ra?"

Người đàn bà lườm anh bằng con mắt - vương nét mệt mỏi nhưng - vẫn sắc như thuở nào, "Để anh bị tù mà coi được à. Anh có làm gì đâu."

Đôi môi mím lại sau câu nói. Đôi môi ngày xưa không thoa son cũng đỏ, bây giờ thiếu son thì nhợt nhạt. Đôi môi và câu nói xoắn vào lồng ngực người đàn ông. Làm vậy, nói vậy, cư xử như vậy... *mà coi được à.*

Sau chuyến ấy, Hùng phải đi học, anh khoe với vợ, "Anh phải học tập cải tạo, em à."

"Thôi, lỡ rồi. Ráng học tập cho tốt. Thành con người mới." Vợ anh nói, kèm theo cái nháy mắt và nụ cười. Và một nụ hôn mềm trên má.

Sáu buổi sáng thứ Bảy dài dằng dặc. Chung lớp với một lô những tay bị truy tố tội hành hung trong gia đình. Mười tên đàn ông, bốn người đàn bà. Hùng được xếp ngồi cạnh một người đàn bà tóc vàng.

Người đàn bà làm quen với anh trước, "Tôi là Jackie." Và cô ta khoe thành tích trước khi lớp học bắt đầu, "Tôi quăng ly bia vào đầu thằng bạn trai của tôi."

Anh cười, nói tên mình, nhưng không khai lý do bị ra tòa. Người đàn bà nhìn anh, chờ đợi. Con mắt xoáy vào anh. Cuối cùng, anh phải khai, nhưng là khai gian, cho khỏi bị chế nhạo, "Tôi lỡ tay tát vợ tôi một cái."

"Lỡ tay?" Người đàn bà trợn mắt.

Anh gật đầu, cười gượng. Người đàn bà đưa bàn tay ra trước, giọng reo vui, "Give me five!"

Người đàn bà trở thành đồng minh thân thiết của anh trong suốt khóa học.

5

Một buổi tối, ngồi với nhau trong phòng khách, xem xong một đoạn phim tài liệu về Việt Nam, hai vợ chồng ngậm ngùi nhìn nhau.

Không nói gì với nhau nhưng lòng cả hai cùng lắng xuống thật sâu, thật trầm.

Những góc phố, những lề đường trong cuốn phim bỗng làm Hùng nhớ tới Khải. Lòng anh chơi vơi như con nước xoáy lên khi chảy qua khúc ngoặt. Những con đường ba đứa rong chơi thuở nào. Liên, Khải, Hùng. Thân nhau không rời. Tình cảm chia đều. Như ba cạnh trong một tam giác đều, mỗi góc đều được chia sáu mươi độ. Đi đâu cũng có nhau, bỗng một ngày, Khải với Liên báo cho Hùng cái tin vui. Cười ngoài miệng mà đắng chát trong lòng. Vậy nhưng Hùng không bỏ đi như những kẻ thất tình. Hùng vẫn là người bạn chí thân của đôi vợ chồng mới cưới. Tại phần số trớ trêu, trong lúc Khải quanh quẩn chợ trời thì Hùng dắt mối vượt biên. Chuyến sau cùng anh được cho một chỗ. Nếu như ngày ấy anh không rủ Liên đi, thì giờ này Liên vẫn là bà Khải và ba người - biết đâu - vẫn còn quấn quýt bên nhau.

“Không biết Khải dạo này ra sao nhỉ?” Anh buột miệng nói, giọng ngậm ngùi.

Cái tên làm Liên giật mình. Chị nhìn màn hình nhấp nháy những hình ảnh chồng chập lên nhau, lẩm bẩm,

“Chắc... vẫn vậy.”

“Chắc giờ này nó khá lắm rồi, thành đại gia không chừng.” Hùng nói, thả tia nhìn vào khoảng không gian nhỏ bé trước mặt, “Hồi nhỏ, nó học giỏi. Toàn đứng đầu lớp.”

“Học giỏi mà không giỏi lươn lẹo thì cũng chẳng khá được.” Vừa nói Liên vừa đưa tay gỡ cụm tóc lòa xòa trước trán. “Hồi đó anh Khải chạy chợ trời chẳng đâu vào đâu.”

Hùng chìm sâu vào vùng kỷ niệm ấu thơ, “Hồi học chung lớp, làm bài thi anh hay cọp-pi của nó.”

Liên cũng chìm, nhưng chìm vào một vũng kỷ niệm khác, “Buôn bán chợ trời toàn từ thua đến lỗ.”

Hùng mỉm cười, một mình, “Đám con gái cùng lớp thích nó lắm.”

Liên chua chát, một mình, “Bao nhiêu năm buôn bán chợ trời, mua được mỗi cái áo len tặng vợ, về xem lại thì lại là áo len đàn ông. Rõ chán cái ông Khải ấy!”

Khải. Cái tên cấm ky. Nhắc đến là xào xáo nên cả hai cùng tránh, bởi cái tên ấy như đầu máy con tàu, kéo theo chập chùng những toa chất chồng kỷ niệm. Vì vậy, mỗi khi cái tên dạt về trí nhớ, cả hai cùng nhanh chóng chặn lại như cố bít một lỗ thủng rỉ nước bên bờ đê. Hôm nay, trời xui đất khiến, cái tên dạt về trong câu chuyện mà không ai tìm cách xua đuổi. Và người bạn học thân thiết năm xưa, người chồng tận tụy thuở trước trở về, lừng lững trong căn phòng của đôi vợ chồng đã bao năm tháng bấp bênh ở xứ người. Hùng đưa tay lấy đồ bấm ti-vi, nhấn nút tắt tiếng. Căn phòng chợt im vắng.

Hùng rì rầm, "Anh vẫn nhớ hồi lớp ba lớp tư gì đó, anh rủ nó đi bắt chim. Anh đứng dưới giữ cái khung giàn hoa gỗ cho nó trèo lên vách tường khu cư xá sĩ quan, luồn tay dưới mái ngói, bắt chim non."

Liên nhỏ nhẹ, "Nhớ hồi ấy anh Khải đem một lô sách ra chợ trời, chẳng ai thèm mua một cuốn."

Hùng phấn khích, "Một lần bị người ta cầm gậy đuổi, đang giữ cái khung thang, anh sợ quá, bỏ chạy làm nó bị ngã."

Liên khẽ lắc đầu, "Có lần phải đem sách đi bán cho mấy bà mua ve chai."

Hùng ngậm ngùi, "Cái sẹo ở dưới cằm nó còn hoài."

Liên cũng ngậm ngùi, "Tụi mình nghĩ cũng kỳ. Ai đời ba đứa chơi chung thân thiết biết bao lâu, bỗng dưng..."

Hùng lên giọng oán trách, "Cũng tại em. Cứ bạn với nhau hoài có phải là vui không?"

Liên xuống giọng trách móc, "Tại anh, yêu thầm thì ráng chịu."

Hùng nhanh nhảu, "Tại nó mau mồm miệng. Mà em thì lại dễ ngã lòng."

Như hai gam màu đặt chung vào một ngăn pha, và cây cọ xoay hoài, quậy hoài, cho đến khi nỗi ngậm ngùi trong lòng hai người hòa chung một sắc màu. Họ nhìn nhau, ngỡ ngàng rồi mỗi người quay đầu nhìn qua một hướng khác, lặng thinh. Không gian keo đặc.

Bất chợt, Hùng nói, "Hay mình về thăm nó một chuyến xem sao nhỉ?"

Câu nói chìm lỉm vào khoảng không gian đặc cứng.

Im lặng. Hùng nín thở một lúc lâu, rồi thở ra, "Dù sao cũng nên nói với nó một lời.”

Tiếng rì rào của cái tủ lạnh nghe như tiếng mưa rào.

Hùng chép miệng, “Ai cũng già hết rồi. Tóc không kịp nhuộm là bạc trắng.”

Vẫn im lặng. Trong khoảng không gian chật hẹp của căn phòng, tiếng rì rầm của cái tủ lạnh bỗng rền vang, như tiếng máy chiếc xe lấy rác vẫn lê lết khoảng đường trước nhà mỗi sáng thứ Tư.

Liên cắn môi, phân vân, “Anh định nói gì với anh ấy?”

Hùng hăng hái, “Chuyện mình với nhau là duyên phận.” Anh dừng lại, chờ một câu khẳng định của Liên, rằng chuyện hai người lấy nhau là phần số, rằng Trời đã định thì trốn đâu cũng chẳng thoát; nhưng Liên vẫn trầm ngâm. Hùng bỗng mang cảm giác của người đi lạc, ở một nơi rất lạ, chỉ có một mình. Anh nhìn đăm đăm những hình ảnh lao xao trên màn ảnh ti-vi, “Dù sao nó cũng là thằng bạn tốt. Cả ba đứa mình đã từng là bạn tốt của nhau…”

Liên băn khoăn, “Anh nghĩ anh Khải có tha thứ cho em không?”

Hùng quay sang nhìn Liên, “Sao em lại nói thế?”

Liên tròn mắt ngạc nhiên. Hùng muốn nói với vợ rằng em nói thế nghĩa là em cho rằng chuyện em về với anh là lỗi lầm, và tình yêu em dành cho anh là sai trái. Nhưng thấy vợ ngơ ngác, anh lặng thinh.

“Anh nghĩ anh Khải có bỏ qua cho em không?” Liên hỏi lại.

“Ai mà biết.” Hùng nhìn lên trần nhà. Không có con thạch sùng nào bắt muỗi trên ấy, như ở bên nhà, ngày trước.

“Nếu về,” Liên thì thầm, như chỉ cho một mình mình nghe. “Em sẽ đem cái áo len trả lại anh ấy.”

Hùng lặng thinh. Trong cái tĩnh lặng của buổi chiều, anh nghe tiếng Liên thở dài, và câu nói thoảng qua như thoáng gió, “Tụi mình cũng kỳ hết biết. Âm thầm bỏ đi vậy mà coi được!”

6

Mất gần đúng một ngày, Hùng mới tìm ra được cái ngõ hẻm năm xưa. Con ngõ co lại giữa những ngôi nhà cao thấp không đều, chồm ra lối đi. Anh rảo bước theo thằng bé dẫn đường. Anh phải nhanh chân mới theo kịp cái thân hình nhỏ bé lao đi thoăn thoắt giữa những gánh gồng, hàng quà và xe cộ vùn vụt trong con ngõ.

Anh thấy quay cuồng như người không biết bơi, chới với chìm vào vũng âm thanh nhào nháo. Tiếng còi xe, tiếng cười nói, tiếng la mắng, tiếng chửi rủa, tiếng rao hàng, tiếng máy hát, tiếng chó sủa. Tất cả trộn vào nhau thành một mớ nhùng nhằng tiếng động. Thỉnh thoảng một chiếc xe gắn máy chạy vụt qua mặt anh, quệt sát vào người anh khiến anh hoảng hốt đảo người qua một bên để tránh, chân tay bủn rủn.

Qua không biết bao nhiêu căn nhà. Vấp chân lên những bậc thềm nhô ra ngoài con ngõ không biết bao nhiêu lần, anh vừa rảo bước vừa ì ạch thở. Chiều đã nghiêng nhưng nắng vẫn chưa tàn. Mồ hôi ướt đầm lưng áo. Đang ngon trớn rảo bước, thằng bé bỗng chạy vù lên bậc thềm một căn nhà, đứng sựng lại, chỉ tay vào khung cửa, "Nhà ông Khải đây, chú."

Trong nhà rộn ràng tiếng đàn ông cười nói. Mùi hành, tỏi, thịt xào, thịt nướng tỏa ra nồng nặc.

Hùng ngập ngừng trên bậc thềm, "Đúng nhà ông Khải không cháu?"

Thằng bé không trả lời mà xăm xăm bước vào nhà. Hùng nheo mắt nhìn vào. Trong khoảng vuông tối sáng nhập nhằng, một đám bốn năm người đàn ông quây quần quanh những bát đĩa thức ăn đặt trên nền nhà. Thằng bé đến sau lưng một người đàn ông râu tóc bù xù, đặt tay lên vai ông ta, lắc mạnh, "Ông Khải ơi, có ai tìm kìa."

Người đàn ông buông đũa xuống, ngẩng mặt lên nhìn ra. Hùng nheo mắt cho quen với khoảng tối trong nhà. Một khuôn mặt xương xẩu hiện ra trước mắt anh. Khuôn mặt lạ lẫm. Thằng bé chạy ra chỗ anh, nghểnh cổ chờ. Anh móc túi lấy tờ giấy bạc mười đồng tiền Mỹ giúi vào tay thằng bé, hỏi nhỏ, "Cháu có chắc là nhà ông Khải không?"

"Đúng nhà Khải đây," giọng nói khàn vọng ra từ khuôn mặt xương xẩu. "Cậu là ai, tìm tôi có việc gì đấy?"

Thằng bé mân mê tờ giấy bạc trước khi đút sâu vào túi áo, và quay lưng tuông chạy ngược ra đầu con ngõ.

Hùng tuột đôi giày, dùng chân gạt chúng vào sát đống giày dép ngổn ngang trên thềm xi măng. Người đàn ông đứng dậy, loay hoay gài dây thắt lưng, loạng choạng bước ra chỗ Hùng đứng.

"Tôi là Khải đây," người đàn ông ngưng ngang câu nói, ôm ngực ho khan. Mùi rượu tỏa ra nồng nặc. Tàn cơn ho, ông ta hỏi trong hơi thở hổn hển, "Chú tìm anh có việc gì?"

Hùng chùn chân. Anh nín thở để tránh hơi rượu, tay mân mê cái dây túi vải đeo trên vai.

"Anh là Khải phải không?"

"Thì Khải chứ còn ai vào đây nữa."

"Phải Khải học Văn Khoa ngày xưa không?"

Người đàn ông nhướng con mắt mệt mỏi lên nhìn Hùng, rồi xoa bàn tay lên bụng, gật gù, "Chính hắn. Còn chú là ai, kiếm anh có việc gì?"

"Tôi là… tôi là Dũng."

"Dũng nào nhỉ?"

"Anh tôi là Hùng, hồi đó học chung với anh Khải."

Đám đàn ông trong nhà tay đũa, tay muỗng vừa nhai, vừa nghểnh cổ nhìn ra. Người đàn ông ngẩn người ra một lúc, rồi đứng thẳng người, nhìn Hùng đăm đăm.

"Em của thằng Hùng đây à? Hèn gì thấy giống nó quá."

Hùng nhìn cái sẹo trên cằm người đàn ông, nỗi bồi hồi nào đó chợt ùa đến bủa vây anh.

Người đàn ông chộp lấy cánh tay Hùng, "Vào đây, vào đây. Uống với anh một ly rượu mừng."

Người đàn ông kéo anh vào nhà. Những người đàn ông quanh mâm rượu nhìn anh ngạc nhiên.

"Đây là em ruột của thằng bạn học cũ." Người đàn ông khề khà nói và ấn Hùng ngồi xuống. Hai người đàn ông nhích qua nhường chỗ cho Hùng. Một người đặt cái ly, cái bát và đôi đũa trước mặt anh.

"Chú em ở đâu về thế?" Một người hỏi.

"Dạ, Canada."

Người đàn ông đẩy ông bạn qua một bên, len vào ngồi cạnh Hùng, "Chú em thua thằng Hùng mấy tuổi?"

"Dạ… bốn, năm tuổi gì đó."

"Hèn chi thấy còn trẻ quá," câu nói của người đàn ông bị ngắt ngang bởi một cơn ho khan. Hết cơn ho, ông đổ rượu vào cái ly trống trước mặt Hùng, "Uống với anh một ly rượu mừng cái đã. À khoan."

Những con mắt đổ về phía người đàn ông.

"Nãy giờ mình không biết giải quyết cái mật rắn hổ sao cho công bằng," người đàn ông rề rà.

"Anh là chủ xị, thì anh toàn quyền," một người nói.

"Hoặc bốc thăm cũng công bằng vậy," người khác chêm vào.

"Không được. Bây giờ có chú em đây, khách nước ngoài về thăm. Dành cho chú ấy món quà ấy," người đàn ông nói.

Thấy Hùng ngơ ngác nhìn mọi người, một gã còn khá trẻ giải thích, "Anh Khải mới mua được con rắn hổ, thế là cả nhà được uống rượu huyết rắn, còn cái túi mật chưa biết chia cho ai, bây giờ có chú em, chú em được hưởng trọn gói."

Người đàn ông cầm cái ly thủy tinh bé tí đưa cho Hùng. Anh lúng túng cầm cái ly giữa hai đầu ngón tay. Trong lòng cái ly thủy tinh trong vắt, phập phều một túi nhỏ, tròn, màu đỏ thẫm, "Mật rắn hổ, chữa bách bệnh đấy, chú em."

Mọi người rót rượu vào ly của mình. Và tất cả cùng cầm ly lên, hướng về phía Hùng, đồng loạt hò hét, "Một, hai, ba, dzô!"

Những cái ly chạm vào môi. Rượu dốc ngược vào cổ họng. Những con mắt nheo mê muội, những tiếng khà thống khoái. Mọi người buông ly xuống, xoay qua nhìn cái ly bé tí vẫn nằm giữa hai ngón tay Hùng.

"Uống đi. Vừa uống vừa nghe thằng hàng xóm hát karaoke miễn phí. Chú không uống anh sẽ buồn. Ngày xưa thằng Hùng đã làm anh buồn, chú mày có biết không?" người đàn ông khàn giọng trách móc. "Thằng Hùng nó rủ rê vợ anh đi vượt biên với nó, chú mày có biết không?"

Hùng vội vã lắc đầu và dốc ngược cái ly con, nuốt ực túi mật rắn vào cổ họng. Bây giờ anh mới nhận ra giữa những âm thanh hỗn độn của con hẻm là tiếng hát karaoke rộn ràng của nhà nào đó bên hàng xóm.

"Không biết thật à?"

"Không biết thật."

Người đàn ông gật gù, cánh tay run rẩy gắp một miếng thịt rắn xào bỏ vào bát của Hùng.

"Ờ, mà anh chơi với thằng Hùng từ bé, có bao giờ nghe nó nói là nó có đứa em trai nào đâu," người đàn ông nói và xoay qua nhìn Hùng đăm đăm. Tất cả những con mắt quanh mâm rượu cũng chĩa vào Hùng.

Hùng lúng túng nhìn vội vào những con mắt đỏ ké chằng chịt tia máu của mấy ông bạn nhậu của chủ nhà rồi quay sang người đàn ông, "Em hồi nhỏ ốm đau bệnh tật hoài nên bố mẹ gửi bà con nuôi hộ."

"Thế à?"

Hùng, như chiếc xe đứt thắng, thao thao, "Lớn lên về với bố mẹ, em quậy quá, ông bà già từ luôn, từ đó cả nhà nhất định không thèm nhắc tới em nữa."

"Mấy cậu ở nước ngoài nên trẻ mãi không già, tụi tôi ở đất này, người cứ rã ra như củi mục," người đàn ông lẩm bẩm. "Thằng Hùng chắc cũng trẻ lắm nhỉ."

Hùng vừa nhai miếng thịt rắn vừa ngập ngừng gật đầu.

"Cậu có gặp nhà tôi không?" Người đàn ông bỗng hỏi.

Miếng thịt rắn nằm yên giữa hai hàm răng, Hùng lặng người một giây, cố cắn miếng thịt làm đôi. Mấy mươi năm rồi mà Liên - cái cô Liên ngày xưa ấy - vẫn là "nhà tôi" của Khải. Cố nuốt trôi miếng thịt rắn, Hùng lắc đầu, "Em không liên lạc với anh Hùng... nên không biết."

"Chẳng biết thằng Hùng có biết lo cho Liên hay không. Gần hai mươi năm trời không tin tức gì hết."

"Em hư hỏng, bị bố mẹ từ, anh em chối bỏ… nên không liên lạc với ai."

"Cậu có gặp Liên, nhắn giùm tôi…"

Lồng ngực Hùng thắt lại, "Dạ… em không biết chị ấy ở đâu."

"Hùng hồi đó là bạn thân của tôi. Nó dan díu với vợ tôi rồi hai đứa nó rủ nhau đi vượt biên. Cậu bỏ nhà ra đi chắc không biết chuyện ấy đâu nhỉ."

Miếng thịt thơm mùi xả trong miệng bỗng đắng chát. Hùng không muốn nuốt vào nhưng cũng không dám nhả ra. Người đàn ông vẫn nhì nhằng bên tai anh. Đám bạn nháy mắt với nhau, "Ông ấy say lắm rồi đấy."

Bỗng người đàn ông với tay ra sau lôi cái túi vải của Hùng lại, loay hoay mở sợi dây kéo. Hùng luống cuống níu một bên túi. Người đàn ông nắm chặt cái túi, cố kéo sợi dây, "Chú em đem cái gì về thế này?"

Sợi dây kéo bung ra, người đàn ông thọc tay vào túi moi ra cái áo len cũ. "Quà Canada gì thế này, chú em?"

Ông Khải ơi, thôi đi ngủ được rồi, say quá rồi. Đem ông ấy vào giường thôi. Đám bạn nhậu lao nhao. Gã ngồi cạnh Hùng nói vào tai anh, "Ông ấy uống rượu thay cơm. Nghe nói từ dạo vợ bỏ là bắt đầu say sưa. Không ngày nào không say. Mấy lần viêm gan, người ngợm vàng như nghệ." Hùng luống cuống gật đầu. Bên cạnh anh, người đàn ông nghiêng ngả, cầm hai tay chiếc áo len cũ căng lên trước mặt. "Mẹ ơi, cái giẻ rách ở đâu thế này?"

Và ông ta gục xuống ngay trước mâm rượu.

7

Tận khuya, Hùng mới về tới khách sạn.

Vừa mở hé cửa cho chồng lách vào, người đàn bà nói một hơi, "Làm gì mà lâu thế cái ông Hùng này! Người thì toàn mùi rượu. Có gặp… ai không mà lâu thế?"

Hùng ném người lên mặt nệm. Chiếc nệm mềm ôm lấy lưng anh, cảm giác dễ chịu lan dọc sống lưng.

"Có gặp… ai không?" Vợ anh hỏi.

Thêm một lần nói dối chắc cũng chẳng hại gì, anh thầm nghĩ. Và buồn bã lắc đầu.

Hoàng Chính

Tết Vườn
TRẦN ĐÌNH SƠN CƯỚC

Sinh quán của tôi là làng Phụng Chánh. Làng tôi tiếp nối với làng quê nội Diêm Trường trên cùng dải đất cát trắng, nóng bỏng chân vào mùa hè, mưa bạc đất vào mùa đông. Thoai thoải xuống đồng ruộng, gặp con hói hẹp chảy ra đầm phá Cầu Hai, đó là xóm tôi, xóm được bao quanh bởi những khu vườn trồng cau nên có tên gọi xóm cau.

Vườn cau của mẹ tôi là một trong những vườn nổi tiếng của xóm. Thật ra vườn không phải chỉ trồng cau, nhưng còn trồng chen đủ các loại cây ăn trái, vườn sum suê rậm rạp đến "con chim sẻ chui cũng không lọt". Thường vườn được chia thành từng vồng (luống). Hai bên vồng trồng cau, ngay hàng thẳng lối, đứng song song, vươn lên giữa trời bao la. Dưới mỗi gốc cau, trồng dây trầu, trầu bám vào thân cau tươi tốt như cái tơi đọt xanh ngắt. Giữa vồng trồng thơm (dứa, khóm), xen kẽ cây mãng cầu, cây vả, cây đu đủ, cây cam, cây quít... Chuối được trồng vào khoảng cách giữa hai cây cau. Cuối mỗi vồng trồng một loại cây lưu niên khác nhau như cây khế ngọt, khế chua, cây ổi, cây mít. Những ngày hè thần tiên của tuổi thơ tôi là được trèo lên trên cây khế, cây ổi, vừa với tay hái trái vừa đưa vào miệng nhai ngồm ngoàm trái khế vừa chín ngọt lịm, trái ổi thơm lừng... và, oai vệ nhất là được hò hét ban phát ân huệ cho các chị tôi đang ngửa cổ và khản giọng kêu gào tôi ném trái chín xuống.

Vườn là nguồn lợi tức sinh sống chính của gia đình. Góa chồng, một mình nuôi năm người con, mẹ tôi quanh năm quần quật với vườn cau phía trước và mảnh vườn trồng rau quả phía sau, ngày nắng cũng như ngày mưa, bốn mùa xuân hạ thu đông, năm này qua năm khác, cuộc sống của mẹ tôi xoay vần với mùa cau, đợt hái lá trầu, buồng chuối, rổ đu đủ, thúng mãng cầu... sáng sớm gánh ra chợ Mỹ Lợi bán và mua tôm cá về cho bữa cơm của đàn con. Mùa cau là những ngày rộn rịp vui nhất trong năm. Cau xóm tôi và cau làng Mỹ Lợi thường được các chủ vựa cau trên Huế ưa chuộng nên đến giữa mùa hè, khi buồng cau vừa tròn trái, đặc ruột, mối lái tìm đến mua tận vườn. Sau khi ngã giá xong xuôi với chủ vườn, con buôn mang theo người trèo cau. Bọn trẻ con trong xóm kéo nhau từ vườn nhà này tới vườn nhà khác, ngẩng cổ reo hò xem các thợ trèo cau búng người từ đọt cau này để chụp được tàu lá cau của cây kế cận, đu mình từ cây này qua cây khác, thoăn thoắt liên tiếp một lần mang ba bốn buồng cau xách vào tay, móc vào vai rồi tuột một mạch từ đọt cây cau cao mấy thước xuống đất trong nháy mắt. Không như cau ở vùng Nam Phổ nổi tiếng với câu đồng dao "con gái Nam Phổ... trèo cau", cây cau xóm tôi, qua nhiều năm tháng, cao dần, cao dần và chắc đất hết màu mỡ, cây ốm tong, nên bọn trẻ và con gái trong xóm không ai được phép cho trèo hái cau vì sợ nguy hiểm. Nhìn những ổ chim "rột rột" đan bằng lá mạ treo trên ngọn lá cau, đung đưa trong gió, chim mẹ tất tả sà tới sà lui để tha mồi về cho bầy chim con, bọn trẻ thèm thuồng được leo lên để bắt bầy chim con về nuôi. Bọn trẻ không thể làm được. Bọn trẻ chỉ chực chờ cơ hội có mấy thợ leo cau, kèo nài cha mẹ năn nỉ họ thuận tay rựt cho vài ổ chim. Có khi họ đồng ý và có khi họ lắc đầu. Bọn trẻ khi được thì hí hửng, khi không thì tiu nghỉu... Rồi mùa bán và hái cau rộn rã qua mau, vườn chỉ còn lại những thân cau đứng thẳng hàng, song song vươn cao trong trời thu đông, ấp ủ cho những buồng cau khai nở vào mùa xuân năm sau, hương cau thơm tỏa một vùng xa, phấn cau theo mưa xuân rớt vào tóc, vai và áo mẹ lui cui phân bón cho cây vườn...

Mẹ tôi chỉ sống với cau. Xóm cau của tôi có ba người đàn bà góa mang cùng tên Hồng. Mẹ tôi góa chồng vì ba tôi chết trong chiến tranh. Hai người kia có chồng đi tập kết, họ ở nhà chờ chồng, nuôi con dại. Cả ba bà góa này, dù mới trên dưới bốn mươi, vẫn được xóm làng nể trọng gọi là "Mụ". Họ là "Hồng cau", mẹ tôi. "Hồng giá" vì ngoài việc vườn ruộng, thím "Hồng giá" có 3 người con trai, có người cùng tuổi là bạn học, bạn chơi, bạn trồng hoa của tôi; thím trồng giá sống đem đi bán ở các chợ. Và "Hồng ớt" vì thím Hồng ni, vườn nhỏ nên chuyên trồng ớt và buôn ớt chuyển lên các chợ trên Huế... Mẹ tôi qua đời đã mấy chục năm nay. Hai "Mụ" Hồng còn lại, sau khi thống nhất đất nước, những người chồng tập kết của họ trở về, lòng đợi mong thấm đủ buồn vui như số phận của quê hương...

Mẹ tôi là "Mụ" "Hồng cau" nên mẹ thương cau, quý vườn, biết ơn hoa trái. Mẹ hiểu từng gốc thơm mới nhú trái, từng ngọn trầu héo, từng thân cau bị sâu, còm cõi... Mẹ thường mỗi ngày hốt lá rụng đổ vào chuồng heo để mỗi năm có được lứa phân chuồng tấp vào mỗi gốc cau, cây ăn trái. Mùa hè, mẹ thường sai các chị xuống các thửa ruộng ô vừa ngập nước để nhổ rong. Từng gánh rong tươi đắp thêm vào gốc cây, dằn lên đó một lớp gốc rạ, biến đất cát bạc màu thêm phân hữu cơ nuôi dưỡng cho cây... Mỗi năm một lần, mẹ thường thuê người trong xóm vét đất dưới khe, giữa hai vồng cây, để thêm đất vào cho các gốc cây đã bị mưa xói mòn. Mẹ lui cui việc vườn như không hề biết mệt. Những lần nghịch ngợm, chạy đuổi bắt nhau, vô tình làm gãy cành cây, ngọn lá, mẹ quệt mồ hôi trán, nghiêm khắc nhắc nhở chị em tôi phải biết thương cây, thương trái vì nhờ cây trái mà cả nhà mới có cơm ăn, áo mặc...

Biết ơn vườn không phải chỉ bằng lời. Lòng biết ơn rõ nhất là vào dịp Tết Nguyên Đán mỗi năm. Ba ngày Tết, mẹ bận rộn với rất nhiều lễ cúng Tết. Mẹ gọi đó là lễ tạ. Thường vào mồng ba Tết, sau khi cúng đưa Ông Bà Tổ Tiên, mẹ thường bày biện lễ cúng Thổ Thần Đất Đai, cúng Giếng, cúng đống rơm, cúng chuồng heo, những năm còn nuôi trâu thì cúng chuồng trâu. Nhưng đặc biệt nhất là mẹ chuẩn bị chu đáo cho lễ cúng vườn. Trong mấy anh chị em, vì là con út, nên tôi thường quấn quýt bên mẹ và lăng xăng được mẹ sai bưng dĩa bánh, chai rượu theo mẹ thiết lập bàn cúng ở vườn. Thường là chiều tối mồng ba hoặc có năm mẹ chọn ngày trong khoảng từ mồng năm đến mồng bảy Tết, mẹ thiết đặt một bàn nhỏ ở vồng cau trung tâm vườn. Mẹ bày lên khay đủ mấy loại mứt tết, bánh in, bánh chưng, bánh tét. Mẹ sắp vàng mã và lên hương đèn. Áo dài nghiêm trang, mẹ lầm thầm khấn vái rất lâu. Tôi nghe mẹ tạ ơn cây cau, cây chuối, cây cam, ... Mẹ cầu cây xanh tươi, cho thêm nhiều hoa quả vào năm mới. Mẹ hứa thêm đất, thêm phân cho cây... Tôi đứng vòng tay, mặt mày nghiêm nghị nghe mẹ chuyện trò với cây. Cuối tuần trà, trước khi đốt vàng mã, mẹ sai tôi cùng mẹ năm một xấp vàng mã màu vàng và bạc, cắt thành hình vuông vừa bằng nửa bàn tay đi dán vào thân các cây cau mỗi vồng. Vì vườn có hơn trăm cây cau, mẹ chỉ chọn những cây cao lâu năm và những cây cau con vừa được trồng để thay thế cho cây cau già, sâu gãy vì đợt gió mưa mùa đông. Mẹ nói mẹ đã xin vái những cây này là cây đại diện cho cả vườn cau. Mẹ bưng dĩa hạt ngũ cốc gồm bắp rang, gạo rang, đậu đen đỏ các loại, nhuộm phẩm xanh đỏ vung vãi tứ phương hô hoán gọi mời chim chóc, sâu bọ, thú hoang và cả oan hồn ma quỷ về hưởng lộc vườn năm mới và kêu gọi xin đừng phá phách mùa màng hoa quả trong vườn... Cứ đôi ba năm một lần, mẹ kết hợp Tết vườn với tạ Thần vườn. Những năm tạ lớn như thế, mẹ bày cúng mâm cơm nhiều món, thêm xôi chè và đốt vàng mã nhiều hơn lễ Tết vườn. Dĩ nhiên lúc nhỏ, mấy chị em tôi ai cũng nôn nao chờ mong Tết đến vì mẹ cúng tết nhiều nơi, nhiều lần thì chúng tôi có được nhiều mứt bánh hoa quả và những ngày vui Tết cứ kéo dài mãi... Mới vừa hết Tết năm ni lại mong Tết năm tới mau đến!...

Sau 1975, mẹ vẫn còn kéo dài lễ Tết vườn thêm đôi ba năm. Rồi mẹ không cúng nữa vì cả xóm đều phải đưa ruộng đất vào Hợp Tác Xã. Mặc dù vườn cau vẫn còn, nhưng những lề thói cũ bị coi là mê tín, xã viên được học tập để xây dựng nếp sống văn hóa mới. Mẹ không vào Hợp Tác Xã vì nại mình tuổi cao, không đủ sức lao động, nhưng mẹ cũng không còn bỏ công sức để chăm lo vườn tược vì dù cây có cho hoa quả, mẹ cũng không muốn mang ra chợ bán như xưa. Vườn cau từ đó tàn dần. Một trận bão vào năm cuối thế kỷ hai mươi đã làm gãy gần hết những cây cau trong vườn. Mẹ buồn lắm. Đêm đêm mở cửa vườn để hái vài ngọn lá trầu, trước khi bước vào, như thói quen từ mấy mươi năm qua, mẹ đằng hắng và nói to: "Người nhà vào vườn" để không làm lay động cây lá hoa quả và giữ yên lặng trong đêm cho vườn...

Vườn cau của mẹ không còn nữa. Khi mẹ mãn phần, nhà và vườn không còn ai chăm sóc, nên các anh chị tôi phá hết cây cau và cây ăn trái còn sót lại, biến vườn cau thành vườn cây bạch đàn và trồng dây tiêu để bán cho ngành xuất khẩu như bà con trong xóm làm kinh tế theo chiều gió mới. Vườn chỉ còn giữ lại một hai cây cau khẳng khiu, tàu lá cau đung đưa trong gió chiều, buồn như hình ảnh mẹ lom khom một đời thân ái với vườn cau của mẹ. Phần tôi, mỗi lần Tết đến, dù xa xôi muôn trùng, lòng vẫn bồi hồi nhớ về những năm thơ ấu theo mẹ Tết vườn...

Trần Đình Sơn Cước
(Chicago tháng 11-2020)

Phạm Thiên Thư - Người Hành Giả Suốt Đời Lang Thang Đi Tìm Động Hoa Vàng

NGUYỄN AN BÌNH

Khi tôi chuyển về Sài Gòn sinh sống, đó là một cơ hội để tôi được giao du, tiếp xúc gặp gỡ những văn nghệ sĩ thành danh mà mình nghe tiếng hoặc ái mộ, họ có những tác phẩm được nhiều người biết đến trước và sau năm 1975 và nhà thơ Phạm Thiên Thư là một trong những người tôi có cái duyên hội ngộ như thế. Tôi gặp nhà thơ lần đầu sau khi ông đã trải qua cơn đột quỵ thứ hai, tuy đã thoát qua cửa ải tử sinh nhưng thần thái không còn mẫn tiệp như trước, tuy nhiên ông vẫn nhớ được nhiều người nhiều việc, vẫn còn sáng tác trong chừng điều kiện sức khỏe cho phép. Ngồi với ông trong các buổi ra mắt của tập san Quán Văn ở quán cà phê Lọ Lem, hay trong chùa Linh Bửu ở Quận 8 hoặc có dịp cùng các bạn văn đến thăm ông ở quán cà phê Hoa Vàng. Nói đến quán cà phê Hoa Vàng các bạn yêu nhà thơ Phạm Thiên Thư thì ai cũng biết, nó nằm trên đường Hồng Lĩnh, một con đường nhỏ khá vắng trong khu cư xá Bắc Hải thuộc quận 10 Tp Hồ Chí Minh, lúc đó trông nhà thơ giống như tiên ông đang phiêu diêu giữa chốn trần gian còn nhiều tục lụy, trong bộ quần áo đời thường ông ngồi im lặng như một thiền sư chiêm nghiệm, một triết gia thâm trầm trong làn khói tỏa từ tẩu thuốc ông hút như một vật bất ly thân, mắt mơ màng nhìn cõi đời một cách ung dung tự tại làm tôi liên tưởng đến một hành giả đã rũ bỏ lòng trần đang trở về non để tìm Động Hoa Vàng ngủ một giấc thật say.

Căn nhà ở đường Hồng Lĩnh nơi ông ở tầng dưới là quán cà phê lấy tên Hoa Vàng nơi người vợ sau của ông kinh doanh để mưu sinh, phía bên kia đường đặt một vài cái bàn, một ít cái ghế để cho khách thập phương thích không khí đường phố ngồi uống cà phê chuyện trò và nơi đây cũng là chỗ ngồi thường xuyên của ông với tẩu thuốc luôn thả khói. Có một giai thoại thú vị về thời kỳ quán cà phê Hoa Vàng mới mở: Vì chưa có nhiều khách nên ông vừa là tiếp viên vừa kiêm luôn việc giữ xe cho khách. Nhiều cô cậu tuổi teen thích những ca khúc phổ từ thơ Phạm Thiên Thư tìm đến Hoa Vàng để được xem "chàng hoàng tử" của "nàng Hoàng Thị Ngọ" ra sao, gửi xe xong hỏi ông lão giữ xe: "Nhà thơ Phạm Thiên Thư có ở đây không ạ?". Lão giữ xe cục mịch cười "khoe" hàm răng vẩu: "Ông ấy đi vắng rồi".

Trước mặt chỗ ông ngồi có đặt một tảng đá lớn và thường xuyên có cắm vài đóa cúc vàng còn tươi. Bạn bè đến thăm ông để ý ở mỗi địa điểm cư ngụ mà ông đi qua đều có sự hiện diện của hoa vàng, có lẽ trong cuộc đời thi sĩ hoa vàng là một biểu tượng gắn liền với những ký ức, cuộc tình không quên nào đó chăng? Có lần ông kể với bạn bè: "Năm 1942, khi cả gia đình còn ở xã Chi Ngãi, huyện Chí Linh (Hải Dương), bố tôi mua hẳn ngọn đồi Phượng Hoàng. Hoa cúc dại vàng mọc mênh mông, bát ngát chạy dài che khuất đường chân trời". Chính hình ảnh hoa vàng ấy đã theo ông suốt cả từ thời niên thiếu đó cho đến khi vào Nam, hoa vàng luôn có mặt những nơi ông ở và nó xuất hiện dày đặc trong thơ Phạm Thiên Thư. Nó trở thành một biểu tượng xuyên suốt, một nỗi hoài niệm khôn nguôi trong lòng nhà thơ.

Trở lại với bài thơ Động Hoa Vàng, ta cũng nên tìm hiểu một chút về sự ra đời của nó: Trước năm 1975 ở miền Nam sống trong bầu không khí chiến tranh đầy bất an, lòng người chán chường luôn tìm cách thoát khỏi cái không khí ngột ngạt chết người, đúng trong thời điểm đó xuất hiện những nhạc phẩm thật trong sáng lãng mạn nói về tình yêu học trò, thanh niên học sinh thời ấy ai mà không si mê các ca khúc mà nhạc sĩ Phạm Duy đã phổ thơ Phạm Thiên Thư, nó như một làn gió mới nổi đình nổi đám tràn qua các đô thị miền Nam thời bấy giờ.

Sự kết hợp thơ nhạc giữa Phạm Duy và Phạm Thiên Thư hình như có mối duyên kỳ ngộ thì phải: Bản thân nhạc sĩ khi đọc thơ của Phạm Thiên Thư đã nhận ra rằng những bài thơ về đạo của nhà thơ lại rất gần với đời nên trong lúc hứng khởi ông đã phổ một loạt 10 bài đạo ca vào năm 1971 và từ duyên nghiệp đó lại chính là chiếc cầu nối để Phạm Duy phổ những bài thơ tình của Phạm Thiên Thư, tính ra khoảng 15 bài tình ca ra đời sau đó như: Ngày xưa Hoàng Thị, Đưa em tìm động hoa vàng, Em lễ chùa này, Gọi em là đóa hoa sầu. Loài chim bỏ xứ...

Sau này trong hồi ký của Phạm Duy, người nhạc sĩ cũng cho ta thấy rõ điều đó: Khoảng năm 1970, nhạc Phạm Duy đã trải qua một chặng đường dài phổ biến trong các đô thị miền Nam, ông sáng tác rất nhiều thể loại từ dân ca, tình ca, vỉa hè ca, hoan ca, tục ca, tâm phẫn ca... sáng tác của Phạm Duy đang đi vào bế tắc. Ngay thời điểm đó, với sự giới thiệu của nhà văn Nguyễn Đức Quỳnh, ông bắt gặp những vần thơ thanh thoát, nhẹ nhàng, vừa mênh mang lại thâm trầm, nửa đạo nửa đời, chứa đựng thiền ý sâu xa của người tu sĩ làm thơ Thích Tuệ Không (pháp danh của Phạm Thiên Thư lúc bấy giờ). Phạm Duy đã tìm ra lối thoát cho việc sáng tác nhạc của mình và những bài Đạo ca được ra đời từ ấy. Cũng trong mối duyên thơ nhạc đó, những bài tình ca dựa vào thơ của Phạm Thiên Thư cũng lần lượt ra đời tạo nên một làn sóng hâm mộ trong lòng người yêu nhạc.

Ca khúc "Đưa em tìm động hoa vàng" là một ca khúc nổi tiếng đi vào lòng người yêu nhạc từ những năm đầu thập niên 1970 cho mãi đến bây giờ được Phạm Duy chọn lọc, lấy ra những câu thơ ấn tượng nhất trong bài thơ Động hoa vàng của Phạm Thiên Thư để viết ra. Phạm Duy đã từng viết về điều này: *"Phạm Thiên Thư đưa cho tôi tập thơ Đưa em tìm động hoa vàng hay bài thơ Gọi em là đóa hoa sầu... để tôi phổ thành những bài hát thanh cao nhất của thời đại. Đối với tôi lúc đó, hình ảnh thiền, chùa, động hoa vàng thật là mát mẻ và rất cần thiết. Bài Đưa em tìm động hoa vàng được rút ra từ mấy trăm câu thơ của thi sĩ, và ta chỉ cần có ba đoạn ca là nói lên hết được cái cảnh ngày xưa, có kẻ từ quan, lên non tìm động hoa vàng... Để làm gì? Không phải chỉ để nhớ nhau mà chính ra là để ẩn náu vậy". (Trích Vang Vọng Một Thời – Mùa hè, 2012)*

Động Hoa Vàng là một tập trường thi gồm 100 khúc thơ lục bát (mỗi khúc 4 câu) thể hiện tâm thức của một hành giả giác ngộ trước cuộc sống nhân sinh đầy bất trắc muộn phiền muốn thoát ly sinh tử tìm về cội nguồn vĩnh cửu của cái đẹp thiên tiên không vương bụi trần và những tục lụy buông bỏ lại sau lưng. Thoát khỏi vòng luân hồi chìm đắm trong cõi nhân sinh phiền muộn là ý muốn của nhiều người khi đời đã trải qua nhiều thăng trầm của cuộc sống. Ta biết tác phẩm Động hoa vàng được Tuệ Không, tức Phạm Thiên Thư viết ra trong một hoàn cảnh đất nước chiến tranh, giữa một xã hội và thời sự đảo điên, lối sống thực dụng băng hoại nên lời thơ muốn thoát đi những dung tục đó tìm về một thế giới yên bình, hạnh phúc đơn sơ gắn bó với thiên nhiên như sông suối, đồi cỏ, mây hồng, triết lý của đạo Phật phảng phất trong từng câu thơ, hình ảnh. Những ai yêu thích, say đắm bài thơ Động Hoa Vàng chắc sẽ bất ngờ khi biết nhiều hình ảnh, ý tứ của bài thơ được nhà thơ lấy cảm hứng từ căn gác gỗ ở khu cù lao Phan Xích Long. Hay nói một cách nào đó, khu cù lao Phan Xích Long chính là "động hoa vàng" thu nhỏ của Phạm Thiên Thư thời kỳ đó. Cũng chính nơi đây, ông đã trải qua những năm tháng sáng tác rực rỡ nhất trong cuộc đời mình. Nơi đây còn là nơi cư ngụ của nhiều văn nghệ sĩ như Trụ Vũ, Thụy Long, cũng là nơi lui tới bàn chuyện con chữ thế sự của Phạm Duy, Sơn Nam... Năm 1968, gia đình nhà thơ mua 400m2 đất ở khu cù lao. Rồi ông sáng tác thi phẩm *Động hoa vàng* với 100 đoạn thơ trong giai đoạn này. Mỗi đoản khúc được ví một tiếng hót của loài dị điểu, sẵn sàng yêu và chết, và để tiếng hót của mình rơi rụng trên giang hà.

Nói về Phạm Thiên Thư có người nhận xét: *"người hiền sĩ ngồi bên lề cuộc sống ta bà, lặng yên thi hóa kinh Phật"*. Đọc thơ ông, ta tìm thấy những điều phong phú và mới lạ về tôn giáo, tình yêu và thiên nhiên. Giữa một thời đạn lửa, ông bình thản lập cho mình một cõi thi ca riêng: trong trẻo, trữ tình và đậm chất Thiền...

Trước hết Động hoa vàng theo tôi là một bài thơ... tình chứa đựng rất nhiều thiền ý và gã từ quan trong bài cũng là người hành giả đang lang thang suốt đời luôn đi tìm một tình yêu trong sương khói mịt mù:

Ta về rũ áo mây trôi
Gối trăng đánh giấc bên đồi dạ lan
Rằng xưa có gã từ quan
Lên non tìm động hoa vàng ngủ say

Cái tình ấy bắt đầu từ việc "Rằng xưa có gã từ quan. Lên non tìm động hoa vàng ngủ say", người ta những tưởng cái gã từ quan ấy chán ngán mệt mỏi lắm rồi sự gò bó của chốn quan trường đầy xu nịnh, buông bỏ tất cả lên non tìm sự nhàn nhã thanh thản trong phần đời còn lại của mình nhưng không phải thế, nó lại mở ra một cõi tình mênh mông, nỗi khao khát kiếm tìm tình yêu trong một không gian đầy sương khói mờ ảo và mộng mị. Cái tình trong tác phẩm bàng bạc khắp nơi nhưng đó không phải là cái tình dung tục mà là một bản tình ca đôi lứa, có sự hòa quyện giữa đạo và đời đậm hương vị thiền. Giữa đạo và đời, giữa tình yêu và thiền học những tưởng không thể dung hòa với nhau được thế mà cái nhân vật trữ tình ấy, cái gã từ quan ấy mà tôi gọi đó là một hành giả lại vương vấn ở giữa hai dòng nước đời và đạo, giữa tình yêu trần tục và Phật pháp trong bản ngã của mình.

Chẳng vậy mà trong suốt 100 khổ thơ lục bát 4 câu được dành nói về nàng, về nét đẹp của người thiếu nữ trong thơ được Phạm Thiên Thư diễn tả trong nhiều mối quan hệ biến hóa thiên hình vạn trạng, khi thì mờ mờ ảo ảo như sương khói khi thì lồ lộ rất trần thế nhưng không dung tục, ngay từ đầu ta đã thấy:

Mười con nhạn trắng về tha
Như Lai thường trụ trên tà áo xuân
Vai nghiêng nghiêng suối tơ huyền
Đôi gò đào nở trên miền tuyết thơm

Nhà thơ như muốn gởi một thông điệp đến người đọc một cảm thức một tình yêu thi vị đầy thiên tiên, người tình được nhìn,cảm nhận bằng một ngôn ngữ trong veo đầy thiền vị:

Em nằm ngó cội thu xanh
Môi ươm đào lý một nhành đôi mươi
Về em vàng phố mây trời
Tay đơm nụ hạ hoa dời gót xuân

Nỗi buồn, nỗi đoạn trường lại được nhắc đến rất nhẹ nhàng:

Thì thôi tóc ấy phù vân
Thì thôi lệ ấy còn ngần dáng sương
Thì thôi mù phố xe đường
Thì thôi thôi nhé đoạn trường thế thôi

Đôi khi những kỷ niệm của tình yêu chợt ùa về trong tâm tưởng tạo nên sự hoài niệm khôn nguôi về những ngày xưa cũ nhưng thật tinh khôi:

Nhớ xưa em chửa theo chồng
Mùa xuân em mặc áo hồng đào rơi
Mùa thu áo biếc da trời
Sang đông em lại đổi dời áo hoa

Trong một đoạn thơ khác, Phạm Thiên Thư đã dùng hình tượng con chim để nói lên điều đó:

Con chim mùa nọ chưa chồng
Cũng bay rời rã trong dòng xuân thu
Từ em giặt áo đông tơ
Nay nghe lòng suối hững hờ còn ngâm

Và trong Động Hoa Vàng ta còn bắt gặp những hình ảnh gần gũi quen thuộc trong điển tích hay trong cổ thi được nhà thơ vận dụng một cách khéo léo nhuần nhuyễn để thể hiện chủ đích của mình:

Ta về rũ áo mây trôi
Gối trăng đánh giấc bên đồi dạ lan
Rằng xưa có gã từ quan
Lên non tìm động hoa vàng ngủ say

Đoạn thơ làm ta nhớ đến Từ Thức gặp tiên trong Truyền Kỳ Mạn Lục của Nguyễn Dữ, chán ngán trước những ràng buộc, gò bó của chốn quan trường mà treo ấn từ quan đi chu du thiên hạ còn ở Phạm Thiên Thư ông có làm quan đâu mà từ, như vậy nó chỉ là một cái cớ, một tiền đề thể hiện quan niệm sống của một tu sĩ có pháp danh Tuệ Không xem đời chỉ là cõi phù vân nên "rũ áo mây trôi" và bắt đầu cái ý tưởng phiêu bồng bằng việc "Lên non tìm động hoa vàng ngủ say" vậy.

Hình ảnh Từ Thức tìm về thiên thai phải chăng được thể hiện qua đoạn thơ đầy biểu tượng này:

Chênh vênh đầu trượng thiền sư
Cửa non khép ải sương mù bóng ai
Non xanh ướm hỏi trang dài
Trăm năm còn lại dấu hài động hoa

Ta còn bắt gặp một chút sự giống nhau về tâm thức của nhà thơ trong một đoạn khác:

Đợi nhau tàn cuộc hoa này
Đành như cánh bướm đồi Tây hững hờ

Làm ta nghĩ đến Trương Quân Thụy và Thôi Oanh Oanh gặp nhau lần đầu ở chùa Phổ Cứu, ở đồi Tây trong Tây Sương Ký của Vương Thực Phủ. Một số câu thơ khác cũng vậy:

Tưởng xưa có kẻ trên lầu
Ngày xuân gieo nhẹ trái cầu gấm hoa

Đường về hái nụ mù sa
Đưa theo dài một nương cà tím thôi
Thôi thì em chẳng yêu tôi
Leo lên cành bưởi nhớ người rưng rưng

Ta còn bắt gặp trên bước lang thang tìm Động hoa vàng cho riêng mình, người hành giả ấy đã tự tạo cho mình một cuộc sống hòa vào thiên nhiên để từ đó thấy được niềm vui bất chợt và tâm hồn như được gột sạch bao nỗi buồn phiền:

Lên non cuốc sỏi trồng hoa
Xuôi thuyền lá trúc la đà câu sương
Vớt con cá nhỏ lòng đồng
Mải vui lại thả xuống dòng suối tơ

Một đêm nằm ngủ trong mây
Nhớ đâu tiền kiếp có cây hương trời
Cây bưởi trắng ngát hương đời
Nụ là tay Phật chỉ người qua sông

Chính vì thế chất thiền trong Động hoa vàng được nhà thơ thể hiện thông qua nhiều hình tượng, hình ảnh ẩn dụ, phóng dụ như: thông xanh, suối biếc, miền tuyết thơm, suối hoa rừng, thềm trăng, đồi Dạ Lan, miền cỏ hoa, bến hoa tươi... Tất cả những hình ảnh ấy rất đơn sơ, bình dị nhưng thật trong sáng thoát tục. Chúng ta thử điểm qua vài đoạn thơ như thế:

Ta về rũ áo mây trôi
Gối trăng đánh giấc bên đồi dạ lan

Mùi hương hoa trong ấm trà mùa đông:

Đất nam có lão trồng hoa
Mùa hoàng cúc nở ướp trà uống đông

Có thể là cánh hoa dại ven đường mùa đông:

Bông hoa trắng rụng bên đường
Cánh thơm thông điệp vô thường tuyết băng

Hay ánh trăng in dấu hài hoa:

Người về sao nở trên tay
Với hài đẫm nguyệt thêm dài gót hoa

Hoặc bóng trăng thanh bình nơi thôn dã:

Bóng trăng tịch mặc hiên nhà
Thành đàn nảy hạt tỳ bà quyện hương

Bóng hạc nhuốm màu huyền thoại như trong bài thơ Hoàng Hạc Lâu:

Hạc xưa về khép cánh tà
Tiếng rơi thành hạt mưa sa tần ngần

Mùa xuân trong Động hoa vàng được nhắc đến rất nhiều lần tràn đầy tiếng chim, hương hoa cây cỏ bốn mùa xanh mát, ánh trăng huyền diệu soi mái thề và ngay cả sự hoài niệm cũng mang hơi thở ấm áp nồng nàn của mùa xuân:

Mười con nhạn trắng về tha
Như Lai thường trụ trên tà áo xuân

Mùa xuân bỏ vào suối chơi
Nghe chim hát núi gọi trời xuống hoa

Có con cá mại bờ xanh
Bơi lên nguồn cội tắm nhành suối xuân
Giữa dòng cá gặp phù vân
Hỏi sao mây bỏ non thần xuống chơi
Con khuyên nó hót trên bờ
Em thay áo tím thờ ơ giang đầu
Nhớ xưa có kẻ lên lầu
Ngày xuân gieo nhẹ trái cầu gấm hoa

Rượu cũng không thể thiếu với gã hành giả lang thang trên đồi cao cỏ biếc, đó cũng là lẽ thường tình được nhắc đến để nhà thơ thỏa mãn cảm hứng đề thơ hay ngâm vịnh, mượn rượu để gởi gắm tình yêu của mình:

Đưa nhau đổ chén rượu hồng
Mai sau em có theo chồng đất xa

Qua đò gõ nhịp chèo ca
Nước xuôi làm rượu quan hà chuốc say

Đưa nhau đấu rượu hoa này

Mai đi dã hạc thành ngoài cuồng ngâm

Cửa sương nhẹ mở âm vào
Lay nghiêng bầu nậm rượu đào trầm ca

Lại đem bầu ngọc ra trồng
Bầu khô cất nậm rượu hồng uống xuân

Động nam hoa có thiền sư
Đổi kinh lấy rượu tâm hư uống tràn

Nghiêng ly mình cạn bóng mình
Tay ôm vò nguyệt một bình mây bay

Đọc Động Hoa Vàng ta cảm nhận nó như một dòng suối chảy miên man trên một triền núi xa xăm đem nước nguồn tinh khiết vun bồi cho đất đai thêm màu mỡ, như một đám mây trôi bàng bạc khắp trời nhiều màu sắc tấu thành một khúc nhạc mong tìm thấy tri âm tri kỷ như Bá Nha Tử Kỳ nhưng thử hỏi trên đời này có được mấy người đạt được sở nguyện như thế nên người hành giả ấy vẫn mãi lang thang đi tìm Động hoa vàng khắp đầu non cuối bể giống như Từ Thức giày rơm nón cỏ chống thiền trượng tìm về thiên thai nhưng lối xưa đã che lấp dấu giày của tiên nương mất rồi.

Chênh vênh đầu trượng thiền sư
Cửa non khép ải sương mù bóng ai
Non xanh ướm hỏi trang đài
Trăm năm còn lại dấu hài động hoa

Phải chăng đến một lúc nào đó ta cũng nên đi tìm một ĐỘNG HOA VÀNG cho riêng mình các bạn nhỉ?

Bên bờ Kênh Tẻ, Quận 7, tháng 10-2020
Nguyễn An Bình

Tham khảo:

- Tìm "Động hoa vàng" của Đặng Tiến trên tập san Quán Văn số 32

- Ý nghĩa của bài thơ Động hoa vàng của Nguyễn Mộng Khôi

- "Động hoa vàng" của Phạm Thiên Thư trên báo Tuổi Trẻ online ngày 5/12/2016

- Bài thơ Động hoa vàng của Phạm Thiên Thư nhìn từ Văn Hóa Thiền của Hồ Tấn Nguyên Minh.

- Đến Động hoa vàng gặp "Gã từ quan" của Lê Bá Lư

Tranh Trừu Tượng

NGUYỄN THÀNH

Tại một thành phố nọ có buổi triển lãm tranh từ thiện của một họa sĩ nổi tiếng, buổi triển lãm được hội đồng nghệ thuật thành phố đứng ra tổ chức và bao tiêu luôn mọi chuyện từ địa điểm, khâu chuẩn bị, người dẫn chương trình, bán tranh… với điều kiện số tiền thu được nhờ đấu giá tranh sẽ dùng để giúp đỡ một cô nhi viện, anh ta chỉ hưởng phần trăm theo thỏa thuận.

Hôm khai trương, anh họa sĩ đến trễ, sau khi đi một vòng quan sát chợt phát hiện ở góc phòng treo một bức tranh không có trong danh mục triển lãm, ai đó đã đóng khung và treo lên. Nhiều người xúm lại trầm trồ bàn tán, khen bức tranh lạ, màu sắc phối rất đặc biệt, những gam màu quyện lẫn không nhìn ra hình thù nội dung gì cả, chỉ thấy một mảng lốm đốm đủ các màu sáng tối đầy vẻ huyền bí. Khách đến xem, người thì bảo cảnh rừng trong đêm ẩn hiện dưới ánh trăng, người bảo anh chàng say rượu, người thì nói hình người đàn bà điên tóc tai rũ rượi… tấm tắc khen đủ kiểu, còn anh chàng họa sĩ đứng sau lưng đám khách ấy có thái độ khó hiểu, khi nghe những lời bình loạn, bất giác anh tủm tỉm cười...

Bỗng trong đám khách ấy có mấy phóng viên nhận ra anh, tranh thủ phỏng vấn anh ngay:

- Anh có thể cho biết bức tranh này tên gì không?

Ngẫm nghĩ một vài giây anh họa sĩ trả lời:

- "Cảm xúc bất chợt".

- Nội dung nói lên điều gì ạ?

- Tranh trừu tượng thì tùy theo cảm nhận của người xem.

… … …

Đến giờ đấu giá, khi mấy người phụ khiêng bức tranh vằn vện kia lên thì cô MC chợt tắc tị một lúc vì không nằm trong danh mục triển lãm nên không có nội dung dẫn, nhưng là MC kinh nghiệm nên sau vài giây cô thao thao bất tuyệt giới thiệu đây là bức tranh đặc biệt, mà tác giả ngẫu hứng trong trong lúc xuất thần, tâm hồn phiêu du trong một thế giới huyền bí không có thật…

Chẳng biết có phải vì lời giới thiệu tuyệt vời của cô MC không mà bức tranh lôm nhôm đó đấu được giá cao ngất ngưởng…

Buổi triển lãm thành công, anh họa sĩ được món tiền kha khá đủ để thảnh thơi vài tháng không sợ đói.

*

Trong buổi tụ tập với mấy đồng nghiệp nhậu chúc mừng anh họa sĩ, có anh bạn thân hỏi:

- Bức tranh mày vẽ hồi nào mà giấu kỹ thế, tao đến gallary mày hoài có thấy mày vẽ đâu?

Nghe bạn hỏi, anh họa sĩ bỗng cười sằng sặc, cười chảy nước mắt, cười nghiêng ngả… trước ánh mắt ngạc nhiên của mấy ông bạn, cười đã rồi anh mới trả lời đứt quãng trong tiếng hụt hơi vì cười quá:

- Có phải tranh đâu… bức tranh vẽ hỏng tao bỏ đi… để trong góc phòng, mỗi lần… tao vẽ xong một bức tranh nào đó hay hết giờ, màu dư tao quẹt vào đó cho sạch cọ dễ rửa, không biết thằng chó nào trong hội nghệ thuật thành phố lấy ra treo lên làm tao lỡ trớn… hahaha

Anh họa sĩ nói xong lại cười sặc sụa như thằng điên…

Còn anh bạn thân của tay họa sĩ khuôn mặt bần thần thốt lên:

- Mẹ kiếp!

Nguyễn Thành

Trang Thơ
LÊ HỮU MINH TOÁN

Phiên Khúc Mùa Xuân

Vạt nắng
giao mùa hong khô tóc rối
Từng cánh mai vàng rót nhẹ lời đêm
Mùa Xuân đi qua sầu thương vời vợi
Tiếng khóc chim uyên mỏi cánh bay tìm...

Gió Tương Tư

Ngắt một
nụ buồn căng tròn giấc ngủ
Đếm gió tương tư trên phiến lụa mềm
Một ráng cầu vồng mời em qua đó
Én lượn Xuân về em ở đâu
em?

Tuổi Nhớ

Khói thuốc
giăng mây nhuộm vàng trí nhớ
Trên đỉnh sa mù vất vưởng vay say
Giọt lụy nửa đời đong đưa phiến khổ
Xuân đến Xuân đi chén đắng vơi đầy... ◼

Như Một Sớm Mai Hồng
PHƯƠNG TẤN

Có thật anh nằm mơ
Hôn lấy đôi nụ hồng
Như một sớm mai hồng
Với nhiều tình nhớ không.

Có thật anh đà quên
Quên nơi cõi đời này
Có một chàng thi sĩ
Quên là mình quạnh hiu.

Có thật anh vừa run
Hôn lấy con mắt buồn
Hôn lấy hạt sương đọng
Buồn như một tình yêu.

Có thật trăm búp hoa
Lót đường lưng em ngả
Có thật nghìn xót xa
Úp nơi trái tim này.

Yêu quá đi chim phụng!
Kêu sao cho nhớ hoài
Sao cho lòng không phai.

Yêu quá đi chim phụng!
Thơ bay và tình cũng
Bay thơm đầy sớm mai. ∎

Trang Thơ
TRẦN THỊ NGUYỆT MAI

Nỗi Lòng

Có nỗi nhớ nào cài nơi hiên cửa
Bước ngang qua tim bỗng nhẹ rơi
Giọt lệ ứa, lệ không vương mắt
Mà nằm im trong trái tim người.

Có nỗi buồn nào chảy thành sông
Sông chảy mãi chảy hoài ra biển
Biển vô tình làm nên con sóng
Sóng bạc đầu xô giạt nổi trôi.

Có nỗi xót xa nào người ơi
Hồn cuối năm hồn chùng hẳn lại
Ngày tháng trôi theo nhau tiếp nối
Kiếp lưu vong gần hết một đời.

Khai Bút

Nhớ hoài Ông dặn khi khai bút
Nắn nót từng dòng chữ thánh hiền
Ý phải tươi vui, lời phải đẹp
Ngày đầu năm mới rất thiêng liêng

Năm nay cháu viết gì Ông nhỉ
(Ông đã đi xa ở cuối trời
Hơn bốn mươi năm rồi, có lẽ...
Nhớ Ông, nhớ mãi nụ cười tươi

Nhớ lần Ông dạy khoa bấm độn
Ngày giờ tốt xấu sẽ ra sao
Xuất hành năm mới nên kiêng cữ...
Giờ cháu chẳng còn nhớ chút nao)

Hôm nay quê người đầy tuyết trắng
Cháu đón xuân về thiếu cành mai
Khai bút viết dăm câu ngắn ngắn
Kỷ niệm ngày xưa... mãi không phai... ∎

13-11-2020

Tình Yêu Là Của Để Dành
TRẦN VẤN LỆ

Nếu em chìa má trái cho anh hôn một cái... thì không hôn má phải / để dành đó cho thơ!

Thơ anh là bốn mùa / có mùa Đông em lạnh! Đó, thời anh đi Lính, sau đó anh đi tù...

Em trong thơ, mùa Thu, anh đếm từng chiếc lá, từng cánh cò bay lả rồi bay la bao la...

Em trong thơ, mưa sa / biết bao nhiêu mùa Hạ! Anh đi nhổ cỏ mạ, nhổ sao hết thời gian...

Vẫn chưa mùa Xuân sang... ngày anh ra cổng trại. Không nụ cười con gái nào nở thời hòa bình!

Em... pho tượng làm thinh đứng chật đất trái đất, anh nghe trái tim đập: mày hèn yếu thế sao?

Ai cũng nói trên cao ông Trời sẽ ngó xuống... Bao giờ? Chắc rất muộn lời cầu xin râm ran...

Chúng ta ước Thiên Đàng lỡ làng tia nắng cuối em ơi nghe anh
nói: "Anh hôn em chỗ nào?"

Hai má em hoa đào nở hoài đừng rơi nhé! Mặc kệ anh rơi lệ...
hết thì hết nhớ thương!

Ôi em ôi Quê Hương! Hình nào cũng một bóng! Anh biết em
cảm động đọc bài thơ của anh...

Nắng lên làm long lanh những hạt sương hạt lệ...
Nắng lên. Ngày bóng xế. Thời gian trôi miên man... ∎

Xuân Mãi Xa Trời
MH HOÀI LINH PHƯƠNG

Ừ, thì hãy uống cho say
Mềm môi ly cạn, ly đầy, ly vơi...
Không người đối ẩm... Buồn ơi!!
Để nghe một thoáng ngậm ngùi riêng ta...

Người bây giờ về đâu?
Qua muôn trùng dâu bể
Biết ta có còn nhau?
Bao Xuân đời lặng lẽ…

Tôi nghìn khuya ướt mắt
Thời gian vàng dấu tay
Tôi trên miền trăng cũ…
Rượu mừng Xuân đong đầy

Từng năm và từng năm…
Chào tình ta tuổi mới
Mừng bốn Tết chờ nhau
Để ngàn sau vời vợi…

Tôi nhỏ bé bên người
Những mùa xưa hoa nở
Xuân càng nồng trên môi
Tình càng đau mấy thuở...

Vẫn là màu kỷ niệm
Trời mấy độ vàng hoa
Sao mình sân ga nhỏ
Mãi chờ Xuân ngoài xa?... ■

Washington D.C. - Những mùa Xuân ký ức.

Ước Mơ Của Myla
PHẠM CAO HOÀNG

ước mơ của Myla thật đơn giản:
chỉ mong sao đủ tuổi để đi học
để được mang ba-lô cùng chị Hazel đến trường

mùa hè vừa rồi mẹ mua cho Myla một chiếc ba-lô
chuẩn bị đến tháng 9 này sẽ vào mẫu giáo
Myla thích lắm
đêm, Myla ôm chiếc ba-lô nằm ngủ
ngày, Myla mang ba-lô chạy tung tăng trong nhà
đếm từng ngày chờ buổi tựu trường
rồi tháng 9 cũng đến
rồi ngày tựu trường cũng đến
nhưng cơn đại dịch vẫn còn đó
những con virus vẫn nằm ì ra đó
những con virus như những con quái vật vô hình
chẳng thấy nó ở đâu
nhưng ở đâu cũng thấy nó
con đường làng dẫn đến trường Lees Corner mọi năm rộn rã
tiếng cười [1]
bây giờ vắng hoe, im ắng
những chiếc school bus màu vàng nằm bất động không đưa
đón học sinh
vì trường học không mở cửa
học trò học ở nhà qua hệ thống eLearning

Myla mang ba-lô ngồi trước laptop
nghe cô giáo giảng bài
nghe cô giáo hướng dẫn các trò chơi
vẫy tay chào các bạn qua chiếc màn hình nhỏ
năm học đầu tiên của Myla ở trường Lees Corner là như vậy đó
mai sau Myla chắc sẽ ngỡ ngàng
khi có ai đọc cho nghe đoạn văn này trong bài "Tôi Đi Học"
của Thanh Tịnh:
"… Buổi sáng mai hôm ấy, một buổi mai đầy sương thu và gió
lạnh. Mẹ tôi âu yếm nắm tay tôi dẫn đi trên con đường làng dài
và hẹp. Con đường này tôi đã quen đi lại lắm lần, nhưng lần này
tự nhiên tôi thấy lạ. Cảnh vật chung quanh tôi đều thay đổi, vì
chính lòng tôi đang có sự thay đổi lớn: Hôm nay tôi đi học…"

tháng 9, tháng 10, rồi tháng 11
ba tháng đã trôi qua
những con quái vật vô hình vẫn còn đó
trường học vẫn tiếp tục đóng cửa
Myla vẫn tiếp tục đợi chờ...
hôm trước, Myla theo chị và mẹ ghé nhà
khuôn mặt rạng rỡ, ba-lô trên lưng
- hôm nay hai chị em đi đâu vậy?
- dạ, đi đến trường nhận thức ăn free của nhà trường [2]
- ai là người được nhận thức ăn free?
- ai cũng được cả, mình cần thì cứ đến nhận
- đi nhận thức ăn chứ đâu phải đi học mà mang ba-lô
Myla cười hồn nhiên:
- thì cứ tưởng tượng là mình đang đi học để được mang ba-lô
cùng chị Hazel đến trường ∎

Virginia, 30.11.2020

(1) Trường tiểu học Lees Corner ở thành phố Fairfax, Virginia. Trường thu nhận học sinh mẫu
giáo 5 tuổi và các lớp 1, 2, 3, 4, 5, 6.
(2) Do dịch Covid-19, công chức phải làm việc ở nhà qua hệ thống telework, học trò phải học
ở nhà qua hệ thống eLearning. Hàng ngày, các trường học có thức ăn miễn phí dành cho học
sinh nhằm giúp phụ huynh và học sinh tiết kiệm thì giờ, tập trung vào việc làm và việc học hành.

Trang Thơ

CHU VƯƠNG MIỆN

Xong

Nhai bánh trả tiền
tiền trao cháo múc
chả có gì cho không?
chỉ là nồi riêu cua bánh đúc
sinh bất phùng cơ
nhập bất phùng thời
thôi đành leo lên gác xép
tri âm cùng ả phù dung thôi?
đã đời tưởng mình là vì sao lạc
nghĩ mình là Lý Thái Bạch
đôi khi nghĩ lại lẩm cẩm
nghĩ mình là Xã Xệ Lý Toét
xỉn say
ngã xuống sông chết lăn quay
cùng non bồng nước nhược
cùng nẻo về phương tây

Trung Phước

Núi Gà Tang An Hòa Trung Phước
Dòng Thu Bồn chảy qua miệt Nông Sơn
Ta có vợ hiền nơi đất Quảng Nam
Có bạn thân là nhà thơ Phan Trước Viên
Chết vì lòng yêu nước
Dân tộc chúng ta ba miền
Đánh đấm mất bao nhiêu năm?
Vẫn chưa hết giặc
Nào giặc Tây, giặc Nhật
Giặc Mỹ & Giặc Trung Quốc
Và giặc trong cái đầu chúng ta
[giặc dốt]
Bạn bây giờ quẳng gánh lo đi
Nghỉ ngơi giữa cỏ và hoa? ∎

Mờ Phai
CAO NGUYÊN

Thở dài sợi khói dài hơn
Giăng lên chiều tím nửa vơi nửa chờ
Đẩy chân theo bóng đã mờ
Phai trên trang tuyết một đời mong manh

Tiếng lặng im giật mình anh!
Đừng quên ngẩng mặt, giá băng còn nhiều!
Không mây, chẳng gió hiu hiu
Chia nhau rét buốt ít nhiều thế thôi

Tím thêm, chiều đã rã rời
Đắp lên chiếc bóng một tờ hư không… ∎

Thơ Xuân
TRẦN HOÀNG VY

Khúc Giao Thừa Miền Viễn Tây

Nhạc ngựa hề,
giao thừa viễn tây
cái nóng phập phồng độ F...
tiếng súng giòn,
thay tiếng pháo tết ta!

Cành đêm giăng mắc đèn
pháo hoa
tiếng ai ca
"Con biết bây giờ mẹ chờ, em trông..."*
ẻo uột
rượu Champagne nổ
hoa...

Ly lưng lửng, sóng sánh
người xa quê lăng lắc
uống giao thừa
say...
chạm ngõ nhà xưa!?

Mùa xuân Texas

Mùa Xuân Nhớ Khói...

ở đây trời đất như... hong khói
màu khói ngày xuân mùa đốt đồng
bông tuyết vẫn còn đêm bịn rịn
mùa xuân mà cái lạnh đầu đông?

viễn xứ mùa xuân ngồi ngóng xuân
nhớ gì mà con mắt rưng rưng?
nhớ khói bánh chưng khuya chái bếp
tiếng cười dài, câu chuyện cổ trang!

ta đếm tha hương, sương nhỏ giọt
mấy mùa xa khuất bóng quê hương
cũng chọn đào mai làm tri kỷ
đốt khói trầm thơm nhớ tông đường?

ở đây xuân đến buồn quay quắt
bia rượu đầy bàn nhớ nếp than
bằng hữu toàn mắt xanh, da trắng
ngó lại mình ta... gã da vàng!

nhớ tết, khuya nay nằm nhớ... khói
giao thừa, khói bánh tét, bánh chưng
khói rước, tiễn đưa người khuất mặt
và ta thêm tuổi mới có mừng?

Springfield, MA, Xuân 2020

Mùa Xuân Hỏi Cỏ...

Mùa xuân,
Hỏi cỏ biếc xanh
Hoa vô ưu nở
Trên nhành thảo hương

Mùa xuân,
Hỏi cỏ vô thường
Sương khuya
Ướt đẫm nụ hường nẩy bông.

Mùa xuân,
Hoa cũ còn không?
Hôm qua
Chim hót, cửa lồng mở toang!...

Hái Lộc

Tay thơm nhành lá
Xin nụ xuân tình
Đợi khuya hái lộc
Sương còn hương trinh!

Nàng xuân vừa đến
Gió gầy lao xao
Bàn tay thỉnh lộc
E ấp hôm nào?

Tự tình từ đất
Thỉnh cây viếng chùa
Quẻ thăm thầy đoán
Lấy chồng. Dạ thưa... ∎

Ngây Thơ Tình Nhỏ
HOÀI ZIANG DUY

Em có nỗi buồn nào chưa cắn tới
Gởi qua đi
Trái cấm giữ giùm
Sẽ gói lại lúc mình cô độc
Tựa môi vào
Mắt hẹn thủy chung

Tình yêu đi qua,
Đâu hai mà một
Thật với lòng
Phút trống bơ vơ
Lúc có dấu
Mảnh hồn xuyên khuyết đó
Dấu răng xưa
Hay vết cạn bây giờ

Chút vậy đó
Mà nhớ nhiều biết mấy
Tình ngày thơ cột bến
Đậu neo chờ
Khi nhắc nhớ
Đâu ai thèm chịu thiệt
Thức ban ngày
Sao nối được cơn mơ

Đời đi lên
Tình em theo lớn vội
Nước thủy triều vui cạn
Bóng trăng mơ
Em không hiểu thế gian sao thấu suốt
Thuận lòng nhau
Vẫn trách mối duyên hờ. ∎

Chiếc Dương Cầm

ĐẶNG HIỀN

Em như chiếc dương cầm
Ngân nga những phím ru yêu dấu
Mùa Xuân mưa và hơi lạnh
Ngát hương đêm thì thầm

*

Là đôi môi mười tám đầu tiên
Nụ hôn không bao giờ khác
Là tình yêu không bao giờ hết hạn
Và trí nhớ em không thèm đóng khung

*

Một khi đam mê đã ném hết vào tình yêu
Người ta chỉ có thể chết đi cùng một mối tình đã chết
Những bí mật khỏa lấp bằng nụ cười
Giọt lệ lặng lẽ trong từng đêm em nhớ anh

*

Cho dù anh có yêu ai
Cho dù anh bắt đầu một câu chuyện mới
Một khúc hát mới
Ở một âm giai khác không có liên can đến hai ta

*

Thì em vẫn ru anh đi vào giấc ngủ
Tiếng dương cầm buồn bã vì anh
Tiếng sóng tiếng chim tiếng em gọi anh đứt quãng
Em cánh gió trên sa mạc tình anh

*

Em như chiếc dương cầm
Trong tận cùng yêu dấu
Tình yêu không có ngày hết hạn
Và niềm nhớ không bao giờ đóng khung. ∎

Hoa Vàng Mùa Xuân
LÊ HÂN

bên này hiếm gặp mai vàng
nhưng nhiều loại rực sắc vàng khác nhau
màu vàng gần như đứng đầu
thanh cao quyền quý nhiệm mầu bao dung

màu của mặt trời mông lung
màu chủ đạo của mùa xuân đất trời
màu của tha thiết tình người
vũ trụ vạn vật tươi vui hài hòa

nét yểu điệu dáng thướt tha
vàng là nữ chúa đậm đà tinh khôi
trăng vàng dịu mát muôn nơi
từ muôn ngàn kiếp đời đời nối nhau

vàng trong thơ rạng từng câu
tin vui gạn lọc buồn đau nhọc nhằn
giữ nhịp nhung nhớ băn khoăn
tình tứ lãng mạn hương nhen tình người

thắp lên từng nụ hoa cười
mùa xuân hạnh phúc rạng ngời nhân gian
nghênh đón em, những hoa vàng
thi ca hội họa chứa chan nhân tình

tôi dựa thơ trải lòng mình
giữa đong đưa ánh bình minh ươm vàng
xuân thơm bước tới nhẹ nhàng
hạnh phúc ấm cõi địa đàng quanh năm ∎

Thơ Xuân
NGUYỄN VĂN ĐIỀU

Ta nằm bệnh giữa ngày mùa Xuân đến
Lòng xôn xao nhìn nắng mới hanh vàng
Đất trở mình cỏ cây cho lộc mới
Bâng khuâng nhìn một cái Tết vừa sang

Em đâu biết lòng ta còn gió bão
Đời lưu vong nương náu ở quê người
Mang thân phận người dân không tổ quốc
Nên Xuân về còn biết có gì vui

Em thì vẫn se sua cùng nhân thế
Tô thêm son để thấy má còn hồng
Vẫn mong ước có một ngày áo gấm
Để cho lòng ấm lại những chiều đông

Tôi vẫn thế phất phơ ngày viễn xứ
Sáng đi Chùa chiều fitness là xong
Lúc thong thả lang thang ta vào net
Đủ thấy đời lơ lửng một chữ không

Xin cám ơn có mùa Xuân chợt đến
Mùa Xuân này là Xuân mấy đang qua
Chân bước thấp bước cao cùng dâu bể
Ta một đời rong ruổi cõi người ta ∎

Đã, Đang, Sẽ: Cuộc Đời
XUYÊN TRÀ

Đã trầm luân nhân thế
Đã một thời hiến dâng
Đã máu xương phụng hiến
Đã vì nhau bao lần

Đang ngồi ôm cổ tích
Đang truy tìm tương lai
Đang trần thân cõi tạm
Đang cảo thơm miệt mài

Sẽ khai nguyên huyền sử
Sẽ bất tử cuộc tình
Sẽ còn nhau hay mất
Sẽ mệt nhoài tử- sinh

Đã, đang, sẽ: cuộc đời
Làm khổ nhau chi nữa
Tội nghiệp em- ngọn lửa
Lẻ loi chiều cố hương…∎

Ca Dao
HOÀNG QUÂN

Nhờ vài sự kiện ngẫu nhiên, chị và nàng trở thành đôi bạn. Cả hai ở chung thành phố gần mười năm trời, mà mãi đến giờ mới chạm mặt. Có lẽ muốn bù đắp cho thời gian dài hụt nhau, chị và nàng thân thiết ngay trong buổi gặp gỡ đầu tiên. Hai đứa ngồi nói bao nhiêu là chuyện, tưởng như đã quen tự xửa, tự xưa. Rù rì chuyện trò, chị và nàng nhận ra hai đứa có nhiều mẫu số chung đó đây trong những góc nhìn cuộc đời. Nàng cũng nghĩ như chị, sự mong đợi trong quan hệ tình cảm của người nữ và người nam khác biệt rất nhiều. Chị đã đến gần, thật gần một mối tình. Sợi dây nối giữa chị và người ấy là những điện thư nhiều trang và những cuộc điện đàm hàng tiếng đồng hồ. Tình cảm hai người khắng khít thật nhanh trong giai đoạn người-tình-không-chân-dung. Nàng tưởng tượng được sự hồi hộp của chị, khi nhận được điện thư có kèm tấm hình của người ấy. Lúc trên màn ảnh hiện lên hình người ấy, chị đã tắt vội máy trong giây phút hốt hoảng, hụt hẫng. Không phải vì người ấy giống *Thằng Gù Nhà Thờ Đức Bà* hay *Trương Chi*. Nhưng những lá thư và những cuộc điện đàm đã vẽ trong trí chị một nhân dạng khác. Trấn tĩnh lại, chị dần dà tìm được những đại đồng, tiểu dị giữa văn và người của người ấy. Chị hân hoan trong mơ mộng của một hạnh ngộ. Với những sắp xếp mang vẻ tình cờ mà lãng mạn, người trong mộng đến với chị. Điều kiện khách quan, chủ quan hết thảy đều thuận lợi. Cuộc sống hình như sắp tròn trịa, *gặp nhau đôi tâm hồn được nghỉ ngơi*. Nhưng mọi việc diễn tiến khác với dự tưởng của chị, của người ấy. Cả hai cùng choáng váng, cùng mất thăng bằng. Chị xuống tinh thần dữ dội. Người ấy vẫn giữ liên lạc với chị. Nhưng những tờ giấy đầy chữ không thể gọi là thư mà là những bài báo cáo khô khốc. "Anh đang đi làm ở tỉnh X. Anh sắp sửa đi dự hội nghị ở tỉnh Y". Chị tiếc, chị nhớ những lá thư đầu Ngô, mình Sở, chêm vào đôi câu ca dao ngất ngơ. *"Thương em chẳng dám vô nhà/ Đi ngang qua ngõ hỏi: "gà bán không?""*. Những lá thư mở đầu với những danh từ ngọt ngào của nhiều ngôn ngữ *Cưng, Schatz, Honey, Chérie...*

Chị ngưng câu chuyện. Cả hai ngồi lặng yên một lúc, quan sát nhân gian rộn rịp giữa phố. Nàng quay qua chị:

- Sự khác biệt vẫn muôn đời còn đó. Người nữ lý tưởng mối quan hệ thành một tình yêu. Người nam cụ thể mong đợi một người yêu.

Chị mỉm cười, gật nhẹ đầu:

- Bạn bè chọc mình nhà quê, lỗi thời. Tụi nó vẫn không tin được giữa mình và người ấy không có gì. Mà có lẽ tại vậy, cho nên người ấy bây giờ chỉ viết tường thuật chứ không viết thư nữa.

Nàng nói thầm, chị ơi, tụi mình lập "hội nhà quê yêu người" đi. Điều kiện nhập hội là tuổi đời mênh mông, nhiều mơ mộng, yêu người trong điều kiện "thượng tầng cơ sở" với thơ, văn, nhạc, với những điều mơ hồ, lửng lơ con cá vàng. Chứ không mặn mà với "hạ tầng cơ sở" có chăn gối mùng mền rầy rà.

Trở về, sau giờ nghỉ trưa khá dài và bao mẩu chuyện lan man, chuyện chị, chuyện nàng. Đầu óc nàng vẫn còn ngập những ấn tượng, ý tưởng của buổi gặp gỡ. Chàng lặng yên, sau khi lặp lại câu hỏi ba lần mà nàng dường như vẫn chưa hiểu. Nàng hỏi:

- Sao ai không kể chuyện chi vui vui hè?

Chàng mát mẻ:

- Đâu có gì vui để kể. Mà có kể, chẳng ai hiểu. Người thì đó, mà hồn đâu mất tiêu.

- Coi bộ làm cao, làm khó dữ.

- Ừ, thì vậy. Chứ làm thấp, làm dễ, người ta chẳng để ý tới mình.

Nàng dọ dẫm:

- Tiếc quá! Phải chi điện thoại có màn ảnh để được thấy bánh bao chiều.

- Trời ơi! Em nhớ hàng bánh bao ở gần rạp hát không? Ông già chỉ bán buổi chiều thôi. Bánh ngon dễ sợ.

Đột nhiên, giọng chàng sống động hẳn lên, quên đi vai làm nư chàng đang diễn.

- Em thích bánh da lợn, bánh ít lá gai hơn.

- Bánh bò trắng cũng ngon ghê gớm...

Vậy là hai đứa tranh nhau kể những món ăn tuyệt vời trong tưởng tượng. Chàng đề nghị, bữa nào hai đứa viết chung một cuốn sách về những món ăn trong ký ức.

Mùa xuân, nàng bị dị ứng phấn hoa. Lắm lúc, nàng nghĩ, mình bị hắt hơi liên tục tại vì ai đó thường nhắc mình. Bác sĩ cho nàng đúng thuốc. Ngày một, ngày hai, nàng hết ách-xì. Nàng vặn vẹo, có phải tại chàng không nhắc, cho nên nàng hết hắt hơi. Chàng nỉ non:

- Sao không! Không những anh nhắc, anh còn mơ nữa. Anh mơ có ngày gặp em. Mơ hoài, thể nào giấc mơ cũng thành sự thật, phải không?

Chàng hát nhỏ, *"Một lần nào cho tôi gặp lại em..."*

Nàng ngúng nguẩy:

- Đã gặp-đi bao giờ đâu mà anh đòi gặp-lại.

Nàng đằng hắng:

- À, cô ca sĩ ruột của anh, cô ngang xương đổi cách xưng hô trong bài hát. Nhạc sĩ mà biết đứa con tinh thần của ông bị hành hạ như vậy, chắc phải khóc thét.

Chàng ngạc nhiên:

- Ủa, sao em lại níu áo, mắng vốn anh.

Nàng trề môi:

- Tại anh cứ xuýt xoa khen cô ca sĩ xinh xắn, hát hay.

Chàng nói ba phải:

- Ờ, ca sĩ có lúc này, lúc khác.

Nàng chì chiết:

- Cô ca sĩ mơ *Một lần nào cho em gặp lại anh.* Ai đời, *"anh"* của cô như vầy đây: *Ôi mái tóc mây bay/Giờ còn không tiếng nói thơ ngây/Giờ còn không anh có vui không/Hai má còn hồng.* Nghe nổi da gà.

Chàng phì cười:

- Vậy là cô ca sĩ mơ gặp... Michael Jackson. Nè, sao em đánh trống lảng, không trả lời câu hỏi của anh vậy?

Nàng hỏi ngược chàng:

- Anh biết tại sao tháng Bảy mưa ngâu không?

- Tại trời khóc Ngưu Lang, Chức Nữ xa nhau.

- Không phải. Ngưu Lang, Chức Nữ cùng khóc, vì tiếc, đã lỡ gặp nhau, tình hết đẹp.

- Em đừng xuyên tạc chuyện xưa tích cũ. Mà thôi. Kệ người xưa. Em có bao giờ thích mình gặp nhau không?

- Như bây giờ là vui quá chừng.

- Em tập trả lời đơn giản. Có nói có. Không nói không. Dễ ẹc hà.

- Gặp nhau. Tình cảm giảm sút, buồn vô cùng. Nàng nói thật điều mình nghĩ.

- Sao lại giảm sút. Càng nhiều hơn chứ. Chàng nói nhanh.

- Bây nhiêu là đã chới với rồi. Rối rắm thêm, như canh hẹ, làm sao mà gỡ.

Nói chuyện lan man một hồi, chàng nàng rộn ràng kể chuyện thời đi học. Chàng huyên thuyên:

- Cô giáo ấy trẻ lắm, có lẽ lớn hơn học trò tụi anh năm, sáu tuổi là cùng. Đặc biệt, cô giáo chỉ mặc áo dài trắng hoặc đen. Nhiều lần, anh canh giờ cô rời trường, anh đi theo sau cô một quãng đường...

Nàng tưởng tượng, nếu đứng trước mặt chàng, sẽ thấy chàng đang chìm đắm *người ngỡ đã xa xăm, bỗng về quá thênh thang...* Nàng nói, giỡn ít, thiệt nhiều:

- Phải chi anh lớn hơn em chừng ba, bốn chục tuổi, để khi em gặp anh, anh chỉ còn lại ngăn tim cuối cùng. Cho dù là một ngăn tim nhỏ bé, tội nghiệp, nhưng là ngăn cuối...

Nàng nhắc đến thầy giáo Việt Văn, dạy hay nổi tiếng. Thầy cho đọc bài *Hoa Học Trò* của Xuân Diệu. Nàng sôi nổi:

- Em còn nhớ vài đoạn... *Phượng không phải là một đóa, không phải vài cành; phượng đây là cả một loạt, cả một vùng, cả một góc trời đỏ rực...*

Chàng cắt ngang:

- Hồi đó em xao xuyến dữ lắm phải không?

Nàng ú ớ:

- Trời đất! Em còn con nít đặc. Có mấy chị lớn học ban C chăm sóc phần hồn cho ông thầy rồi.

- Vậy là em có bồi hồi. Chàng tuyên bố chắc như đinh đóng cột.

Nàng quê quê:

- Bộ anh lúc nào cũng có sẵn chồng mũ bên cạnh. Có dịp là chụp mũ người ta à.

Chàng cười cười:

- Yêu nhau chụp mũ cho nhau mà.

Tự nhiên trong tình cảm của chàng nàng có những dấu hiệu quái chiêu. Nàng kể, ông anh họ mời nàng dùng bữa ở nhà hàng hải sản ngon có tiếng, đãi cua bảy món. Ông anh đùa, cho hợp với tính tình ngang bướng của cô em. Chàng không thèm hỏi ngon dở ra sao. Chàng nghiêm giọng:

- Thôi, em đừng đi ăn với ông anh dở hơi ấy. Mai mốt gặp nhau, anh đãi em sơn hào hải vị. Em thích ăn món gì, anh nhất định tìm cho được.

Cuối thư, thay vì chúc nàng một ngày vui, chàng viết *Em thì xa, mà ngày qua rất vội/ Có bao giờ em hiểu nỗi đau ta.* Ủa, sao đâu đó cả hai đều có cái tính kỳ cục. Nàng cười một mình: Đúng là... già không nên nết. Đã yêu không đúng lúc, mà còn bày đặt ghen không đúng chỗ.

Bên cạnh những lúc cười vui, chọc ghẹo, nàng vẫn có những khắc khoải, băn khoăn. Nàng âu lo, ngờ ngợ mình đang trót nghe theo lời u mê. Có đâu là tình cờ khi nàng nhớ câu chuyện cũ rích thời trung học. Nhỏ bạn túm tóc đuôi ngựa của nàng, cười khúc khích: "Cái ót mày ngồ ngộ. Tao là con trai, chắc tao thương mày vì cái ót". Nàng chẳng mấy để ý đến lời bàn nhảm của nhỏ bạn, chỉ ngồi lim dim, cho bạn vọc tóc. Giờ đây, buổi sáng sửa soạn đi làm, khi kẹp tóc, nàng đã kéo tấm kiếng sau lưng nghiêng nghiêng, để ngắm cái gáy của mình, coi thử nó ngồ ngộ ra sao. Nàng len lén nghĩ, nếu người ta thấy gáy của mình, người ta có giống con nhỏ bạn, đem lòng thương không. Nàng lắc đầu quả quyết. Không được! Không được! Đi chung với nụ cười mời gọi là tô cháo lú to tướng. Tam thập lục kế, tẩu vi thượng sách. Nàng áp dụng kế này đã bao lần. Tái tam, tái tứ, mà vẫn dậm chân tại chỗ. Ngoài ra, chưa chạy trốn được, nàng lại nhầm hướng, chạy lại phía người ta. Hôm nào đây, điện thư của chàng với cái tựa thật dài, *"Từng ngày tình đau cho trái tim se thêm những mỏi mòn"*, đã làm nàng ủ dột suốt ngày. "Anh tự hỏi, tại sao mình quá bận tâm về cuộc sống. Tại sao mình để những điều hời hợt bên ngoài chi phối đời mình. Dần dà, anh học được cách sống, sống trọn ngày hôm nay, cho mình. Em, lúc nào đó, em thấy mọi việc quá xa tầm tay em, em cứ bỏ đi, để còn đủ sức gánh vác những góc đời khác quan trọng hơn. Anh hiểu, rất hiểu, cuộc sống mong manh thế nào." Nàng hoảng sợ, tình cảm sao như xe tuột dốc, làm sao thắng lại được. Nàng vội gấp thư lại, hai tay để hờ trên bàn phím run rẩy. Người khác nhìn vào, thấy sắc diện của nàng đổi như con cắc kè. Khác một điều, con cắc kè đổi màu phù hợp với môi trường chung quanh. Còn nàng, màu áo nàng hồng thắm tươi tắn vẫn không thể làm sáng lên mặt nàng đổi thành xanh mét. Có người hỏi nàng điều gì đó, nàng lắp bắp, *ja, ja.* Rồi nàng chợt tỉnh, mình có hiểu gì đâu mà nói *ja,* nàng lại lúng búng *nein, nein.* Cô bạn đồng nghiệp bật cười:

- Sao, *ja* hay *nein* đây. *Oh mein Gott!* Trời đất ơi, sao mặt mày chị nhợt nhạt ghê quá vậy?

Thực tại vẫn hiển hiện trước mắt. Ràng buộc cuộc sống vẫn vây quanh hai đứa. Hạnh phúc nhỏ nhoi nơi góc này, là ân sủng hiếm hoi trong cuộc sống. Nàng biết, mắt nàng đang ướt. Nước mắt của hạnh phúc chen lẫn niềm đau không bao giờ có nhau trong đời.

Suốt đoạn đường dài trên xe lửa, nàng không đọc nổi một chữ trong cuốn sách mang theo. Nàng suy nghĩ lẩn thẩn rằng, khi không nói ra những tình cảm có thật đang chật kín trong tim, mình sẽ nhẹ tội hơn. Tính ra, cả hai cùng cảm, cùng nghĩ như nhau. Trong toán học, cả hai là động tử cùng chiều. Có điều, vận tốc của chàng vượt xa vận tốc của nàng. Có lần chàng nói, "Nếu anh *too much*, anh xin lỗi". Nàng không đáp, mà tự nhủ, "Nếu em *too slow*, em xin lỗi."

Đôi chuyện buồn đang quật ngã nàng. Ngồi co ro trong ánh đèn đêm, nàng muốn được trò chuyện với chàng. Giữa khuya, nàng mở hộp thư. "Em, anh nghe được tiếng em. Đó là lý do duy nhất giờ này vào máy viết thư cho em. Anh biết em có nỗi buồn, cho anh được san sẻ với em." Nàng như được nghe chàng vỗ về: "Em, em, đưa hết nỗi buồn cho anh, anh chịu cho". Nàng mở đường *link* bài hát chàng gởi. *... Tựa vai nhau/ Cho nhau yên vui ấm áp cuộc đời...* Thuở ấy, nàng đã yêu vô điều kiện các ca khúc trong cuốn *cassette Tình Ca Ngô Thụy Miên*, mặc dầu nàng chưa hiểu, chưa thấm ý nghĩa các bài hát, ngay cả bài *Tuổi Mười Ba*, tuổi của nàng. Nàng tắt nhạc. Nàng không dám nghe hết bài hát, vì nàng đã thuộc lòng lời ca của tất cả bài hát trong cuốn băng này.

Nàng chợt nhớ "bất phương trình": tình- yêu/ người-yêu hôm nào đây nàng và chị bạn loay hoay tìm cách giải đáp. Hình ảnh sầu não của chị bạn khi nhắc đến hư hao trong tình cảm hiện rõ trong trí nàng. Phút chốc, nàng thấy mình cũng chông chênh, xiêu vẹo trong nỗi buồn sắp sửa đánh mất niềm yêu. Nàng vẫn mong chàng đứng xa xa bên kia hàng rào, hát hò, thơ thẩn. Bên này, nàng cuống quýt, bâng khuâng nghe tiếng chàng ầu ơ câu ca dao ngọt ngào: *"Thò tay mà ngắt ngọn ngò/ Thương em đứt ruột giả đò ngó lơ."* Bỗng nhiên, tai nàng văng vẳng câu ca dao khác, nghèn nghẹn. Nàng cúi xuống, gõ nhẹ bàn phím, những giọt nước mắt lặng lẽ nhỏ xuống bàn. Nếu nàng dùng bút mực như thuở xưa, chàng sẽ thấy câu ca dao bị nhòe nhoẹt vài chữ: *"Yêu nhau mà đứng đàng xa/ Con mắt liếc lại bằng ba đứng gần"*.

Hoàng Quân
Tháng Mười Một 2020

Trích lời trong các nhạc phẩm
Tìm Nhau, nhạc sĩ Phạm Duy
Một lần nào cho tôi gặp lại em, nhạc sĩ Vũ Thành An
Tình nhớ, nhạc sĩ Trịnh Công Sơn
Lời Tình Buồn, nhạc sĩ Hoàng Thanh Tâm
Niệm khúc cuối, nhạc sĩ Ngô Thụy Miên

Nghĩa tiếng Việt của những chữ tiếng Đức trong bài:
ja/nein: có/không

Chết Trong Cõi Sống
VƯƠNG HOÀI UYÊN

Trong những ngày Lam thấy vô vị và chán nản nhất thì được tin nhắn của Vy báo tin sẽ về Việt Nam vào ngày kia. Tin Vy về như một cơn gió mát rượi thổi vào cái đầu rã rượi buồn nản của Lam. Không buồn sao được trong lúc Lam đã từ giã cuộc đời đứng lớp mấy mươi năm bằng một quyết định nghỉ hưu từ cơ quan đầu ngành gửi về. Mặc dù vẫn biết mình đã đến tuổi nghỉ hưu nhưng khi nhận được quyết định, chị không khỏi hụt hẫng. Đồng nghiệp bắt tay chúc mừng vì chị đã "hạ cánh an toàn". Có người chưa tới tuổi lại ước ao được như Lam, theo họ đây là lúc "được sống cho riêng mình". Nhưng Lam lại không nghĩ như họ, ngày đầu tiên nghỉ hưu buổi sáng được nằm dài trên giường, không phải mắt nhắm mắt mở lao vội vào phòng tắm đánh răng rửa mặt, Lam thấy một nỗi buồn mênh mang khi bơi trong quỹ thời gian thừa thãi mà khi còn đi dạy được nghỉ một tiết đầu để được ngủ nướng một chút cũng hạnh phúc biết bao!

Mặc dù cố tỏ ra cứng cỏi, nhưng Lam vẫn không khỏi khóc khi học sinh các lớp nói lời chia tay. Hơn ba mươi năm đứng lớp rồi còn gì! Chị đã quen với những lớp lớp học sinh mà hàng ngày chị đối diện từ bục giảng, những vui buồn trong những giờ ra chơi với đồng nghiệp, họ thường chia nhau những món ăn vặt nho nhỏ để rồi vui cười tinh nghịch không khác gì thời đi học. Bây giờ quay về ngày ngày đối diện với những bức tường của căn nhà vắng lặng Lam thấy mình như một kẻ bị hất ra đứng bên lề cuộc sống. Chồng đã qua đời, các con đều ở xa, Lam không còn lý do gì từ chối khi con trai từ Sài Gòn gọi điện thoại khuyên mẹ nên thu xếp để vào trong ấy. Thế là Lam từ giã thành phố miền Trung đã từng sống gần bốn chục năm, mà thâm tâm chị coi như quê hương thứ hai của mình để ra đi. Thành phố Sài Gòn không xa lạ gì với Lam, đó là nơi chị đã học Đại học, là nơi chị thường tới lui thăm viếng các anh chị ruột, rồi sau này là các con, đều định cư trong ấy. Cũng là nơi bạn bè thời phổ thông của chị tập trung về nơi đây rất đông kiểu "đất lành chim đậu", nhưng đây cũng là nơi chị thấy thật sự cô đơn. Không cô đơn sao được khi sống trong một đô thị rộng mênh mông như Sài Gòn, người này muốn đến nhà người kia phải đi mất cả giờ, về mất cả giờ trong không khí bụi bặm khói xe, bụi đường, người người chen chúc dưới cái nắng đổ lửa! Không phải như thời còn sống ở Đà Nẵng chị chỉ cần mất từ năm đến mười phút là có thể đến nhà một người bạn thân thiết. Trong lúc khát bạn như Lam mà nghe Vy về đúng là một cơn gió mát lành thổi tới.

Vy là cô bạn thân nhất của Lam suốt bảy năm phổ thông. Nhà Lam cách nhà Vy khoảng ba trăm mét, nên lúc nào họ cũng cùng đi học, cùng về với nhau như một cặp bài trùng. Trường Lam là trường nữ, trên đường đi học Lam và Vy phải đi ngang qua một trường nam. Có Vy đi cùng, Lam tự tin và dạn dĩ hơn, hôm nào Vy nghỉ học, một mình Lam phải đi ngang qua những đám học sinh nam, Lam thấy như một cực hình trước những tia mắt nhìn chòng chọc của đám người khác giới. Không hiểu họ nhìn gì mà ghê thế, đến nỗi có lần vì mất bình tĩnh, Lam đã vấp một hòn đá và… ngã xuống. Trong lúc đỏ mặt tía tai, Lam thấy hai cánh tay mạnh mẽ đã nâng Lam dậy và một câu hỏi nhỏ: "Lam có sao không?". Té ra là anh chàng Long - người đang học lớp mười hai, hơn Lam hai lớp. Anh chàng này học ban C và nghe nói học giỏi lắm nên cô giáo của Lam có lần bận việc gì đó đã nhờ Long chấm bài môn Văn lớp Lam. Lam vốn là người giỏi Văn nhất lớp và anh chàng này cũng cho Lam điểm cao nhất lớp, rồi còn đến nhà cho Lam biết trước điểm nữa chứ - chắc là muốn khoe mình được chấm bài lớp Lam. Lần đó Lam bị ngã rồi được Long nâng dậy, Lam lí nhí cảm ơn rồi lần sau mỗi lần Vy nghỉ học Lam đều đi vòng một con đường xa hơn, không dám đi ngang qua trường nam nữa. Bảy năm phổ thông với bao nhiêu kỷ niệm trôi qua nhanh như một cơn gió, đến nỗi trong những ngày cuối cùng của mùa hè lớp mười hai, khi những hàng phượng trong sân trường cháy rực màu hoa đỏ, Lam và Vy bâng khuâng ao ước giá như mình được trở lại học lớp sáu!

Lên đại học, mỗi đứa đi mỗi ngành theo năng khiếu của mình. Lam thi vào Đại học Sư phạm, Vy đậu vào Đại học Dược. Mặc dù học khác trường nhưng hai đứa vẫn thuê nhà ở chung, và họ chỉ thật sự xa nhau khi Lam tốt nghiệp ra trường trước Vy một năm rồi về miền Trung dạy học. Vy ra trường sau một năm và ở lại Sài Gòn làm việc. Sau biến cố 1975, Vy cùng gia đình sang Mỹ. Họ mất liên lạc nhau một thời gian dài có đến mười lăm năm. Đầu thập niên chín mươi, Lam nhận được lá thư đầu tiên của Vy từ tay một người bà con mang về. Những năm sau này Vy cứ đi đi về về hàng năm, gặp lại Lam và đám bạn bè cũ, gợi lại những kỷ niệm của một thời…

oOo

Nửa đêm, nghe tiếng điện thoại đổ chuông, Lam giật mình choàng tỉnh, chị liếc nhìn đồng hồ trên tường và nghĩ: "Hai giờ sáng. Ai gọi điện thoại vào giờ này?". Cầm máy thấy tên Vy và giọng nói từ một nơi xa lắc:

- Xin lỗi đã làm mi mất ngủ. Tao đang ở phi trường Los, tao quên nói mi mua vé về Đà Nẵng với tao luôn thể. Tao đi chuyến bay VN… Tối mai tao sẽ quá cảnh ở phi trường Tân Sơn Nhất lúc 8 giờ. Ở đó đến 10 giờ rồi về Đà Nẵng luôn. Ngày mai mi mua vé máy bay đi cùng chuyến với tao luôn nghen. Về Đà Nẵng chơi mới đã, ở Sài Gòn chán chết. Nhớ nghen.

Lam phì cười. Vy bao giờ cũng vậy. Tính Vy lúc nào cũng ào ào, hối hả, nhưng rất chân tình với bạn bè. Cuộc điện thoại với Vy làm Lam tỉnh hẳn. Chị bật đèn lấy sách ra đọc. Nỗi vui được gặp lại người bạn thân làm chị thấy nôn nao khó mà ngủ tiếp. Chỉ còn mỗi chuyện chờ đợi trời sáng chạy ra phòng vé lấy vé đi Đà Nẵng tối mai, cùng chuyến với Vy.

Đứng đợi Vy ở cổng ga đến quốc tế hơn nửa giờ mới thấy Vy đẩy hành lý bước ra. Vẫn cái dáng cao gầy, nụ cười có duyên, da ngăm đen mà ngày xưa còn đi học Vy vẫn thường hay ganh tị với Lam, bởi Lam có làn da trắng bóc. Gần như ai đến định cư ở nước Mỹ cũng thường phát triển về bề ngang bởi bơ sữa, thực phẩm nước này, nhưng Vy thì vẫn y như cũ. Vy thường tự hào về thành tích này của mình. Hai người bạn thân gặp nhau mừng như chưa bao giờ được gặp. Lam hỏi:

- Ông xã mầy khỏe không?

- Ngoài vùng phủ sóng!

Ngỡ mình nghe lầm, Lam hỏi lại:

- Mầy nói sao?

Vy thản nhiên:

- Thì "ngoài vùng phủ sóng" là nhà ai nấy ở, cơm ai nấy ăn, không ai biết gì về ai hết.

Lam không khỏi bàng hoàng

- Ô! Vậy sao! Nhưng lỗi của ai? Còn hai đứa nhỏ ở với ai?

- Thằng chả có bồ nhí. Tao cắt. Hai đứa con tao thì lớn cả rồi. Chúng nó ở riêng, đâu còn ở với ba mẹ nữa.

Mới gặp nhau đã nghe chuyện buồn. Nhưng xem bề ngoài thì Vy không có vẻ gì là buồn. Vy vẫn nói chuyện, vẫn cười vô tư trong suốt thời gian quá cảnh chờ chuyến bay về Đà Nẵng.

oOo

Nghe tin Vy về, cả nhóm bạn cùng lớp ồn ào kéo nhau tới. Tuy người nào cũng "U 60" cả rồi, nhưng phong cách thì vẫn còn trẻ trung ngỡ như thời còn đi học. Chưa thấy mặt đã nghe tiếng Thư bô bô:

- Con Vy và con Lam đâu rồi? Chờ mãi giờ mới gặp.

Tiếng Lê lanh chanh:

- Để coi Việt kiều có gì khác không bây!

Vy nói:

- Tao đây nè. Chả có gì khác. Vẫn "dung nhan mùa hạ"* như thuở nào. Thôi đi ăn mì Quảng đi bây, rồi nói chuyện sau. Tao thèm mì Quảng lắm rồi. Ở bên Mỹ cũng có mì Quảng nhưng không đúng hương vị như ở xứ mình.

Cả bọn lại ồn ào kéo nhau đi. Vy vừa ăn mì vừa cắn ớt xanh rôm rốp vừa hít hà:

- Để tao nói chuyện anh chàng Long cho bọn bây nghe.

Linh ngắt lời:

- Có phải Long hồi xưa cô B. hay nhờ chấm bài văn lớp mình không?

- Và mê Lam nữa chứ! - Kim chen vào.

Vy nói:

- Đúng rồi! Anh chàng ấy ở cùng thành phố với tao. Tình cờ tao gặp lại chàng trong một lần cộng đồng người Việt mình tổ chức ăn tết. Long hỏi thăm Lam rất nhiều. Và đặc biệt chú ý đến chi tiết Lam bây giờ đã góa chồng.

Cả bọn ré lên cười:

- Coi bộ muốn nối lại tình xưa rồi tụi bây ơi!

Lam đấm vào lưng Thư:

- Chỉ giỏi nói nhảm. Làm gì có tình xưa mà nối!

Vy nói:

- Cũng có thể lắm chứ! Vì Long bây giờ đang góa vợ!

Tiếng cười của cả bọn làm những người khách trong quán ngoái cổ lại nhìn. Vy nói:

- Tìm một quán cà phê vườn tán dóc chơi tụi bây. Bọn mình cười to quá người ta tưởng một đám quý bà hồi xuân chừ!

Quán cà phê vườn nằm trên một con đường yên tĩnh trang trí theo kiểu cổ. Trân nói:

- Ở đây tha hồ nói chuyện. Những khi buồn tao hay đến đây.

- Mầy mà cũng biết buồn nữa sao?

Linh hỏi, giọng hơi ngạc nhiên. Thật ra Linh cũng có lý do để hỏi như vậy. Trân có thể nói là người thành đạt nhất trong đám bạn bè cùng lớp. Giàu có, thành đạt, chồng có chức vụ, con học giỏi. Bạn bè vẫn hay gọi đùa Trân là "người được số phận ưu đãi". Lê nói:

- Thì nhà giàu cũng khóc mà ly!

Quán cà phê vườn đang mở bản nhạc "Tiếng đàn tôi" của Phạm Duy. Giọng Khánh Ly trầm buồn: "Khoan khoan hò ơi, thuyền về đến bến mê rồi, mang theo đàn tôi..."

Kim lanh chanh:

- Câu này phải để con Lê hát cho thầy Hải nghe mới phải: "Khoan khoan thầy ơi, đừng làm như thế họ cười. Không sao đâu trò ơi, thầy trò ta biết mà thôi."

Cả bọn ré lên cười. Lê cũng cười. Chả là vì chồng Lê là thầy giáo dạy Lê hồi học lớp mười hai. Thầy Hải dạy toán, Lê là một trong những học sinh giỏi toán của lớp. Không biết có phải vì ỷ mình giỏi toán không mà trong giờ toán Lê hay đứng dậy nêu thắc mắc rồi tranh luận với thầy. Mỗi lần Lê đứng dậy thầy Hải lại nhìn đồng hồ rồi nói: "Tôi chỉ cho em năm phút thôi đấy." Có lẽ thầy bực mình vì sợ mất thời gian vì một đứa học trò hay cãi bướng. Vậy mà không ai ngờ tình thế lại biến chuyển theo chiều hướng ngược lại, và họ phải lòng nhau không biết tự lúc nào. Và kết cục chuyện tình bất ngờ ấy là một đám cưới. Mỗi lần đến thăm Lê, bạn bè lại trêu thầy Hải: "Hồi đó thầy chỉ cho Lê năm phút, ai dè bây giờ lại cho cả đời."

Lam chợt ưu tư:

- À, lâu nay có tin gì về con Mai không tụi bây?

Kim nói, giọng chùng xuống:

- Bi thảm lắm, Mai nó bị Alzheimer rồi! Nó không còn nhớ ai hết.

Lam và Vy sửng sốt. Vy nói:

- Mới ngoài năm mươi mà đã bị Alzheimer rồi sao? Nó vẫn còn ở Pháp chứ?

Lê nói:

- Thì vẫn ở Pháp. Hai đứa bây ở xa không biết. Năm ngoái nó có về đây. Chồng nó đưa nó về cho gia đình thăm. Chứ nó thì không còn nhận ra ai hết, kể cả cha mẹ, anh chị em ruột trong gia đình.

Lam thở dài:

- Gì mà bi kịch dữ vậy? Sống như thế thì cũng như đã chết.

Thư nói:

- Bọn bây còn nhớ Thuần không? Thuần ở Nha Trang đó. Nghe nói nó bị tai biến liệt nửa người phải ngồi xe lăn mấy năm nay.

Chuyện Thuần bị tai biến thì Lam có nghe. Hình như Thuần tái giá sau khi ly hôn với Tuấn. Hai người chung sống với nhau mười năm không có con, bà mẹ chồng thường lấy cớ đó chửi rủa Thuần, mặc dù theo Thuần thì lỗi tại Tuấn. Không chịu nổi những lời rỉa rói của bà mẹ chồng ít học, Thuần chấp nhận ly hôn và bỏ vào Nha Trang sống. Hai năm sau, Thuần tái giá và sinh được một đứa con gái. Thuần nói với bạn bè: "Để cho bà ấy sáng mắt ra". Lam không thân với Thuần nhưng vẫn hỏi thăm tin tức qua bạn bè. Sau khi Thuần lấy chồng, Tuấn cũng lấy vợ và vẫn vô sinh.

Cả bọn trầm ngâm hồi lâu. Sau cùng Vy quyết định:

- Thôi thì bọn mình nên vào Nha Trang thăm Thuần, tiện thể đi du lịch luôn. Đứa nào đi được giơ tay lên.

Rốt cuộc chỉ có Vy, Lam, Kim và Thư đi. Còn những người khác ai cũng có công chuyện này nọ. Phụ nữ bao giờ cũng có nhiều ràng buộc, đâu dễ sắp xếp việc nhà để ra đi.

oOo

Trong số những người đi thăm Thuần, chỉ có Kim là biết nhà Thuần, vì cách đây mấy năm Kim có đi thăm Thuần một lần, lúc đó Thuần mới bị tai biến. Lâu quá Kim cũng quên mất đường sá, phần vì Thuần ở một vùng quê cách thành phố Nha Trang đến ba chục cây số nên chiếc xe taxi phải dừng lại mấy lần để Kim hỏi thăm đường, mặc dù Kim đã điện thoại liên lạc với Hòa - chồng Thuần. Cuối cùng cả bọn cũng đến được nhà Thuần. Ngôi nhà cấp bốn đơn sơ, nhỏ bé nằm lọt thỏm trong một vườn cây. Ấn tượng đầu tiên khi nhóm bạn bước vào sân nhà là hai con chó dữ nhảy xổ ra sủa inh ỏi. Lam vốn là người sợ chó nhất trong nhóm vì hồi nhỏ Lam đã bị chó cắn một lần. Thấy mặt Lam tái xanh như tàu lá một cô bé vội vàng vung gậy đuổi chó ra nhà sau. Sau này Lam mới biết đó là con gái Thuần, cô bé tên Ly, mới mười bảy tuổi, đang học lớp mười một. Ly nói sở dĩ nuôi chó dữ là vì mẹ thường xuyên nằm nhà một mình những khi Ly đi học và ba đi làm. Chồng Thuần đang đi làm bảo vệ cho một công ty sản xuất, gọi điện bảo sẽ về sau ít phút. Cả bọn bước vào phòng khách đã thấy một bà già ngồi trên xe lăn, mặt gục xuống tận ngực. Thật lòng Lam vẫn không biết người ngồi trước mặt mình là Thuần, Lam cứ tưởng một bà già nào đó trong nhà. Lam hỏi một câu ngớ ngẩn:

- Thuần đâu?

Kim bấm tay Lam nói nhỏ:

- Thuần đó!

Lam bàng hoàng sửng sốt. Thuần đó ư? Người bạn gái ngày xưa có mái tóc thề óng ả, làn da hồng hào khỏe mạnh, bây giờ già như một bà lão trên bảy mươi, khuôn mặt nhăn nheo khắc khổ, đầu luôn cúi xuống gục trên ngực. Quần áo vì thiếu người chăm sóc nên bốc ra một mùi hôi của người bệnh lâu ngày nằm một chỗ. Cả bọn phải ngồi xuống nền nhà Thuần mới nhìn thấy mặt được. Thuần chỉ nhận ra mỗi mình Kim, vì Kim là bạn thân nhất, vả lại Kim cũng có một lần tới thăm sau khi Thuần bị bệnh. Kim hỏi:

- Thuần có nhận ra những ai đây không?

Thuần khó nhọc lắc đầu:

- Không, không biết.

Vừa nói Thuần vừa hổn hển thở, đôi mắt ngơ ngác vô hồn. Kim lấy khăn lau mặt cho Thuần:

- Cố nhớ lại đi Thuần. Đây là Vy - vừa ở Mỹ về, đây là Lam - ở Sài Gòn ra. Còn đây là Thư ở Đà Nẵng. Tất cả đều học cùng lớp với Thuần hồi phổ thông đó.

Im lặng một hồi, rồi như có bàn tay vô hình vén bức màn ký ức trong cái đầu hỗn mang mờ mịt của Thuần, Thuần cười, miệng méo xệch trông thật thảm hại:

- Mình nhớ rồi! Các bạn cùng lớp đây mà.

Nói xong, những dòng nước mắt cũng lăn dài trên đôi má nhăn nheo. Cả bốn người bạn không ai cầm được nước mắt. Vừa lúc đó Hòa - chồng Thuần cũng vừa về. Anh kể chuyện Thuần bệnh cũng đã được năm năm. Hồi đầu gia đình cũng chạy chữa nhiều nơi, nhưng rồi bệnh càng ngày càng nặng, đành đem về nhà cầm cự qua ngày. Anh phải làm đến hai ca bảo vệ để có đồng lương khả dĩ lo thuốc men cho vợ và nuôi con. Hai ca mỗi ngày, có nghĩa là mất mười sáu tiếng ở công ty. Anh thường về nhà vào lúc bốn giờ sáng. Anh kể - giọng buồn buồn:

- Mười tám tiếng làm việc ở cơ quan mệt phờ người nhưng khi về thấy cô ấy đi vệ sinh bê bết trên giường, con gái thì đang tuổi ăn tuổi ngủ, tôi đành phải xắn tay áo lo dọn dẹp. Mất cả giờ đâu vào đấy xong mới ngả lưng được vài tiếng, rồi lại lao vào bếp nấu nướng trước khi đến công ty để thay ca.

Lam thấy vừa xót xa, vừa khâm phục Hòa. Nếu như Thuần không có người chồng như Hòa, không biết thân phận Thuần sẽ như thế nào. Nghe Kim nói khi Thuần mới bị bệnh, Hòa đã đẩy xe lăn cho Thuần đến giáo đường, đứng trước tượng Chúa mà thề sẽ suốt đời lo cho Thuần. Câu chuyện đẹp như chuyện cổ tích thời hiện đại. Tôn giáo, nếu đúng nghĩa, cũng có ích cho cuộc đời biết bao! Nghe Lam thắc mắc hỏi vì sao đầu Thuần lại cúi gục trên ngực như vậy. Hòa nói:

- Cô ấy có vấn đề về cột sống. Như bây giờ là khá rồi đấy. Có nhiều hôm đầu Thuần gục xuống tận bụng, tội lắm.

Bốn người bạn lại ra đi sau khi quyên góp cho Thuần một số tiền. Hòa thay mặt vợ cảm ơn và đưa bạn ra cổng. Nhìn cái cảnh Thuần ngồi trên xe lăn, đầu gục xuống vẫy bàn tay khều khào chào mọi người, Lam quay đi chùi nước mắt.

Đêm hôm ấy cả bọn kéo nhau ra biển. Không ai còn vui đùa ồn ào như hôm mới gặp nhau nữa. Ai cũng trầm tư theo đuổi những ý nghĩ riêng tư. Lam thở dài trong tiếng sóng vỗ miên man vào bờ cát trắng, chợt nghĩ thân phận con người thật mong manh như hạt bụi và không khỏi xót xa trước số phận của Thuần, của Mai - những con người đang kéo dài cuộc sống trong cõi chết!

Vương Hoài Uyên

** Tên một bài hát thịnh hành trước 1975.*

Chiều Sông Lau

TRẦN THỊ TRÚC HẠ

Dòng sông trắng xóa hoa lau lay động trong gió chiều. Làng dừa, tháp chuông, mây trời... in trên sông như bức tranh chấm phá lung linh. Gió tinh nghịch xóa nhòa tất cả và đẩy sông trôi về biển. Rồi như tiếc nuối vấn vương, gió quay về vẽ tiếp những gì đã xóa, vì thế mà làng dừa, tháp chuông, mây trời... mãi mãi vẫn còn ở lại với sông. Cát ngồi giữa hai chàng trai tên Khoa, chẳng biết Cát đã ngồi ở quán bên sông với hai chàng trai cùng tên này tự bao giờ, bao nhiêu chiều nàng không nhớ hết. Chỉ biết rằng lúc nào họ cũng ngồi im lặng bên nhau và dường như thấu hiểu tất cả những suy nghĩ vui buồn của nhau.

Ngày đó, trên con đường đi học về Cát bị bọn học trò chạy theo ném đá. Ma lai, Ma hời tụi bây ơi...

Nó đẹp vậy nhưng đêm khuya sẽ rút đầu ra khỏi cổ đi hút máu người đó.

Cát ngồi thu mình dưới bóng dừa xanh thẫm, khuôn mặt nhòe nhoẹt trong nước mắt. Đôi mắt ai oán của dân tộc bị diệt vong đẹp não nùng khiến hai chàng trai cùng tên Khoa xông vào bất kể đám đông thô bạo. Kết thúc trận chiến là bọn trẻ bỏ chạy để lại một chàng áo rách tươm, một chàng bầm tím bên má và một cô gái yếu đuối co rúm người bên vệ đường.

Nhà em ở đâu, bọn anh sẽ đưa em về?

Ở cuối dòng sông Cái... Làng chài...

Bọn anh biết rồi.

Về nhà em sẽ vá áo cho anh và cha em đắp thuốc tan máu bầm trên mắt anh.

Con đường đất quanh co chạy dài theo dòng sông dẫn đến làng chài ở cuối sông đầu biển.

Nhà Cát xiêu vẹo với lưới chài giăng quanh nhà. Người đàn ông có làn da pha màu ráng chiều của biển và đôi mắt đau đáu u hoài như Cát. Hai chàng trai ngại ngùng dừng lại bên hàng rào phơi đầy cá biển. Cát thầm thì điều gì đó với cha, ông gật gù và vào trong nhà cầm chai nước có màu nâu thoa nhẹ vào vết bầm trên má chàng trai. Đau rát nhưng dễ chịu. Biển trưa thật im vắng, Cát ngồi bên thềm nắng dịu dàng với kim chỉ khâu lại chiếc áo rách.

Người đàn ông bê từ bếp ra một om đầy ghẹ xanh, nói gọn:

Ăn đi, ghẹ mới đi lưới sáng nay.

Hai chàng trai bụng đói cồn cào nên không một chút e ngại, chén sạch om ghẹ xanh. Một chàng mặc chiếc áo Cát vừa vá thật khéo rồi cả hai cúi chào người đàn ông và ra về.

Từ đó điểm gặp gỡ để đến trường của hai chàng trai tên Khoa và Cát là bến sông và điểm chia tay ra về sau giờ tan học cũng là bến sông. Cát đi giữa hai chàng vệ sĩ học hơn mình hai lớp, chẳng còn đứa trẻ nào léng phéng chạy theo chọc ghẹo, ném đá nữa. Con ma càng ngày càng xinh đẹp ở độ tuổi xuân thì. Họ đã đi qua con đường từ bến sông đến ngôi trường không biết bao mùa mưa nắng, để đến một ngày họ chợt nhận ra rằng họ đã lớn và phải đi xa hơn.

Hai chàng trai đã chọn cho mình một trường đại học ở hai hướng ngược nhau. Một chàng đi về phương nam đầy nắng ấm, một chàng đi ngược về miền trung với cuộc sống khắc nghiệt đầy bão lũ. Họ để lại cô gái Chăm có đôi mắt u uẩn ngóng chờ.

Không còn hai chàng trai vệ sĩ đi bên cạnh nhưng cũng chẳng có ai làm phiền nàng nữa.

Hình như bọn trẻ đã lớn lên và chán ngán trò đem nàng ra để chọc ghẹo. Nàng đi miên man dọc con đường từ cuối sông về biển để đến ngôi trường. Con đường bỗng thênh thang, quạnh quẽ.

Rồi một ngày Cát cũng bỏ luôn con đường đến trường. Cha nàng ốm nặng, không thể ra khơi, gia đình lâm vào túng bấn, bao nhiêu tiền vàng dành dụm được đổ hết vào thuốc thang cho cha. Vậy mà bệnh vẫn không hề thuyên giảm. Cha nói:

- Cát à, đừng lo cho cha nữa! Cha về với mẹ, chỉ thương con ở lại một mình...

Trong cơn đau cha nghiến răng chịu đựng không một tiếng rên la. Nhưng trong những cơn mê vô thức tiếng cha kêu lên bức bối như bị trói: Thả tôi ra! Thả tôi ra!

- Cha ơi, con đây.

Cha mở bừng mắt, cả người đầm đìa mồ hôi trong tiết thời se lạnh của tháng 10.

- Ai làm gì cha hở cha?

- Ừ!... Họ trói cha... bằng lưới... mắt cá nhìn cha đầy oán hận!

Cát à! Cha mất rồi, con bán thuyền, bán nhà xuôi về phố mà sinh sống nghe con.

Cát chỉ còn biết nghẹn ngào trong tiếng nấc: Cha ơi!...

Ngày cha mất, cả hai chàng trai tên Khoa đều trở về, họ đứng bên cạnh Cát và quán xuyến tất cả nghi lễ tang chay.

Những lúc Cát gục ngã, cả hai cùng dìu Cát đứng dậy.

Ngôi mộ cỏ nằm trong nghĩa trang làng chài đầy xương rồng và lau lách.

Rồi cả hai phải quay về trường học tiếp.

Cát xuôi về phố, xin vào bán hàng cho một cửa hàng lưu niệm ngay trên phố biển, đôi mắt hoang dại của nàng thu hút nhiều khách du lịch nước ngoài. Cát không quan tâm, nàng mong chờ mùa xuân và mùa hạ. Đó là những ngày mà hai chàng tên Khoa quay về ngồi cùng nàng bên bến sông lau. Họ cứ ngồi bên nhau, cả hai chàng trai đều muốn nói một điều gì thật sâu kín... Nhưng rồi cuối cùng không nói. Sợi dây vô hình ràng buộc họ thật bền chặt nhưng cũng thật mong manh. Họ không muốn mất nhau. Và họ đã giữ lại!

Cho đến ngày tốt nghiệp đại học ra trường, hai chàng trai cùng quay về phố biển, cũng là lúc Cát quyết định ra đi...

Andy Moxham, chàng trai đến từ bên kia bờ đại dương, mắt xanh biếc như biển, tóc vàng óng như nắng, chàng mê đắm vùng đất phương đông huyền bí như trẻ con mê thế giới cổ tích. Chàng đã chọn khoa Đông Phương học để nghiên cứu. Chàng mang ba lô lang thang khắp lăng tẩm chùa chiền ở kinh thành Huế, rồi ở lại hàng tháng trời ở thánh địa Mỹ Sơn Quảng Nam, tỉ mỉ soi rọi từng đường nét, hoa văn, phù điêu chạm khắc hình vũ nữ nhảy múa, tượng thần Shiva, Ganesha bằng đá, tượng nữ thần Uma, thần Bhama bằng đồng... Chàng như bị hút hồn vào những tháp Chàm đổ nát rêu phong ở Ninh Thuận, Phan Rang, Phan Rí... Đến khi dừng chân ở xứ sở Trầm Hương nhìn thấy Cát đứng trong quầy bán quà lưu niệm, chàng chếnh choáng ngỡ ngàng nhìn không chớp mắt, tưởng chừng như nàng Apsara thiên thần bước ra từ thế giới ngàn năm của đá. Mái tóc đen tuyền, sóng mũi thẳng tắp, vành môi rõ nét, ngón tay dài mềm mại, vóc dáng hình hài phiêu lãng và đôi mắt thăm thẳm...

Andy như một cứu cánh giúp Cát thoát ra khỏi ký ức bế tắc ở thành phố biển này và nàng quyết định đi theo Andy thật vội vàng như trốn chạy.

Buổi chiều mưa nhạt nhòa trên sông Lau, gió lạnh lùng đi qua những ghế bàn im vắng, Cát không dám nhìn thẳng vào mắt của hai chàng trai, cô cúi đầu nói thật nhỏ:

- Ngày mai em rời xa nơi đây rồi.

Chàng trai tên Khoa trở về từ phía nam hỏi nàng:

- Sao em quyết định nhanh vậy hở Cát? Bọn anh lo cho em lắm!

- Không sao đâu anh, Andy rất quý em, anh ấy là giảng viên của trường đại học Melbourne thuộc bang Victoria, Andy nói mỗi năm đều về Việt Nam để giảng dạy theo chương trình đào tạo liên kết, anh ấy sẽ đưa em về. Em sẽ có dịp về đây thăm hai anh mà.

Chàng trai trở về từ miền trung vẫn đau đáu âu lo:

- Cát nè, bọn anh vẫn luôn luôn cầu mong cho em bình yên, hạnh phúc, nhưng nếu như có điều gì đó bất an, trắc trở, em phải trở về, ở đây còn có bọn anh lo cho em.

Cát cười nhưng nước mắt ứa trên mi.

- Em biết mà, em chỉ còn có hai anh là người thân duy nhất của em trên cõi đời này.

Cát ra đi, thành phố vốn đã trầm lặng nay lại càng thêm cô tịch.

Mỗi chiều hai chàng trai vẫn ngồi bên bến sông, một chiếc ghế trống được đặt giữa. Họ vẫn nói rất ít và dường như là im lặng.

Cuộc sống vẫn trôi đi...

Rồi họ cũng có gia đình, vợ hiền và những đứa con ngoan. Chốn về của họ thật bình yên, họ là những người đàn ông thành đạt trong công việc và chuẩn mực trong gia đình.

Nhưng họ chẳng bao giờ rời bỏ bến sông, có lẽ ở đây họ đã có chung một ký ức. Thỉnh thoảng họ cùng đọc chung một bức thư của Cát gởi về.

Hằng ngày, Andy lái xe đến trường đại học, em quanh quẩn trong ngôi nhà nằm giữa thung lũng xanh ngát dưới chân núi, những đàn bò hiền lành gặm cỏ, thỉnh thoảng một vài chú Kangaroo phóng qua thật nhanh, loài chim khướu có bộ cánh nâu hạt dẻ như màu áo của người phụ nữ nông dân quê mình phát ra những thanh âm lạ lùng gần giống như tiếng người í ới gọi nhau. Trên đỉnh núi Alp từ New South Wales đến Victoria vào độ tháng sáu đến tháng chín tuyết phủ trắng xóa. Andy cũng nhiều lần lái xe đưa em lên núi vào mùa này để trượt tuyết. Em run cầm cập trong tuyết và nhớ nắng quê nhà... Em ước gì lúc đó có hai anh bên cạnh, mình sẽ đắp những quả núi tuyết, và có thể hai anh sẽ xây cho em cả tháp Ponagar bằng tuyết... Andy rất dịu dàng với em, anh ấy làm tất cả những việc nặng nhọc trong nhà, chỉ cho em làm những việc thật nhẹ nhàng... Nhưng em thấy buồn lắm hai anh à, em muốn có thật nhiều con, em muốn được chăm sóc trẻ, thích nhìn bọn nhóc chạy nhảy vui đùa trên cỏ... Andy thì không thích... Sau tết dương lịch Andy sẽ đưa em về vì anh ấy có chương trình giảng dạy liên kết giữa hai trường đại học. Em mong ngày về để gặp lại hai anh trai của em lắm, nhớ chờ em ở bến sông Lau nhé!...

Vậy mà Cát vĩnh viễn không quay về Bến sông nữa.

Chiếc máy bay định mệnh mang Cát và Andy đã mất hút trong lòng đại dương.

Hai người đàn ông tên Khoa vẫn ngồi bên dòng sông Lau vào mỗi chiều. Tóc họ bây giờ đã bạc trắng như hoa lau. Gió vẫn tiếp tục vẽ những bức tranh trên mặt sông, vẫn những đường nét lung linh của làng dừa, tháp chuông, mây trời... Họ vẫn im lặng ngồi bên nhau, chiếc ghế trống vẫn tồn tại giữa họ từ bao giờ. Cát đã theo gió bay đi nhưng dường như nàng vẫn mãi mãi ngồi bên họ. Cát không thể về với sông thì sông sẽ trôi ra biển để tìm gặp Cát.

Trần Thị Trúc Hạ

Câu Chuyện Buồn Của Chim Sẻ
LỮ QUỲNH

Thiếu nữ có đôi mắt lớn bướng bỉnh, thường nhìn thẳng vào mắt kẻ khác. Có lẽ đó là ấn tượng đầu tiên làm Vĩnh chú ý đến nàng. Và từ đó đã biến câu chuyện lẽ ra còn ngại ngùng vì lần gặp gỡ thứ nhất trở nên thân mật. Vĩnh nói:

- Tôi là Vĩnh. V.i.n.h… dấu ngã.

Chẳng hiểu sao Vĩnh nghĩ tên mình khó nghe, nên đã vừa cười vừa đánh vần. Thiếu nữ mở to mắt nhìn, vẻ ngạc nhiên thích thú. Một lát sau, nàng nói:

- Còn tôi, tôi không biết giới thiệu đâu.

Vĩnh cười:

- Ăn thua gì.

- Ủa, sao lại ăn thua gì?

- Ờ, thì tôi nói có hề gì.

Thiếu nữ mím môi, hai mắt mở lớn nhìn Vĩnh. Vĩnh không chịu thua cũng mở lớn mắt nhìn lại, đôi mắt mà chàng nghĩ hẳn phải xấu xí lắm lúc đó. Nhưng chỉ một chốc chàng cảm thấy mỏi phải nhìn xuống.

Buổi sáng lá thật xanh ngoài cửa sổ. Tiếng chim sẻ ríu rít ở đầu mái hiên làm Vĩnh nghe vui tai và cũng chợt nhận ra vóc dáng nhỏ nhắn của thiếu nữ.

- Ờ, có hề gì việc giới thiệu với không giới thiệu. Tôi biết tên cô bé rồi...

- Sao lại bé?

Thiếu nữ mở tròn mắt và chanh chua ngắt lời.

- Khó quá. Thì cô... Tôi biết tên cô rồi...

Thiếu nữ đưa mắt háy Vĩnh rồi xoay nghiêng người nhìn ra cửa sổ.

- Thế sao còn hỏi nữa?

- Tôi có hỏi gì đâu?

- Không hỏi sao cứ ăn thua gì với có hề gì mãi...

Giọng thiếu nữ kéo dài ra ở tiếng cuối, nũng nịu làm Vĩnh suýt bật cười. Vĩnh tần ngần, hơi nghĩ ngợi về thái độ nửa thơ ngây nửa có vẻ dễ dãi đó của nàng.

- Thôi, sao tự nhiên làm khó vậy Chim sẻ?

Hình ảnh chợt nhận ra lúc nãy làm Vĩnh thốt ngay cho thiếu nữ một tên gọi. Nhưng thiếu nữ đã làm bộ ngơ ngác nhìn quanh phòng:

- Anh hỏi ai vậy? Có ai nữa ở đây đâu? Chim sẻ... Gì lại hỏi Chim sẻ?

Vĩnh không thể dừng lại trước sự vờ vĩnh đó nữa, chàng tiến lên một bước. Nhưng vì họ đang đứng gần nhau, nên một bước của Vĩnh cũng đủ tầm cho hai bàn tay chàng đặt xuống đôi vai thiếu nữ, và bắt đầu cảm thấy hương tóc nàng trong hơi thở rộn ràng.

- Chim sẻ là tên của bé, à của cô đấy nghe rõ chưa?

Thiếu nữ bước lùi, vuột khỏi tay Vĩnh.

- Bộ tui nhỏ lắm hả? Anh cầm trong bàn tay cũng được sao?

Vĩnh cười, nhìn thiếu nữ:

- Chắc đi rồi.

Vĩnh chụm hai bàn tay vào nhau đưa ngang tầm mắt, giả bộ hé nhìn vào bên trong.

- Tưởng Chim sẻ không nằm trong này được sao? Thôi nói chuyện đàng hoàng đi...

- Không, không...

Thiếu nữ lắc đầu mím môi, vẫn ánh mắt làm ra vẻ giận hờn. Nhưng Vĩnh đã nghe được trái tim của nàng rồi.

- Chọc người ta quá vậy. Tôi phải về mách anh Tuấn tôi mới được.

Vĩnh ngồi xuống ghế, hai chân duỗi thẳng nhìn thiếu nữ khiêu khích.

- Anh Tuấn là ai vậy?

Thiếu nữ không trả lời thẳng:

- Tưởng ăn hiếp người ta được à. Còn có anh Tuấn, còn có mẹ nữa chứ.

- Còn ai nữa không?

Vĩnh nheo mắt hỏi.

- Chừng đó không đủ trị cái tội ăn hiếp người của anh sao?

Thiếu nữ đứng vòng tay bên tấm gương soi gắn ở tường. Gió ngoài vườn làm lay động chút ánh sáng trên nền áo tím thẫm nàng mặc. Vĩnh chợt nhớ ra điều gì vừa thoáng qua trước đó, nhưng chưa kịp nói thì tiếng thiếu nữ đã líu lo bên tai:

- Anh phải biết, mẹ dữ lắm a. Anh Tuấn ăn hiếp tôi, mà tôi mách mẹ còn phải sợ nữa là. Anh biết không để khỏi bị mẹ mắng, anh Tuấn thường hối lộ tôi đủ thứ, một cuốn tiểu thuyết Quỳnh Dao, một thỏi chocolat, hoặc một chầu ciné đấy nhé...

Vĩnh muốn hét lên tôi biết rồi khổ lắm, nói chuyện khác đi. Nhưng rồi chàng vẫn dịu dàng:

- Thôi Chim sẻ đừng giận nữa. Đừng mách với mẹ... Tôi sẽ đền cho em như anh Tuấn vậy...

Sự dịu dàng miễn cưỡng đó không ngờ lại làm Vĩnh xúc động, nhất là khi tiếng em được thốt ra và chàng thấy thiếu nữ vội cúi xuống vờ như không nghe thấy.

- Ai dại, chỉ đền như anh Tuấn thôi thì ai dại.

Vĩnh đứng dậy đi vòng sau lưng thiếu nữ.

- Còn dại với không dại nữa. Mắt Chim sẻ đẹp quá. Cho anh mắt đi.

Thiếu nữ quay người lại hốt hoảng, vẫn giả bộ hốt hoảng:

- Xin gì ghê thế. Mù chết. Cho anh mắt rồi chịu làm Lục Vân Tiên à.

Vĩnh đặt tay lên vai thiếu nữ, cúi xuống hôn lên đôi mắt đã nhắm lại. Một bàn tay thiếu nữ nắm chặt cánh tay chàng. Vĩnh cúi xuống thấp hơn và lần này chàng thoáng sững sờ khi môi chàng vừa đặt hờ trên môi thiếu nữ, chàng cảm thấy Chim sẻ bỗng tham lam và thành thạo lạ lùng làm Vĩnh thốt gọi:

- Chim sẻ.

Thiếu nữ giữ nguyên hai tay trên ngực chàng.

- Anh...

Nhưng rồi nàng im lặng. Vĩnh cũng im lặng.

Trước sự thản nhiên trống trải của người con trai, Chim sẻ bắt đầu hót:

- Sao lại hôn tôi? Anh Tuấn nói chỉ hôn khi người ta yêu nhau. Còn anh...

- Anh Tuấn mãi thế. Chim sẻ còn nhỏ lắm sao?

Vĩnh bắt đầu không vui, nhưng Chim sẻ không chú ý tới điều đó. Nàng đưa những đầu ngón tay lên sờ môi như muốn cầm nắm cái chứng tích của nụ hôn vừa rồi. Thiếu nữ dựa người vào ngực Vĩnh, cả khuôn mặt ngước lên mời gọi:

- Thấy môi em có khác đi không? Anh tàn nhẫn quá mà.

Nhưng Vĩnh đã bước lùi ngồi xuống ghế. Chàng cố nén sự bực mình đang căng ứ trong ngực. Xạo quá, em vẫn giả vờ ngây thơ hay là em khùng đây! Chàng muốn thét lên như thế, nhưng chàng sẽ không bao giờ thét lên như thế được. Chàng chỉ nói:

- Trời đã trưa rồi đấy, em về đi.

*

Ba ngày sau thiếu nữ trở lại tìm Vĩnh vào buổi sáng. Nàng mặc áo hoa lớn nhiều màu sặc sỡ. Vĩnh ngạc nhiên và phải mất mấy giây mới nhận ra thiếu nữ là Chim sẻ. Hai người cười với nhau và tuyệt nhiên không nói một lời nào. Sự im lặng không đến nỗi khó chịu ấy kéo dài được một lúc. Vĩnh đưa tay chỉ ghế mời thiếu nữ.

- Sáng nay nghỉ học à?

- Nghỉ.

- Sao nghỉ nhiều thế?

- Sao anh biết là nghỉ nhiều?

Vĩnh nhận thấy mình vô lý nên im lặng. Chim sẻ nói:

- Anh làm giùm bài tập này đi.

Vĩnh mở tròn mắt ngạc nhiên, đôi mắt xấu xí càng xấu xí hơn khi mở toác ra như lúc này đã làm thiếu nữ cười nắc nẻ.

- Gì mà mở tròn mắt ra vậy?

- Sao? Sao lại có chuyện làm giúp bài ở đây... hở?

Thiếu nữ ngừng cười nhưng nét vui hãy còn trên khóe môi.

- Thì làm giùm một bài thuyết trình đi. Về cái gì cũng được...

Ngày mai Chim sẻ đến lấy.

Vĩnh thở ra:

- Trời đất ơi, hết người để nhờ làm bài hay sao mà mang tới cho thằng lính đã bỏ trường, bỏ lớp mười năm nay rồi hở?

Chim sẻ cười hất tung cả mái tóc ra trước ngực.

- Anh là chúa xạo rồi. Nhưng anh vẫn thua xa anh Tuấn. Anh Tuấn cái gì cũng hơn anh hết. Anh Tuấn đi lính dữ nguy hiểm lắm, nhưng theo lời anh kể thì thật thơ mộng.

Lại anh Tuấn. Lại điệp khúc gia đình em... Vĩnh nghĩ trong đầu trong khi thiếu nữ say sưa nói:

- Mẹ chỉ có một mình anh Tuấn với em thôi. Còn ba thì đi mua đồ chơi cho hai đứa tận Sài Gòn nhưng có lẽ vì ông chọn quà kỹ quá, nên mãi tới nay vẫn chưa về. Chờ tới dài cổ, đã mười tám năm...

Vĩnh sững sờ nhìn thiếu nữ cười, hai mắt óng ánh lệ làm khuôn mặt bỗng nhiên xa lạ khác thường. Vĩnh ái ngại cầm tay nàng:

- Đừng đùa nữa Chim sẻ. Hôm nào Tuấn về, Chim sẻ giới thiệu với anh đi. Ngày mai anh đi hành quân lại rồi.

Tia nhìn của Chim sẻ đậu lại một giây trong mắt chàng. Vĩnh nói tiếp:

- Biết đâu anh lại gặp Tuấn mà không biết.

Thiếu nữ cúi xuống, giọng nói chùng đi:

- Hành quân tận trên đó lận sao? Mà Cao nguyên là chỗ nào chứ? Anh nói để Chim sẻ còn lật bản đồ tìm ra.

- Em làm sao mà tìm ra được, những địa danh Thượng mịt mùng bí hiểm...

Không khí bỗng dưng thay đổi hẳn. Vĩnh cảm thấy sự im lặng đã vượt quá giới hạn cần có của nó trong câu chuyện thường ngày.

- Mỗi lần anh Tuấn đi hành quân là mỗi lần mẹ giấu nước mắt và em chẳng học hành gì được cả. Tại sao thế nhỉ? Tại sao phải thế nhỉ?

Tiếng thiếu nữ lạc hẳn như không còn là tiếng nói của nàng.

Vĩnh kéo thiếu nữ đứng sát mình ở cạnh cửa sổ.

- Chim sẻ thắc mắc đấy à. Sao Chim sẻ thích nhắc tới anh Tuấn lắm thế?

- Bộ anh không thích nghe về anh Tuấn sao? Chim sẻ dọa anh nên bảo anh Tuấn dữ dằn thế đấy, chứ thật ra anh ấy hiền lắm. Tuấn chưa có vợ nhưng có người yêu rồi. Anh hay kể về chị ấy với em. Khi yêu người ta hay kể về người mình yêu phải không anh?

Nắng buổi mai lên cao, vàng rực trên mặt đất và xanh thẳm trên ngọn cây. Vĩnh nhìn vu vơ ra khu vườn, tự nhiên nghe tâm hồn có những cảm xúc lạ, buồn như chưa bao giờ buồn đến thế. Nhưng giọng chàng vẫn đùa cợt:

- Anh không biết Chim sẻ à. Phải đợi đến khi anh biết yêu đã.

- Thế anh chưa biết yêu sao?

Giọng thiếu nữ mềm như hơi thở. Vĩnh đáp gọn:

- Chưa.

Thiếu nữ dựa hẳn người vào ngực Vĩnh. Những sợi tóc dài bay vướng qua cổ cho chàng cảm giác dễ chịu. Thiếu nữ ngẩng mặt lên trong khi Vĩnh cúi xuống. Chàng thấy bóng mình chao đi trong mắt thiếu nữ.

- Vĩnh...

Tiếng gọi thều thào sau những sợi tóc phiêu bồng. Vĩnh đứng

im. Chàng vừa nghe tiếng hót líu lo của cả một đàn chim ở cuối mái hiên. Thiếu nữ với giọng mềm nhũn:

- Anh...

Nhưng một lần nữa, câu nói ngập ngừng rồi bỏ ngang. Vĩnh nhìn đôi môi thiếu nữ run rẩy. Chàng hiểu nàng muốn nói gì rồi. Vĩnh thấy nàng tội nghiệp cùng lúc với nỗi trống trải tràn ngập tâm hồn.

Chàng nói:

- Không được Chim sẻ à. Anh Tuấn của em nói đúng đấy, đừng hôn anh, anh không phải người Chim sẻ...

Những giọt nước mắt chạy quanh mi thiếu nữ:

- Em biết.

- Hãy coi anh như Tuấn vậy.

Vĩnh chỉ nói được thế rồi im lặng. Thiếu nữ bỏ chàng đến đứng tựa hai khuỷu tay xuống thành cửa sổ.

- Ngày mai anh đi, bao giờ mới về lại?

Thiếu nữ không quay lui hỏi chàng. Giọng nàng làm Vĩnh nghĩ ngay tới một câu cải lương để mỉm cười, rồi nghĩ tới một câu hát thời trang để biết nụ cười của mình đã tắt. Thời của bây giờ là thế đó.

- Một tháng sau, hai tháng sau. Khi nào có dịp tạt qua đây em sẽ biết ngày anh trở về.

Thiếu nữ đứng dậy nhìn Vĩnh thật buồn bã rồi nhẹ nhàng bước ra cửa. Vĩnh không tiễn chân cũng không nhìn theo. Ánh mắt chàng lửng lơ trên trần nhà. Chàng đang nghĩ đến thái độ của Chim sẻ và mơ hồ hiểu nàng, hiểu về người mẹ, người anh tên Tuấn. Hiểu cả những gì mà Chim sẻ đã làm chàng không nghĩ tốt về nàng trong những lần gặp trước.

*

Anh Vĩnh,

Bằng tất cả sự chân thành, xin anh cho em được trả lại cái tên Chim sẻ của anh. Bởi Chim sẻ không bao giờ là em, không bao giờ là một Nguyễn Thị Lệ cả. Tên của em, Lệ hay Nước mắt thì cũng thế. Sau này, trong mấy tháng gần đây bọn bạn gà chết đã gọi em là Ánh Lệ.

Sự thêm một tiếng trước tên mình, đôi khi làm rõ cái nhân cách của mình phải không anh? May mà em còn đủ can đảm để giữ lại tên cha mẹ đặt. Nếu không em cũng như bọn nó có một cái tên mới. Phải thật mới để nếu được có thể dứt bỏ cả quá khứ, phải làm khác đi khuôn mặt đời sống của mình.

Em mồ côi cha từ năm hai tuổi. Những buổi tối nhìn lũ trẻ hàng xóm quây quần bên mâm cơm với đầy đủ mẹ cha, anh em dưới ánh đèn ấm cúng, em thường chạnh lòng hỏi mẹ rằng sao con không có cha như lũ trẻ nọ, để nghe mẹ trả lời: Ba con đi sắm đồ chơi cho con và Tuấn tận Sài Gòn và con muốn ba chóng về thì đừng bao giờ hỏi mẹ như thế nữa. Câu trả lời của mẹ lặp lại nhiều lần như điệp khúc. Em không hỏi nữa, nhưng em đã chờ đợi trong im lặng cho đến khi trí khôn đã nhận ra lời nói dối của mẹ. Ba chết từ lâu rồi. Em nghe đâu ba đã chết trong cuộc kháng chiến chống Pháp từ nhiều năm trước ngày đình chiến. Em sống hẩm hiu bên cạnh mẹ và anh Tuấn trong ngôi nhà thừa tự ở làng. Đời sống tuy có khốn khổ nhưng thật êm đềm, mặc dầu chiến tranh vẫn âm ỉ đâu đó. Mẹ thường nhìn chúng em mà tự hỏi, không biết đến đời thằng Tuấn con Lệ có còn chiến tranh không? Trong mắt mẹ, em biết mẹ tin rằng rồi chiến tranh sẽ hết và không còn tái diễn nữa. Có lẽ bởi mẹ thấy anh Tuấn còn bé quá, mắt trong veo và tâm hồn ngơ ngác như nai rừng. Hay mẹ hy vọng qua thời gian con người chán chém giết, sẽ ghê mùi tanh của máu, mùi khét của đạn lửa, để sớm nhận ra chiến tranh là tội ác xấu xa nhất, không thể có trong một nhân loại tiến bộ. Nhưng hy vọng đó đã tắt sớm trong mẹ.

Chiến tranh tái diễn trên cùng dải đất từng bị cày xới bởi đạn bom trước đó chưa phai tàn dấu tích. Lương tâm nhân loại không những tiến bộ như mẹ mong, mà còn sa đọa thê thảm bởi cuộc chiến tranh hôm nay còn tàn khốc gấp trăm lần trong quá khứ.

Anh Tuấn bị gọi đi lính năm hai mươi tuổi sau khi thi hỏng vào đại học. Ngày anh gần ra trường thì vùng em ở bị chiến tranh liếm tới. Em và mẹ giữ mình từng phút trong khi chiến cuộc vồ dập triền miên. Một buổi sáng trời trong, em đang lang thang ngoài rẫy bắp thì hàng chục máy bay đến oanh tạc khu vực. Em nhớ hình ảnh cuối cùng về mẹ... Trời ơi, kinh khủng vô cùng, em làm sao có thể viết ra đây với anh. Bom nổ, lửa cháy chung quanh. Em nằm dí dưới một rãnh đất, em nhớ mẹ trước đó trải chiếu nằm ở thềm ngôi nhà thừa tự. Mẹ đã đau đớn ra sao khi lửa táp vào người, khi đồng sắt trộn lẫn với thịt xương mẹ, nhất là với những điều mẹ muốn nói với con của mẹ lúc đó nhưng chẳng bao giờ còn thốt lên được nữa. Khi cuộc oanh tạc ngưng, em chạy trở về được thì ngôi nhà đã đổ nát và mẹ cháy cong queo trong ngói gạch vụn. Em la khóc, em điên cuồng, em muốn chết để không còn ý thức được gì hết. Sự đau đớn làm tất cả giác quan em tê liệt. Nhưng rồi nước mắt cũng vơi, nỗi khổ cũng phai dần. Em bỏ làng lên tỉnh ở trọ nhà người chú tiếp tục đi học, nhưng em biết rằng em chẳng còn học hành gì được nữa. Em đi lang thang suốt ngày. Em tập uống bia, hút thuốc lá. Anh Tuấn được tin mẹ chết buồn rầu ngày ra trường chọn đi biệt kích. Thỉnh thoảng được về phép, anh cũng dẫn em đi lang thang suốt ngày. Em biết anh buồn lắm vì việc em bỏ học và đang tập tành những thói hư. Nhưng anh chẳng nói gì, anh có vẻ bất cần đời. Trong vẻ im lặng của anh em biết còn có sự chịu đựng nữa.

Anh Vĩnh ơi, em không biết tới bây giờ thì cuộc hành quân của anh đã chấm dứt chưa? Mà dù anh có đã trở về thì em cũng không thể nào tìm lại thăm anh nữa. Rồi anh sẽ hiểu mà tha thứ cho em. Rồi anh sẽ hiểu để thấy em, đứa con gái bất bình thường với cuộc đời bệnh hoạn, không bao giờ còn xứng đáng đứng trước anh. Em cũng mong anh hiểu mà tha thứ cho em về những điều em đã nói dối với anh. Những điều em kể về người mẹ, về người anh tên Tuấn... Thật ra thì họ không còn nữa. Xin anh hãy thật lòng tha thứ cho em. Và điều ước mơ duy nhất của em, là được anh quên em, quên hết, quên sạch. Dù cho đó với em là những kỷ niệm quý báu nhất một đời người. Em cầu nguyện cho anh mãi là người trở về. Bởi chỉ có kẻ trở về mới đáng kể, nhất là lần trở về ngay sau khi tiếng súng ngừng hẳn phải không anh?

Lữ Quỳnh

cả đời yếu rượu thành hiền
yêu em có bắt buộc ghiền rượu không
và làm thơ cạn-như-sông
có cần ủ rượu để lòng ngâm em ?
luân hoán

Chính Sách Ngoại Thương Của Chúa Nguyễn
CHÂU YẾN LOAN

Châu ấn thuyền
(http://www1.ocn.ne.jp/~kobakan/contents/vietnam_hoian.html#chap0)

Từ đời Lý nước ta đã có chính sách ngoại thương. Năm Kỷ Tỵ (1149), thuyền buôn các nước Trảo Oa, Lộ Lạc, Xiêm La vào Hải Đông xin ở lại buôn bán, vua Lý Anh Tôn cho lập trang ở nơi hải đảo gọi là Vân Đồn tập trung thuyền buôn của các nước ngoài để mua bán hàng hóa quý, dâng tiến sản vật địa phương và nhất là để dễ dàng quản lý.

Nhưng người quyết tâm đẩy mạnh nền ngoại thương của nước ta một cách tích cực, năng nổ và có chính sách không ai đi trước Nguyễn Hoàng. "Chúa không đóng cửa trước một quốc gia nào, ngài để cho tự do và mở cửa cho tất cả người ngoại quốc". Chính vị chúa khai cơ của Đàng Trong đã biến Hội An thành trung tâm thương mại lớn nhất Việt Nam và có tầm cỡ ở vùng Đông Nam Á, đủ khả năng tranh thương với các nước lân bang.

Li Tana trong tác phẩm "Xứ Đàng Trong" đã đưa ra những tư liệu so sánh để xác nhận vào đầu thế kỷ XVII nền ngoại thương của Đàng Trong đã có sự phát triển vượt bậc: "Trong Rekidai Hōan (Lịch Đại Pháp Ấn), một sưu tập các văn kiện và thư từ trao đổi giữa Ryukyu và các nước châu Á, hầu như không có đoạn nào nói về sự tiếp xúc giữa Ryukyu và Việt Nam trong thế kỷ XV. Chỉ có hai vùng tại châu Á là không có buôn bán với Ryukyu. Việt Nam là một (vùng thứ hai là Luzon). Trong khi đó, Xiêm và Malacca được thường xuyên nhắc đến trong tư liệu này…

Nhưng nếu so sánh Rekidai Hōan (Lịch Đại Pháp Ấn) về các thế kỷ XV và XVI với Kai- hentai (Hoa Di Biến Thái) về các thế kỷ XVII và XVIII, chúng ta sẽ thấy ngay có một sự phát triển đáng làm ta kinh ngạc: số thương thuyền đến buôn bán với Đàng Trong vào đầu thế kỷ XVII đã vượt xa số thương thuyền tới buôn bán với Xiêm và Cao Miên. Vương quốc của họ Nguyễn được đặt ở đầu danh sách các nước ở lục địa Đông Nam châu Á có quan hệ thương mại với Nhật Bản (Xứ Đàng Trong, Lịch sử Kinh tế- Xã hội Việt Nam thế kỷ 17 và 18, Li Tana, Bản dịch của Nguyễn Nghị, nxb Trẻ 1999, tr 84, 85).

Năm 1600 có thể xem là bước ngoặt của nền ngoại thương của Đàng Trong.

Trước đó, việc buôn bán còn nằm trong tay người dân, chính quyền chưa quan tâm mấy. Đàng Trong buôn bán chủ yếu với người Bồ ở Macao từ thập niên 1550 và với Châu Ấn thuyền (shuin-sen) từ Nhật Bản vào năm 1592. Những mặt hàng trao đổi chính trong thập niên 1590 có thể là chì, kali-nitrat và cảng Đàng Trong hoạt động như một thứ kho hàng, hay nơi tập trung và phân phối hàng hóa.

Nhưng sau khi Nguyễn Hoàng dứt khoát từ bỏ đất Bắc trở về Thuận Hóa vào năm 1600, ông mới quyết định đẩy mạnh nền ngoại thương. Lúc bấy giờ, lực lượng của Đàng Trong còn yếu, lại lo sợ chúa Trịnh đem quân xâm lấn nên Nguyễn Hoàng phải tìm giải pháp để Đàng Trong có thể đương đầu nổi với một lực lượng mạnh hơn gấp nhiều lần. Việc buôn bán với Nhật Bản đã hé mở cho Nguyễn Hoàng niềm hy vọng ở tương lai. Chỉ trong vòng 6 năm, Nguyễn Hoàng đã gửi cho chính quyền Tokugawa 8 bức thư và nhận lại của chính quyền này 6 bức thư để trao đổi các vấn đề về thương mại.

Năm 1601 Nguyễn Hoàng gửi cho vị tướng quân Tokugawa thứ nhất, Ieyasu, một bức thư. Nội dung của bức thư này đại ý như sau:

"Tôi, An Nam Quốc Thiên Hạ Thống Binh Đô Nguyên Soái Thụy Quốc Công đến nay thỉnh thoảng nhận được hảo ý của Gia Khang Công, lần trước phái Bạch Tân Hiển Quý đến đây giao dịch, thông qua thương nghiệp để nối tình hữu nghị giữa hai nước. Lúc trước "Đô đương" tiền nhiệm đã gửi thư lại và nhận được thư trả lời. Lần này, tôi được phong làm Đô thống Nguyên Soái, vẫn muốn có thông thương giữa hai nước như từ trước đến nay. Tháng tư mấy năm trước (1599), thuyền của Hiển Quý, lúc ghé vào Thuận Hóa không may gặp bão, thuyền bị hư hại và không có nơi nương tựa. Lúc đó quan Đại Đô đương ở Thuận Hóa chẳng biết Hiển Quý là thương gia tốt nên đánh nhau với thuyền viên, chẳng may mà bị chết. Vì thế các tướng quân đã cử binh với mục đích giết Hiển Quý trả thù. Lúc đó tôi ở Đông Kinh khi nghe tin tức này, rất lấy làm đáng tiếc. Năm ngoái, nhờ thiên mệnh, tôi lại được về Thuận Hóa, và đã gặp Hiển Quý còn ở lại đây. Đương nhiên tôi muốn cho phép Hiển Quý kéo buồm lại Nhật Bản, nhưng vì thời tiết không tốt nên đã hoãn đến ngày hôm nay. Thật may mắn, thương thuyền Nhật Bản lại đến đây, Hiển Quý lại hiểu cho vì sao gây nên nông nỗi trên. Tôi không sung sướng sao được. Ở đây, xin ngài hiểu cho tâm tình của tôi, bỏ qua những việc đã xảy ra. Nếu được vậy, tôi rất cám ơn ngài. Tiện đây tôi xin gửi đến cấp trên ngài một bức thư và xin ngài vui lòng chuyển cho.

Ngày 5, tháng 5, năm thứ 2 Hoằng Định (1601)"

Và Đức Xuyên Gia Khang đã gửi thư trả lời khẳng định tội giết người của Hiển Quý đáng bị trừng trị và ghi nhận lòng nhân ái của chúa Tiên. Nội dung bức thư đại ý như sau:

"Nguyên Gia Khang của Nhật Bản quốc thân gửi An Nam quốc

Đại Đô Thống Thụy Quốc Công. Tôi đã nhận được thư của ngài và đọc nhiều lần. Thuyền xứ tôi, xuất buồm từ Nagasaki (Trường Kỳ) đến quý quốc, gặp bão bị hư tổn mà trong các thuyền viên Nhật Bản lại có kẻ giết người như thế, thì quan của quý quốc phải trừng trị hành động ấy. Việc ngài đã đối xử dễ dãi với họ như thế, thể hiện lòng từ ái sâu xa. Những vật hiếm từ quý quốc, tôi đã nhận đủ như mục lục mà ngài đã ghi. Những phẩm vật từ viễn quốc, tôi rất ít khi được thấy nên cảm thấy rất quý. Bây giờ Nhật Bản chúng tôi tứ phương vô sự, mọi nơi đều thái bình. Thương gia Nhật Bản khi vượt biển đi buôn bán xa xôi, không được vi phạm chính trị ở những quốc gia đi đến. Vì tôi suy nghĩ như thế nên xin ngài yên tâm".

Ông còn thông báo với chúa Nguyễn về các Châu Ấn thuyền: "Thương thuyền của quốc gia chúng tôi, khi đến quý quốc đều mang theo văn thư có áp dấu Châu Ấn. Đây là bằng chứng mà tôi đã công nhận là thương thuyền. Thương thuyền nào không mang thư Châu Ấn thì không nên cho thông thương. Tôi muốn gửi một ít vũ khí của nước tôi. Đây cũng giống như vật nhỏ mọn từ phương xa ngàn dặm xin gửi đến, xin ngài bảo trọng." (Đô thị cổ Hội An, nxb Khoa Học Xã Hội Hà Nội 1991, tr 171, 172)

Từ đó hai bên bắt đầu buôn bán với nhau một cách đều đặn. Từ 1601 đến 1606 hàng năm Nguyễn Hoàng và Tokugawa đều có trao đổi thư từ với nhau.

Năm 1611 Nguyễn Hoàng đã gởi cho Katō Kiyomasa một bức thư bày tỏ sự nồng nhiệt của chúa trong việc buôn bán với Nhật Bản: Có một chiếc tàu của Nhật đi Xiêm bị bão đánh dạt vào Đàng Trong, chúa đã giữ lại và đề nghị với Nhật: "Tôi nghe nói là Xiêm đang lộn xộn và tôi không thể chấp nhận để chiếc tàu này gặp rắc rối, do đó tôi đã mời họ ở lại đây buôn bán và tôi đã đối xử với họ một cách chân thành. Và bởi vì lúc này tàu chuẩn bị rời bến, tôi xin gửi tới ngài một số tặng phẩm nhỏ. Nếu ngài cảm thấy có ý thiên về chúng tôi, xin ngài cho tàu trở lại xứ chúng tôi năm sau". (Xứ Đàng Trong, Lịch sử Kinh tế - Xã hội Việt Nam thế kỷ 17 và 18, Li Tana, Bản dịch của Nguyễn Nghị, nxb Trẻ 1999, tr 93)

Để thắt chặt hơn nữa mối giao thương giữa Đàng Trong và Nhật Bản, Nguyễn Hoàng đã nhận Hunamoto Yabeije, một thương gia và cũng là phái viên đầu tiên của chính quyền Tokugawa, tới Đàng Trong, làm con nuôi.

Ông còn củng cố mối quan hệ này bằng cách gởi cho chính phủ Nhật Bản hai lá thư báo tin ông đã nhận Hunamoto làm con nuôi và yêu cầu chính phủ Nhật Bản gởi ông này trở lại Đàng Trong một lần nữa cùng với tàu của ông". (Xứ Đàng Trong, Lịch sử Kinh tế - Xã hội Việt Nam thế kỷ 17 và 18, Li Tana, Bản dịch của Nguyễn Nghị, nxb Trẻ 1999, tr 93, 94)

Người thừa kế và thực hiện chính sách ngoại thương của Nguyễn Hoàng một cách xuất sắc là Nguyễn Phúc Nguyên. Ông đã từng làm Trấn thủ Dinh Quảng Nam ngay từ khi mới thiết lập năm 1602, rồi nối ngôi chúa năm 1613 đến năm 1635 thì truyền lại cho con là Nguyễn Phúc Lan.

Nguyễn Phúc Nguyên còn đẩy mối quan hệ với người Nhật đi xa hơn chúa Tiên, năm 1619 ông gả con gái nuôi cho một thương gia Nhật tên là Araki Sotaro. Người con rể này lấy tên Việt Nam và trở thành hoàng thân của Đàng Trong. Sự việc này sử Triều Nguyễn không ghi lại, nhưng Nagasaki Shi (Trường Kỳ Sử), một cuốn sách xuất bản tại Nhật vào thế kỷ XVIII có ghi lại chuyện này, nói rằng có một bản giá thú bằng một loại giấy rất đẹp. (Xứ Đàng Trong, Lịch sử Kinh tế - Xã hội Việt Nam thế kỷ 17 và 18, Li Tana, Bản dịch của Nguyễn Nghị, nxb Trẻ 1999, chú thích 21, tr 94)

Bảng tiểu sử ông Araki Sotaro và vị công nương Việt Nam
do thành phố Nagasaki dựng lên.

Sotaro âm là Hoang Mộc Tông Thái Lang. Dòng họ này rất giàu có và đã sang Hội An rất sớm, bằng cớ còn lưu lại là một bức thư ngắn, bằng chữ Nôm gởi cho chúa Nguyễn. Hoang Mộc Tông Thái Lang là chủ một chiếc tàu riêng. Ông cư trú tại đây làm ăn và tạo nhiều cảm tình mật thiết với chúa Nguyễn Phúc Nguyên. Ông được chúa Nguyễn tin cậy, giao cho nhiều trọng trách ở Hội An. Vào năm 1619, chúa Sãi lập cho ông một tờ thư xác nhận ông đã tự nguyện ở dưới gối (làm chức quan trung thành với chúa). Sau đó chúa cho ông lấy họ Nguyễn tên Thái Lang, cự danh Hiển Hùng. Chúa cũng mưu sự giao thông lâu dài, tốt đẹp với Nhật Bản nên gả con gái nuôi cho ông.

Vì có lệnh gọi người Nhật về Trường Kỳ thời cấm đạo gắt gao (đạo Thiên Chúa), hai vợ chồng phải về Nhật và ở lại luôn bên ấy. Bà công nữ này đã chết ở bên Nhật, thờ tại đền Daionji ở Trường Kỳ. Tên Nhật của bà là Anio, con gái là Yasu. Người Nhật hiện nay còn mến mộ bà, hay kể chuyện về truyền thuyết của bà.

Nguyễn Phúc Nguyên cũng nhận một thương gia người Nhật tên là Toba làm con nuôi.

Các quan hệ có tính cách cá nhân này đã hướng tàu bè của Nhật tới Đàng Trong. Trong số 84 Châu Ấn thuyền được phái đến An Nam và Đàng Trong từ 1604 đến 1635, có đến 17 chiếc do Araki và Hunamoto cầm đầu.

Vào thời này chúa và một số quan chức cũng đích thân lao vào công việc buôn bán. Trong một bức thư Nguyễn Phúc Nguyên gởi cho Toba vào năm 1634, chúa yêu cầu Toba mang theo 1.000 lạng bạc để mua hàng (chủ yếu là các mặt hàng xa xỉ, như "50 cái bát nửa bằng vàng, nửa bằng bạc, 50 cái đĩa cũng thuộc loại này"). Rồi vào năm 1635, ông còn gởi cho Toba 300 lạng tơ thô (11.340 gr) và nhờ Toba mua hàng ở Nhật cho ông theo giá trị của số tơ này. Vào tháng 11 năm 1633, Joost Schouten báo cáo với Hendrik Brouwer, viên Toàn quyền miền Đông Ấn Độ, rằng đầu tháng đó có ba chiếc thuyền mành của Nhật đã từ Đàng Trong đến buôn bán ở Ayutthaya, trong đó có một chiếc "do nhà vua và một số viên chức cấp cao của Đàng Trong phái đi với ý định đầu tư vào việc buôn bán da đanh". Dagh-register Gehouden int Casteel Batavia Vant cũng nói rằng vào năm 1634 có ba chiếc thuyền mành của Nhật từ Cochinchina tới Xiêm trong đó có một chiếc do nhà vua phái đi mong bán được hàng cho người "Moor" hoặc người Trung Hoa (Xứ Đàng Trong, Lịch sử Kinh tế - Xã hội Việt Nam thế kỷ 17 và 18, Li Tana, Bản dịch của Nguyễn Nghị, nxb Trẻ 1999, tr 94, 95).

Các chúa Nguyễn đã áp dụng một chính sách ngoại thương thông thoáng và chủ trương không đóng cửa trước một quốc gia nào, chúa để cho tự do và mở cửa cho tất cả người ngoại quốc vào Hội An buôn bán, nhờ thế Hội An càng ngày càng thịnh vượng. Thương cảng Hội An trở thành thương cảng chính không chỉ của Đàng Trong mà của toàn khu vực Đông Nam Á.

Châu Yến Loan

lâu năm Tết chẳng ai thăm
thường cho thực phẩm viếng lòng làm vui
năm nay càng đậm ngậm ngùi
cháu con cũng ngại tới lui chúc mừng
thuốc độc mà vẫn ngóng chừng
mong tiêm để bước lừng khừng bớt lo
du xuân chuyển qua nằm co
lăm le cây bút giả đò làm thơ

luân hoán

Khái Quát Báo Chí Việt Ngữ Tại Little Saigon
VƯƠNG TRÙNG DƯƠNG

Tại Nam California có Little Saigon được xem như *"thủ đô tị nạn"* của cộng đồng người Việt ở Hoa Kỳ. Đây cũng là cái nôi của làng báo Việt ngữ ở hải ngoại. Danh xưng Little Saigon có từ năm 1988 ở thành phố Westminster (trong đó có Midway City) và vài con đường lân cận của thành phố Garden Grove và Santa Ana. Không có bản đồ phân định khu vực Little Saigon mà chỉ có ý niệm tổng quát theo danh xưng. Trước đây, tôi email liên lạc với các thân hữu ở Úc, Âu Châu, trong nước để nhận sách báo, tuy có địa chỉ ở TP Westminster nhưng họ không rõ nơi chốn nào ở California nhưng kèm theo Little Saigon thì hình dung được.

Từ miền Đông Hoa Kỳ, tôi về định cư tại Little Saigon trong dịp Thanksgiving và sinh hoạt trong làng báo Việt ngữ nơi này.

Nếu đề cập đến báo chí Việt ngữ ở Little Saigon hơn 4 thập niên qua, phải viết nhiều trang, và theo yêu cầu của bạn văn Việt Hải chỉ tóm tắt vài trang cho tuyển tập thực hiện tại Pháp nên chỉ tóm lược khái quát.

Báo chí ở Little Saigon trải qua 3 giai đoạn về in ấn:

- Giai đoạn đầu phải công nhận những người dấn thân vào nghề này sự nhiệt tình và đam mê để quảng bá tiếng nói trong cộng đồng người Việt mới định cư. Đây là giai đoạn lạc hậu và nhiêu khê. Gõ trên máy chữ, in ra và đánh dấu, cắt từng trang, dán lại rồi in qua serox copy, có báo in trên máy công nghệ cũ, hình như loại AB Dipks của Đức (nay đã bị phế thải), chụp phim, làm bản kẽm...

- Giai đoạn thứ hai vào cuối thập niên 80, dùng tiếng Việt trên máy điện toán hệ Windows 95, 98, NT... với Program Việtkey và Program VNI trên diskette nhưng cũng là thời kỳ dùng dao, kéo theo các khổ báo magazine, tabloid, standard (nhật báo) thời điểm có nhà in Westminster Press (WP). Sử dụng Microsoft Word để chia cột hay sử dụng các software CorelDraw, Quark Xpress... nhưng tiện dụng nhất là PageMaker 6.5 và 7.0 (dùng font VNI mới layout được) và cắt dán theo khổ báo và hình thức in tân tiến hơn giai đoạn thứ nhất. Các tờ báo giấy láng in màu thường sử dụng Software Photoshop... và hầu hết các bìa báo, giấy cứng full color, in offset 4 màu ở nhà in Mê Kông trên đường First, TP Santa Ana, mang sang WP đóng thành báo.

- Giai đoạn 3 với thời kỳ tân tiến, ngoài các Softwares trên, ra đời Software InDesign, rất tiện dụng và layout trên font unicode hay VNI, hình ảnh đẹp. Khi layout xong, chuyển sang PDF, gởi thẳng cho nhà in. Nhật báo Người Việt, Viễn Đông, tuần báo Việt Tide..., tờ Cali Weekly của tôi năm 2005 cũng chuyển cho nhà in ở Los Angeles, vừa rẻ hơn Westminster Press và được chở đến tận nơi.

Sau Software Tân Kỳ 4.0, 4.2, ra đời VNI Tân Việt 2000, nhu liệu giải pháp tiếng Việt mới nhất của công ty VNI rất hữu ích cho các tờ báo, có Software Thầy Cò giúp sửa chữa về lỗi chính tả trong Microsoft Word và Việt Nam Tân Từ Điển, đây nguyên là cuốn Việt Nam Tự Điển của Lê Văn Đức và Lê Ngọc Trụ do nhà Khai Trí xuất bản trước năm 1975 tại Sài Gòn.

Hiện tại thì Microsoft Word hoán chuyển font Unicode sang

VNI hay ngược lại rất tiện nên không cần dùng các Software trên các trang web.

Dẫn chứng những giai đoạn trên để hiểu sự hình thành các tờ báo lâu năm còn đến bây giờ trải qua quá trình cam go.

1.- Nhật báo

Người Việt, Viễn Đông, Việt Báo (nay chỉ còn 2 số cuối tuần), Việt Herald (1999-2000), Saigon Nhỏ - The Little Saigon News (2000-2015), Việt Mỹ Newspaper (năm 2014, 3 số mỗi tuần) và Văn Hóa online…

2.- Tuần Báo

Số lượng tuần báo rất nhiều, điều thuận lợi vì có nhà in Westminster Press (trước kia ở đường Moran, TP Westminster, sau dời về ở đường First, TP Santa Anna), ghi nhận theo thứ tự Alphabet:

Bolsa Post, Cali Weekly, Chí Linh, Con Cò, Công Luận, Diễm, Đất Nước, Đông Phương, Khỏe Đẹp, Mai, Mới, Rạng Đông, Saigon Mới, Saigon Post, Sống, Thằng Mõ Nam Cali, Thời Báo, Thế Giới Nghệ Sĩ, Tiếng Chuông, Tình Thương, Trẻ, Việt Mỹ, Việt Nam Tự Do, Việt Press, Việt Tide, VietStream, Việt Weekly, Vui… Kể từ tháng Ba năm 2020 vì dịch Covid-19, nhiều cơ sở thương mại bị đóng cửa nên số lượng tuần báo phát hành chỉ đếm trên các đầu ngón tay!

(Ghi chú thêm: Ở Los Angeles có tuần báo Saigon Times lâu đời nhất với một chủ nhân vẫn lưu hành cho đến nay, Thời Luận từ tuần báo, chuyển sang bán tuần báo, nay không còn. Tuần báo Saigon Nhỏ qua hai đời chủ nhân, với 15 ấn bản, phát hành khắp Hoa Kỳ)

3.- Bán Nguyệt San & Nguyệt San

Thời Vận, Việt Express, Khởi Hành, Hồn Việt, Người Dân, Thế Giới Nghệ Thuật, Tiểu Thuyết Thứ Bảy, Văn Hóa, Nàng Magazine… (không đề cập đến các nguyệt san tôn giáo)

4.- Báo Lính

KBC Hải Ngoại (3 ấn bản khác nhau), Lính, Trách Nhiệm. Hiện nay chỉ còn lưu hành hai nguyệt san KBC và Chiến Sĩ Cộng Hòa.

5.- Các Nhà Báo, Chủ Báo đã qua đời

Bùi Bảo Trúc, Du Tử Lê (báo Tay Phải), Duy Linh, Đỗ Ngọc Yến, Hà Tường Cát, Hoài Điệp Tử, Hoàng Phúc, Lâm Tường Dũ, Lê Đình Điểu, Long Ân, LS Đoàn Thanh Liêm, Mật Nghiêm ĐNP,

Minh Ngôn, Như Phong Lê Văn Tiến, Ngô Mạnh Thu, Nguyễn Cân, Nguyễn Đức Phúc Khôi, Nguyễn Đức Quang, Nguyễn Hoàng Đoan, Nguyễn Thừa Du (báo Lính), Sơn Điền Nguyễn Viết Khánh, Thế Phương, Trọng Minh, Trọng Viễn, Võ Thị Vui, Việt Định Phương, Võ Hàng Châu, Vũ Ánh…

Các tờ báo vào những năm cuối thập niên 70 & thập niên 80 khi tôi ở trong trại tù CS trong nước nên không biết nhiều. Những đồng nghiệp cùng lứa tuổi nay chỉ còn vài người, nếu hỏi thăm cũng không còn nhớ đến!

Trong quá khứ, gọi nơi này là chốn "gió tanh mưa máu" vì lằn ranh Quốc/Cộng trong ngành truyền thông nên xảy ra đấm đá lẫn nhau… và chính nghĩa đã thắng gian tà. Trải qua thời gian yên tĩnh, trong cuộc bầu cử Tổng Thống năm 2020 lại xảy ra lằn ranh Cộng Hòa/Dân Chủ gây xôn xao trong dư luận. Điều đáng buồn vì ảnh hưởng theo truyền thông Hoa Kỳ…

Trong số những tờ báo kể trên, khoảng mười tờ báo, tôi đã cộng tác (bài vở, layout), Thư Ký Tòa Soạn, Tổng Thư Ký, Chủ Bút, Chủ Nhiệm… và hiện nay chỉ còn tiếp tục với tờ nguyệt san Chiến Sĩ Cộng Hòa (Chủ Bút, lo bài vở, layout). Hơn mười năm qua ngốn khoảng mười lăm ngàn trang báo nên việc tìm bài vở cũng dễ nhưng ngẫm xem có bài nào đã đăng cũng nhức đầu và khó khăn! Bởi yêu nghề nên *"phóng lao phải theo lao"*.

Hy vọng ngày nào không còn sức tiếp tục với tờ báo, có thời gian viết lại nội tình trong làng báo Việt ngữ ở Little Saigon… Anh em ruột, bạn bè thân thiết *"gà nhà bôi mặt đá nhau"* không chừa bất cứ thủ đoạn nào! Sự thay ngôi đổi chủ giữa *"người trong nhà"* không trở tay kịp! Những vụ kiện tụng kéo dài cả năm! Những vụ biểu tình chống tờ báo khuynh hướng thân CS kéo dài từ năm này sang năm khác! Những người yêu nghề, yêu nghiệp đã dấn thân làm thăng hoa làng báo Việt ngữ ở hải ngoại.

Mỗi năm vào dịp Tết Nguyên Đán, giai phẩm Xuân báo hiệu cho mùa Xuân đến, giai phẩm mang sắc thái thật độc đáo, có thêm vài Year Book khổ magazine hơn 500 trang rất tiện dụng. Năm Tân Sửu 2021 có lẽ trở lại thời kỳ của 4 thập niên về trước!

Vương Trùng Dương
Little Saigon, Thanskgiving 2020

Việt Kiều Về Nước
VÕ PHÚ

Chiếc xe ô tô bốn chỗ dừng lại ở ngã ba đường. Người tài xế mở cửa bước xuống. Mắt nhìn về con đường đất phía trước, ông ta đi vòng lại, mở cửa sau xe. Một người đàn ông cao lớn, mặc áo sơ mi trắng, quần tây đen, nơi cổ có chiếc nơ cũng màu đen bước xuống xe. Người đàn ông độ chừng ngoài ba mươi. Nước da trắng hồng, mái tóc chia hai bồng bềnh. Người tài xế nhìn con đường phía trước rồi quay qua người đàn ông cao lớn, có lẽ là khách, và nói:

- Đường phía trước nhỏ, hẹp, và cát, chúng ta không thể nào lái xe đi tiếp. Hay anh Tony chịu khó đi bộ vào trong?

- Đành phải vậy...

Người tài xế mở cốp xe, khệ nệ hai cái valise to lớn xuống, đặt bên lề đường. Người khách có nước da trắng hồng cũng chui vào trong xe lấy cái cặp nhỏ ra khỏi. Hai người đứng nhìn nhau. Người tài xế nhìn người đàn ông có tên Tony, ái ngại nói:

- Đường cát lún như đây làm sao kéo valise được?

Hai người, một chủ một khách, chưa biết làm gì với hai chiếc valise to đùng thì bà chủ quán bán hàng tạp hóa ở ngã ba, đi ra nhìn hai người tò mò hỏi:

- Hai cậu ở đâu tới? Định tìm nhà ai?

Như người đuối nước vớ được phao, người đàn ông tên Tony vội nói:

- Dạ cháu ở Mỹ mới về thăm quê. Cháu là con của bà Tư Sông Cầu...

- Nhà bà Tư ở tuốt trong xóm trong lận... Mà mày có phải thằng Tèo em không?

Người đàn ông đỏ mặt, mỉm cười, gật đầu. Bà chủ quán nhón chân lên rồi vỗ vào vai người đàn ông cười, nói:

- Cha mày thằng Tèo... Mày có nhớ cô Tám không?

- Dạ... Dạ... Cô Tám...

- Mày đứng đây chờ... Để tao chạy vô trỏng gọi má mày và thằng Tèo anh ra phụ...

Bà bán hàng tạp hóa vào trong quán lấy nón định đi thì thấy thím Gái đi từ bến cá về. Thím Gái là người phụ nữ chuyên gánh cá, gánh nước thuê ở xóm chài này mà ai cũng biết. Thím người cao và ốm, nhưng thím khoẻ mạnh hơn cả những người đàn ông to lớn nhất trong xóm. Thím có thể gánh cả trăm ký lô cá từ cảng đến bến xe như người ta đi tay không. Thấy thím Gái, bà chủ quán gọi lớn:

- Ê... Gái... Gái...

- Dạ cô Tám gọi con?

- Ửa... Bây ra bến cá dìa hả? Giờ bây có rảnh không?

- Dạ... Con rảnh, mà có gì không cô Tám?

- Bây giúp thằng Tèo gánh hai cái "qua-ly" này ra nhà bà Tư được không?

- Dạ, cô Tám...

Thím Gái lấy cái đòn gánh, xỏ vào quai của hai cái valise và chuẩn bị gánh đi. Hai người đàn ông nhìn người phụ nữ cao lêu nghêu, ái ngại hỏi:

- Chị có gánh được không?

- Chuyện nhỏ, hai chú đừng lo. Tui gánh hai giỏ cần xé cá còn nặng hơn cái này gấp mấy lần.

Nói chưa dứt câu, thím Gái đã đặt gánh lên vai đi thoăn thoắt. Người tài xế xe nói với người chủ quán:

- Con nhờ cô coi giùm con chiếc xe chút rồi con ra.

- Ừa, hai cậu đi đi. Để đó tui coi.

Mười giờ sáng, người phụ nữ gánh hai cái valise đi trước, sau là hai người đàn ông và một đám con nít chạy theo trên con đường đất nhỏ đi vào xóm chài. Đám con nít vừa chạy vừa reo hò:

- Việt kiều về nước... Việt kiều về nước... tụi bây ơi! Việt kiều nhà bà Tư về nước...

Một lúc sau đám con nít cả xóm chạy theo như đàn kiến. Đám đông chưa đến đầu ngõ, trong vườn bà Tư đã nghe tiếng ồn. Bà đang đi vòng quanh vườn cây ăn trái để coi khi nào trái già sẽ thuê người đến hái giúp. Nghe tiếng ồn, bà đi ra trước ngõ. Thím Gái thấy bà Tư đi tới, vội nói:

- Bác Tư ơi, chú Tèo từ bên Mỹ mới dìa...

Chưa nói hết câu, bà Tư chạy lại bên người đàn ông cao to, có nước da trắng hồng, ôm chầm lấy. Nước mắt bà chảy dài. Bà Tư vui mừng, trách yêu con:

- Cha mày... Thằng Tèo... Sao bây dìa mà không nói trước để ba má đi rước bây?

- Dạ, tại con muốn cho ba má ngạc nhiên...

- Thằng cha mày... Bây cao to trắng trẻo ra. Đi đường có mệt không con?

- Dạ... Dạ... Từ từ để con vô nhà đã má.

Chú Tèo vừa nói vừa nới cái nơ thắt ở cổ ra. Mặt trời lên cao, cơn nắng nóng lên. Trên trán chú Tèo mồ hôi lấm tấm. Cái nơ ở cổ làm chú ngột ngạt, khó thở. Mọi người đi vào trong vườn. Tới trước hiên nhà, thím Gái đặt hai cái valise xuống nền xi măng láng bóng. Thím ngồi xuống, cởi nón ra quạt. Cơn gió từ bờ sông Cóc thổi lên xoa dịu đi phần nào cơn nóng. Bà Tư vạch lớp áo bà ba hoa màu bên ngoài và móc bên trong lớp áo thứ hai ra cái ví nhỏ có cây kim tây được ghim từ bên trong. Bà lấy mấy tờ tiền đưa cho thím Gái:

- Cảm ơn bây nghe Gái.

Cầm tiền trên tay, thím Gái nhét vội vào túi áo, thím nói:

- Con cám ơn bà Tư. Khi nào cần con thì bà kêu mấy đứa nó gọi con nhe...

- Ừa... Thôi bây đi dìa lo cho xấp nhỏ.

Thím Gái đi rồi, bà Tư đi vô nhà, mở cánh cửa chính của gian nhà ra. Hầu hết những căn nhà gạch ở xóm chài này đều xây theo hình chữ "L". Hàng ngày người ta chỉ dùng cánh cửa bên hông nhà. Trừ những dịp lễ quan trọng hay có những tiệc tùng lớn như Tết, cúng quảy, thì cánh cửa lớn mới được mở. Chuyện chú Tèo về nước là một chuyện lớn, nên cánh cửa chính cũng được mở toang. Mở xong cánh cửa, bà Tư ngó quanh tìm đứa cháu nội. Thấy thằng Tí em đứng chung với đám con nít trong xóm, đưa mắt lom lom nhìn vào, bà Tư gọi nó:

- Tí, lại nội biểu...

- Gì? Bà nói đi...

- Mày chạy ra bà Tám mua cho tao ngàn bạc đá với mấy chai nước xá xị. Tiền nè... Đi nhanh chút.

Thằng Tí em cầm tiền rồi chạy một mạch ra quán mua nước. Đám con nít vẫn bu quanh nhà bà hóng chuyện. Ở cái xóm chài này, đây là lần đầu chúng được tận mắt nhìn thấy Việt kiều Mỹ. Hồi nào tới giờ chúng có biết Việt kiều là gì đâu. Tụi chúng chỉ nghe người ta nói tới nước Mỹ, chứ có bao giờ thấy ai từ Mỹ về. Hôm nay, được thấy nên chúng hiếu kỳ bu quanh. Bà Tư và hai người đàn ông bước vô nhà. Bà Tư lấy máy quạt ra cắm điện. Chú Tèo quay qua nhìn người tài xế xe rồi nói:

- Em ở nghỉ ngơi chút rồi về?

- Dạ... Em không dám phiền anh với gia đình... Bác và anh cho em về sớm nghỉ ngơi...

Chú Tèo quay qua bà Tư:

- Má ơi, má gởi tiền cho chú em này giùm con. Con không có tiền Việt.

- Ờ... Bao nhiêu vậy chú?

- Dạ bác cho con xin hai triệu.

- Ờ... Đây, tiền của chú em.

Bà Tư lấy tiền ra đưa cho anh tài xế. Người tài xế nhận tiền xong, quay qua chào bà Tư, chú Tèo rồi ra về. Bà Tư tiễn chú tài xế ra cửa rồi quay qua đám con nít trong xóm:

- Thôi tụi bây đi dìa đi... Có gì đâu mà coi...

Nghe bà Tư nói vậy, một vài đứa tản ra, nhưng rồi vẫn bu lại, mắt chúng lom lom nhìn vào trong nhà, coi chú Tèo đang làm gì.

Chú Tèo thấy vậy, vội mở cái valise ra lấy một bịch kẹo chocolate ra phân phát cho đám trẻ. Đám trẻ bu lại nhận kẹo như bầy ong dành mật... Nhận kẹo xong, đám con nít tản dần rồi mất hút.

Những ngày sau, khi mọi người hay tin chú Tèo con bà Tư Sông Cầu từ Mỹ về, người ta tấp nập ghé thăm. Có rất nhiều người đem thức ăn tới tận nhà để bán cho gia đình bà Tư. Anh em tụi thằng Tí mặc quần áo mới đi ra đi vào trông như những ngày Tết. Chú Tèo ở nhà với gia đình được vài hôm rồi nhờ anh Trực làm tài xế chở đi du lịch vòng quanh thành phố.

Sáng nào cũng vậy, chiếc xe Honda 67 của anh Trực cũng làm náo động cả xóm chài. Họ đi từ sáng sớm đến tối mịt mới trở về nhà. Có hôm gần sáng họ mới lọ mọ trở về. Tiếng xe máy làm kinh động cả cái xóm nhỏ bình yên. Cứ mỗi lần anh Trực chở chú Tèo vào thành phố về, anh đều bị vợ anh là chị ba Phê tra hỏi.

Một buổi trưa nọ, chắc đêm trước đi về mệt quá, nên chú Tèo không nhờ anh Trực chở vào thành phố. Anh Trực ở nhà sửa lại cái hàng rào bị ngã. Chị ba Phê đang cho con bú trước hiên nhà. Chị nhìn chồng rồi hỏi:

- Hôm nay ông không chở ông Tèo vô thành phố nữa hả?

- Chắc hôm qua đi mệt quá, nên nay nghỉ?

- Thuở đời đi chơi mà cũng than mệt... Bộ ổng làm gì cực lắm hay sao mà than mệt?

Tánh anh Trực vốn thật thà, nghe vợ tra hỏi, anh khai tất cả cho chị ba Phê nghe. Anh oang oang kể:

- Thì tui chở ổng đi thành phố chỗ này chỗ nọ.

- Cái thành phố Nha Trang có tí tẹo, mà hai người đi hơn một tuần rồi chưa hết sao?

- Hết sao được mà hết... Ổng nhờ tui chở vô biển Nha Trang... Tìm gái...

- Đi chơi đĩ?

- Ừa...

Chị ba Phê nghe vậy, gằn hỏi:

- Rồi ông có theo chơi không? Khai mau?

- Ngu sao không bà. Người ta trả tiền bao cho mình mà.

- Ông nói giỡn với tui hả?

- Giỡn gì mà giỡn... Tui nói cho bà nghe… Từ thuở cha sanh mẹ đẻ tới giờ tui mới biết mùi đĩ. Mà họ thơm quá xá là thơm. Anh Tèo ổng mướn hai cái phòng có máy lạnh mát rượi... Cái phòng tắm nó trắng bóc như trứng gà vậy nha... Rồi ông gọi gái lên phòng... Mà tụi nó sang lắm nha bà. Trước khi đụng vô nó là nó đưa tui cục xà bông thơm lựng, bắt tui chà rửa rồi mới cho đụng vô chứ không phải chuyện dễ à nha.

- Trời ơi là Trời... Cái ông này đi chơi gái dìa rồi còn oang oang cái miệng kể cho cả làng cả xóm nghe.

- Thì bà hỏi tui phải nói. Nếu bà không muốn nghe thì tui không kể nữa...

- Ngày mai tui cấm ông đi với ông Tèo... Đi dìa lỡ lây bịnh cho tui là chết...

- Tui cũng đâu có muốn, nhưng chẳng lẽ người ta ở phòng máy lạnh có gái hầu bên cạnh sao tui chịu được...

- Thì ông ra ngoài quán uống cà phê rồi chờ... Ai biểu ông chui vô mấy chỗ đó chi...

- Bà nói mệt quá... Được hưởng thì bỏ phí sao...

- Vậy tui cấm không cho ông đi nữa...

- Mệt bà quá... Tui đi làm ăn chứ có lấy tiền nhà mình đi nuôi gái đâu mà bà sợ...

Chị ba Phê nghe chồng nói vậy, nên im. Nhưng chị vẫn còn hậm hực. Chị bỏ đi vào trong nhà.

Thời gian chú Tèo về thăm quê chừng ba tuần thì chú lại đi. Mọi người trong xóm chài đều thở phào nhẹ nhõm vì không phải nghe tiếng xe máy nổ ồn ào vào mỗi buổi sáng. Xóm chài bình yên lại như xưa...

Võ Phú

Tác Phẩm Để Đời
HIỀN NGUYỄN

Y viết được dăm bài thơ, vài truyện ngắn gởi đi khắp nơi, không biết chất lượng thế nào mà chả thấy tòa soạn nào hồi âm cả. Duy có tờ Đại Thời Ngôn của địa phương chịu đăng, có lẽ đăng để trám chỗ trống những khi quảng cáo thiếu hoặc giả không cóp được gì trên mạng, nhất cử lưỡng tiện. Nhờ vậy mà báo vừa có bài mới vừa chẳng phải tốn công chi cả.

Từ ngày bài được đăng, y trở nên khác hẳn, đi đứng khệnh khạng, nói năng toàn lời lẽ đao to búa lớn hoặc giả là lý thuyết cao siêu, lý luận lập trường rất cứng, chỉ tiếc là kẻ đối diện thấp quá, không hiểu nổi y nói gì. Có kẻ thấp kém còn bảo: "Hiểu chết liền!" Y nghe được cười khinh khỉnh ra vẻ không chấp bọn hạ đẳng. Bài của y được vài người thân khen để mà có khen, khen đãi bôi… không ngờ y tưởng thật, y sướng rêm cả mình mẩy, tinh thần phất cao tựa như thăng hoa phát tiết tinh anh tới thời. Y ngỡ mình đã thành đại văn hào hay đại thi sĩ chi đó. Trong đầu y lập tức phác họa ra một viễn tượng cao xa và lớn lắm. Y đang thai nghén hay ôm ấp một hoài bão là sẽ viết một tác phẩm để đời, một tác phẩm cực kỳ lớn mới có thể dung chứa được toàn bộ tài năng của y. Tác phẩm ấy phải dùng loại ngôn ngữ bác học, tuyệt đối tránh những từ ngữ "Nôm na mách qué", ý nghĩa phải đa tầng, nội dung thì thâm thúy, phản ánh chuyện đời chuyện đạo… Điều quan trọng là tác phẩm của y phải tránh những vấn đề vặt vãnh, nhỏ bé, tủn mủn đại loại như: chuyện dân mất đất, chuyện quan xử oan, chuyện ăn cắp của công hay chuyện cô chiêu cậu ấm cậy thế làm càn, ăn chơi khoe thân khoe của…

Tác phẩm dự tính viết phải có tầm nhìn vĩ mô, phản ánh những vấn đề cực kỳ quan trọng và vĩ đại của thời đại hôm nay, của kỷ nguyên kỹ thuật số, kỹ thuật điện toán… Y dự định sẽ viết những vấn đề có tầm bao quát toàn thế giới, phải có chiều sâu của lịch sử nhân loại và nhất là phải có cái nhìn đi tắt đón đầu thời cuộc. Y cho rằng vấn đề y viết phải lưu lại cho lịch sử ít ra cũng vài trăm năm, kiểu như cụ Tiên Điền "Bất tri tam bách dư niên hậu" vậy!

Kể từ lúc đề ra kế hoạch viết tác phẩm để đời như thế, y ngày đêm cứ như người mộng du, lúc nào cũng suy nghĩ đăm chiêu để tìm ý tứ cho câu văn, nghĩ suy cái đề tài ấy phải trình bày sao cho hàng thức giả, đại trí thức đọc phải suy nghĩ và phải tác động vào tâm thức của họ. Y đắn đo lựa chọn từ ngữ thật kỹ càng, phải dùng những thuật ngữ đầy trí tuệ, ẩn chứa sự thông minh và trác tuyệt nhất. Y cũng tốn nhiều tâm lực để tìm tòi những thuật ngữ khoa học hiện đại để dùng trong tác phẩm lớn ấy. Y cho rằng, thời đại hôm nay là thời đại khoa học kỹ thuật tân tiến, nhất định tác phẩm của y phải cập nhật những phát minh, sáng chế hàng đầu của nhân loại, tỷ như: kỹ thuật 4.0, đám mây, mạng 5G… và những phát kiến tầm cỡ vũ trụ như thám hiểm, thăm dò sao hỏa, mặt trời… Điều đó sẽ chứng tỏ y là tác giả thức thời, hiện đại. Chưa hết, y còn quan niệm thời đại toàn cầu hóa, trái đất này nhỏ bé như một ngôi làng. Các nền văn minh va chạm dữ dội, các truyền thống văn hóa của các dân tộc khác nhau sẽ giao thoa và tác động qua lại, vì thế tác phẩm của y phải có tính chất toàn cầu, thể hiện sự tương tác và giao thoa của các nền văn minh lớn trên thế giới. Y cũng không quên tự nhắc nhở mình không sa đà mở rộng, vì thế sẽ làm loãng cái tính đậm đà của bản sắc dân tộc. Y chủ trương "Hòa nhập nhưng không hòa tan". Y vẫn thường tâm niệm "có thực mới vực được đạo", kinh tế là chủ chốt, xuyên suốt mọi vấn đề khác, kinh tế quyết định những mối quan hệ xã hội và gia đình. Ai nắm được hầu bao thì có quyền chi phối kẻ khác. Thời đại vĩ mô, toàn cầu hóa các tập đoàn kinh tế sẽ quyết định tình hình kinh tế thế giới. Thị trường chứng khoán là biểu đồ, là nhiệt kế của nền kinh tế, vì thế y quyết định dành một vài chương để trình bày về kinh tế vi mô và vĩ mô. Y sẽ đề cập đến bản chất và sự tác động của kinh tế đối với xã hội và hạnh phúc gia đình, những lợi ích to lớn cũng như hệ quả tất yếu của kinh tế. Y sẽ phân tích và đưa ra những nhận định, những dự đoán cho nền kinh tế thế giới trong thời đại toàn cầu hóa. Y vốn là người phương Đông nên cũng có máu hoài cổ, vì vậy y lục tìm những tài liệu cổ để có cái nhìn tổng quan về kinh tế của thế giới cổ đại. Y sẽ đưa vào tác phẩm của mình những con số, những dữ liệu thật đáng tin cậy của nền kinh tế nhân loại từ cổ chí kim.

Khi chuẩn bị bắt tay vào viết, y xác định rõ lập trường quan điểm vững mạnh, phải có tư tưởng lớn để tác phẩm không rơi vào tình trạng tủn mủn, vụn vặt. Y xuất thân từ vài khóa học về khoa học xã hội, lại được tập huấn về lý luận, bổ túc thêm những lớp về tranh đấu giai cấp... vì thế y lựa chọn từ ngữ, văn ngôn cẩn trọng, chỉnh chu. Văn phải có tính chính luận, lại phải đột phá và khai phóng, phải tiếp cận với trào lưu hiện đại, hậu hiện đại lẫn siêu hình thức, tân hình thức... Những chương về chính trị thì lập luận sắc bén, kiên quyết về lập trường, bảo vệ quan điểm giai cấp, không chấp nhận tư tưởng diễn biến, thỏa hiệp... mảng kinh tế phải có tính chuẩn và chính xác, thể hiện như xác suất thống kê. Mục văn hóa xã hội phải có tính phổ cập lại chuyên sâu để giới học giả có thể tham khảo và giới bình dân có thể tiếp cận được. Riêng mục văn chương phải bay bướm, lãng mạn, nhất định phải có thần cú xuất siêu, thơ thì tản thần thi tứ. Đặc biệt y sẽ cho ra một loại thi văn vô cùng độc đáo, thơ lai văn để tạo ra sản phẩm có một không hai, đại khái như kiểu xe Hybrid chạy bằng xăng và cả điện hay *gas* vậy! Loại thi văn hay văn thi này thì rất hiện đại, phế bỏ ngữ pháp, câu cú, dấu câu, quy tắc viết hoa... Thi văn hiện đại phải là như thế, có vậy mới phóng bút phát triển được cảm xúc nghệ thuật văn chương thi phú. Nhất định phá bỏ hết những ràng buộc về ngữ pháp, ngữ pháp ràng buộc cầm tù văn chương, phá hoại nghệ thuật. Thời đại hiện đại, văn thi phải tân hình thức, siêu thực, siêu tưởng... có thế tác phẩm mới xứng đáng tầm cỡ hoàn vũ.

Kế hoạch viết tác phẩm để đời vẫn ngày ngày càng hoàn thiện cấu tứ khung sườn. Y ngày đêm sáu thời đi, đứng, nằm, ngồi đều dồn tâm trí nghiền ngẫm về nó, bao nhiêu tâm tư dành hết cho tác phẩm lớn để đời. Ngay cả lúc làm tình y cũng suy nghĩ về nó, vì mải nghĩ nên thiếu tập trung hành sự làm cho vợ y không thỏa mãn, vợ y bực tức sanh nghi y có bồ nhí. Y phải ra sức thanh minh thanh nga, phân trần giải thích về kế hoạch viết tác phẩm lớn để đời ấy. Vợ y phì cười: "Rõ vớ vẩn! Tác phẩm với tác màu, viết không khéo đụng chạm là đi tù như chơi! Văn chương ấm ớ hội tề, liệu sách viết ra có bán được xu teng nào chăng? Ngủ đi, mai dậy đi cày mà lấy tiền mua sữa cho con." Y cụt hứng, nhiệt huyết giảm nghiêm trọng, tự trọng bị tổn thương... nhưng y tặc lưỡi: "Đàn bà đái không khỏi ngọn cỏ, hơi đâu trách! Đàn bà vốn tủn mủn vụn vặt chuyện cơm áo gạo tiền, làm sao với tới tư tưởng lớn, tầm nhìn xa, làm sao hiểu được cái dự án tác phẩm để đời ấy!" Nghĩ thế nên y cảm thấy được an ủi dễ sợ. Y còn cho rằng: "Phàm việc lớn phải gặp trở ngại, có thử thách thì thành công mới vẻ vang". Y tự cười thầm và sung sướng như người tự sướng.

Đêm dần về sáng, bất chợt y ngồi dậy, tay chém dứ dứ trong hư không, miệng lẩm bẩm: "Phải dứt khoát viết cho xong tác phẩm này, mỗi ngày phải viết hai mươi trang!". Nghe động, vợ y thức giấc, thấy thế, cô ta rên rỉ: "Khổ thân tôi! Lấy chồng văn sĩ, thà lấy ma cô dắt mối còn có cái ăn bỏ lỗ miệng, lấy văn sĩ có mà ăn bánh vẽ!". Nghe vợ nói thế, y tỉnh người ra, nằm vật xuống, mắt nhìn trừng trừng lên trần nhà, bụng nghĩ thầm: "Đàn bà thật nhỏ bé, đáng thương làm sao? Đàn bà không thể hiểu được chí lớn của mình."

Đồng hồ báo thức đổ chuông "đính đon, đính đon…" liên hồi, trong đầu y lóe lên một tia sáng: "Cần phải đưa vào trong tác phẩm của mình chuyện vợ chồng, đây cũng là đề tài thực tế, nhân bản và hữu ích cho loài người. Chuyện vợ chồng bên Đông hay bên Tây, từ xưa hay bây giờ cũng đều giống nhau, ngọt ngào thì ít mà chua cay thì nhiều. Vợ chồng nào cũng có vô số vấn đề để mổ xẻ, bàn tán, nghiên cứu… Vợ chồng lấy nhau, lập thành gia đình, mỗi gia đình là một tế bào hay một viên gạch của tòa nhà xã hội. Gia đình có yên vui thì xã hội mới hòa bình và phát triển. Vợ chồng có ấm êm thì xã hội mới hòa hợp, thế giới mới hòa bình. Sức ảnh hưởng của gia đình rất lớn, vì vậy tác phẩm lớn để đời thì không thể thiếu vấn đề này! Đây là vấn đề cao cả, nhân văn. Y sẽ định hướng cho độc giả, giúp cho độc giả hiểu biết hơn, sống tốt đẹp hơn, như thế là phục vụ cho nhân quần và xã hội. Còn mải nghĩ về đề tài "Vợ chồng và gia đình" trong tác phẩm của mình, chợt nghe cô vợ cằn nhằn: "Ngày cuối tuần sao không tắt chuông báo thức? Lúc nào cũng ngơ ngẩn như kẻ mộng du, dẹp mẹ nó cái tác phẩm lớn để đời ấy đi!". Y lặng lặng không trả lời, vì y biết đàn bà không thể nào hiểu được tư tưởng của y. Đàn bà chỉ biết son phấn là cùng, tư tưởng và tầm nhìn không qua nổi cái váy cũn cỡn."

Y thức dậy sớm hơn mọi ngày, sau khi vệ sinh thì mở máy tính lên định viết, máy tính còn khởi động thì tâm ý y liền nghĩ về tên của tác phẩm. Cái tên rất quan trọng, người ta nói " xem mặt đặt tên" là vậy! Cái tên phải ít nhiều thể hiện nội dung, tư tưởng của tác phẩm, phải chuyển tải cái thông điệp mà tác giả muốn gởi gắm. Cái tên cũng cần phải có tính ẩn dụ để cho độc giả suy gẫm khi cầm cuốn sách trên tay, có vậy mới hấp dẫn và lôi cuốn. Chưa hết, tác phẩm lớn thì cái tên phải có tính truyền thống lại vừa mang dấu ấn hiện đại của thời đại. Y liệt kê ra một loạt những cái tên dự kiến cho tác phẩm, những cái tên đại loại như: Văn chương và thời đại toàn cầu hóa, Nghệ thuật ngôn từ thời kỹ thuật số, Văn chương và kinh tế tác động như thế nào đến gia đình… vân vân và vân vân. Những cái tên rất kêu, đầy ấn tượng, sau khi viết ra lại loay hoay lựa chọn, những cái tên nhảy loạn xạ như những con số lô tô trong lồng quay. Cái tên này thì có tính nghệ thuật hơn nhưng tên kia thì có tính hiện đại, cái tên nọ thì phổ cập, cái tên ấy thì hướng đến hạng độc giả có trình độ học thức cao… Tính tới tính lui đến khi trời sáng rỡ bên ngoài mà vẫn chưa lựa chọn xong. Y gác lại, định bụng viết xong rồi chọn tên sau.

Những ngày kế tiếp y luôn động não tầm tứ, tìm câu, chọn chữ, viết được trang đầu thì trong đầu y lại nảy sinh vấn đề khác. Y tự nhủ vấn đề chính trị, tôn giáo và giới tính là ba vấn đề cực kỳ nhạy cảm, đụng đến sẽ va chạm, sẽ bị nhà cầm quyền làm khó, sẽ bị dư luận chống đối, bạn bè tranh cãi thị phi… nói chung là vô cùng rắc rối! Mình phải tránh né ba vấn đề này, vả lại làm nghệ thuật phải phi chính trị, phi tôn giáo, phi giới tính. Nghệ thuật đích thực phải năm ngoài ba vấn đề này, nhất là vấn đề chính trị, cho dù có nói đến dân chủ hay nhân quyền cũng không hay ho gì, nó sẽ làm mất tính trong sáng, tính hoàn mỹ của nghệ thuật. Nghĩ đến đó thôi, chí khí y cao ngất như Trường Sơn, nhiệt huyết bừng bừng như lửa lớn, cảm hứng trào dâng như sóng biển, tư tưởng bay bổng như gió lớn. Y thấy mình vượt xa, vượt cao hơn đồng loại, thấy mình bay bổng trên hư không như đại bàng, nhìn xuống thấy cây cỏ bụi bờ thấp bé; thấy chồn cáo, thỏ chuột sao mà đáng thương quá. Y cao hứng lẩm bẩm một mình: "Rồi đây nhân loại sẽ ghi nhận thành quả của ta, tác phẩm của ta sẽ được trang trọng lưu giữ ở những thư viện lừng danh của Oxford, MIT, Quốc hội Hoa Kỳ, Georgia Tech…" Y sung sướng mơ màng tưởng tượng y sẽ là nhà văn gốc mít đầu tiên được giải Nobel văn chương, sẽ được mời nói chuyện ở các viện đại học lớn của thế giới. Tác phẩm để đời của y sẽ được giảng dạy ở bậc đại học, các học giả về giáo dục, nghệ thuật, ngôn ngữ… sẽ lấy sách y làm kim chỉ nam. Các nhà xã hội học, kinh tế gia sẽ nghiên cứu tác phẩm của y để đề ra kế hoạch cho hiện tại và tương lai. Các nhà hoạch định chính sách sẽ dùng tư liệu trong tác phẩm để đời của y để vạch ra đường lối phát triển kinh tế, xã hội. Các nhà thơ sẽ lấy tác phẩm của y làm sách gối đầu, sẽ ứng dụng cách sử dụng ngôn từ nghệ thuật…

Những tuần kế tiếp y tiếp tục viết, cắm cúi viết, mày mò viết, thỉnh thoảng ngồi thừ ra nghiền ngẫm sẽ thêm vấn đề này, loại bớt mục nọ để cho tác phẩm hoàn hảo tuyệt đối, hoàn hảo kiểu như quyển "Lã Thị Xuân Thu" của Lã Bất Vi vậy! Tác phẩm của y sẽ hoàn hảo đến độ không thể thêm hay bớt một chữ hay một từ nào. Y lại thầm nghĩ: "Giá mà mình có tiền và có thế lực, mình cũng sẽ treo vàng làm thưởng cho những ai có thể thêm bớt hay sửa chữ nào trong tác phẩm của mình." Y viết rồi tẩy xóa, sửa chữa, thậm chí viết dăm trang lại bỏ đi để viết lại cho hay hơn.

Tiếp những tuần sau, suy nghĩ đã chín muồi, nội dung tác phẩm cũng phác họa xong, ngôn từ đủ rồi. Y tiếp tục viết, cứ viết vài đoạn thì ngưng để đọc và cảm thấy không hài lòng. Y lầu bầu trong miệng: "Như thế này thì không hấp dẫn, cũng không thể hiện được văn phong bút pháp của mình". Y lại xóa và viết, y đinh ninh phải viết cho đậm đà nhưng phải bay bổng, câu văn vừa chỉn chu nhưng không kém phần bay bướm thì mới ăn khách. Y lại cặm cụi viết, rị mọ viết cái ý nghĩ ra, khốn nỗi sao nó cứ tắc tị. Y còn ngổn ngang những ý tứ phải viết thế này thế nọ thì nghe tiếng vợ nheo nhéo kêu đi đón con, bực bội vì quấy quá làm phân tán tư tưởng nên y lảm nhảm: "Rõ chán đàn bà, ba cái chuyện trẻ con vặt vãnh làm hỏng cả ý đồ nghệ thuật của ta, đàn bà thật chẳng biết tôn trọng lao động sáng tạo là gì cả!", nói vậy nhưng y cũng phải tạm dừng việc viết lách để đi đón con.

Cho đến một hôm nọ, trời đã khuya lắm rồi mà y vẫn còn chong đèn mò mẫm viết, khổ nỗi cứ mươi hàng là bí cả ngôn từ lẫn ý tứ. Y ngồi thừ ra đó, mân mê mấy sợi râu cằm, thỉnh thoảng vỗ trán tìm tứ mới. Vợ y từ phòng trong léo nhéo gọi: "Viết gì mà viết mãi không xong, chẳng biết cái nghệ thuật ấy có vực được mấy miệng ăn trong nhà này không? Ngủ đi! Mai dậy sớm đi cày, cứ đi trễ hoài hãng nó đuổi là không có tiền trả hóa đơn, bấy giờ ăn mày cả đám!". Y giơ hai tay kêu trời: "Rõ khổ thân tôi! Đàn bà chẳng biết chi là nghệ thuật cả, phải biết hy sinh cái nhỏ nhặt của đời thường để đạt cái đỉnh cao của nghệ thuật!"

Tuy miệng nói cứng vậy nhưng y vẫn tắt đèn đi ngủ. Trong giấc ngủ chập chờn, tác phẩm lớn để đời cứ lung linh như cánh bướm trong tâm ý của y.

Hiền Nguyễn
Ất Lăng thành, 11/2020

Thú Đọc Sách
NGUYỄN KIẾN THIẾT

Trên đời, mọi việc đều có cái duyên. Chẳng hạn, duyên về đạo, duyên vợ chồng, duyên bạn bè, duyên mua được quyển sách hay cũng như duyên đọc sách. Đầu năm khai bút, người viết mời bạn đọc thưởng thức một món ăn tinh thần, một thú vui tao nhã: đó là Thú Đọc Sách (TĐS). Vì đề tài khá rộng, người viết chỉ tản mạn về những hồi ức của mình cũng như của người dân miền Nam về TĐS trước năm 1975.

Người ta có thể đọc sách ở bất cứ lứa tuổi nào khi có dịp, từ lúc thiếu thời cho tới tuổi lão niên để trau giồi học vấn, để giải trí. Đọc sách - tức cầm "bổn" sách trên tay mà đọc, khác với đọc thuộc lòng. Muốn có sách đọc, phải mượn hay mướn sách trước khi mua sách. Bạn có thể mượn sách của người thân, bạn bè hoặc của Thư viện. Mà những đối tượng này làm gì có đủ các loại sách mình ưa thích. Đó là chưa kể các "khổ chủ" này có sẵn lòng hay không. Họ luôn bị ám ảnh bởi "cái họa cho mượn sách". Charles Nodier đã than: "Cuốn sách cho mượn thường có số phận hẩm hiu: không mất thì cũng bị giày vò" (Tel est le triste sort de tout livre prêté: souvent il est perdu, et toujours maltraité). Có người coi sách như người tình, như vợ nhà, thì đời nào họ cho mượn người tình hoặc cho mượn vợ! Mượn sách ở Thư viện được lợi là có nhiều đầu sách để chọn; nhưng bị lệ thuộc vào giờ giấc hành chánh, và phải trả đúng thời hạn. Còn mướn sách phải ký quỹ (đôi khi rất cao) và phải trả đúng thời hạn. Chẳng may cuốn sách bị hư hao mất mát phải đền. Như vậy nếu có đủ tiền nên mua sách là… thượng sách!

Thú đọc sách thuở nhỏ

Hồi nhỏ tôi rất mê đọc sách - nói đúng hơn là một con "mọt sách". Do một cái duyên đưa đẩy tôi đọc quyển sách đầu đời là Quốc Văn Giáo Khoa Thư từ lúc học lớp Ba trường làng do Ba tôi mở lớp dạy. Chính quyển sách này đã làm nẩy nở và hun đúc biết bao tình cảm trong sáng trong lòng tôi như "mấy cánh hoa tươi mỉm cười giữa bầu trời quang đãng". Đó là những bài học giáo dục về đạo đức luân lý, về tình cảm gia đình, công cha nghĩa mẹ, về ơn thầy nghĩa bạn, và rộng hơn nữa là tình yêu quê hương đất nước. Đó là thứ tình-nghĩa-giáo-khoa-thư thấm vào tim vào máu mà tôi không thể nào diễn tả hết ý nghĩa thiêng liêng của nó. Những bài học giản dị, dễ đọc, dễ nhớ và rất đáng nhớ trong sách Quốc Văn Giáo Khoa Thư mãi mãi là kim chỉ nam cho thế hệ chúng tôi noi theo trong cách xử sự ở đời. Cao hơn một bậc, tôi "làm quen" với truyện Tàu, tức các tiểu thuyết chương hồi của văn học Trung Hoa được dịch sang chữ Quốc ngữ bằng văn xuôi mà có lần một nhà văn miền Bắc đã nhắc tới: "Đi tiên phong phong trào dịch truyện Tàu phải nói tới mấy ông Nam Kỳ. Sách của nhà Tín Đức Thư Xã…" (Tô Ngọc, Chọn Lọc số 51). Theo nhà văn Sơn Nam thì người dịch truyện Tàu đầu tiên là Canavaggio, nhưng cụ Vương Hồng Sển cho là Lương Khắc Ninh dịch bộ Tam Quốc Chí đầu tiên đăng trên Nông Cổ Mín Đàm năm 1904. Từ 1907 trở đi có những nhà dịch truyện Tàu khác như Trần Phong Sắc, Nguyễn Chánh Sắt, Nguyễn An Khương, Nguyễn Liên Phong v.v.., mặc dầu câu văn hơi dài và luộm thuộm, nhưng rõ nghĩa. Nhà Tín Đức Thư Xã ở đường Tạ Thu Thâu Sài Gòn in truyện Tàu nhiều nhứt. Mỗi bộ truyện Tàu thời bấy giờ được in thành 40-50 quyển, mỗi quyển cỡ 50 trang, giá bán 40 xu mỗi quyển (bằng nửa giạ lúa). Các bộ truyện Tàu tôi được đọc do ông Tám - em ông Nội tôi mướn ở các tiệm cho thuê sách ở Sài Gòn đem về cho Ba tôi mượn đọc. Ban đầu chỉ "làm quen", đọc cho biết vì tò mò - đúng hơn là vì "đói" sách. Dần dần tôi đâm ra "mê" và "ghiền" truyện Tàu lúc nào không hay. Bộ truyện Tàu đầu tiên tôi đọc là Tam Quốc Chí, bản in của nhà Tín Đức Thư Xã. Sau đó là các bộ truyện khác như Đông Châu Liệt Quốc, Hán Sở Tranh Hùng, Phong Thần, Thuyết Đường, Tây Du Ký và Thủy Hử v.v... Hầu hết truyện Tàu thời ấy "in bằng giấy báo, bìa in giấy màu, tựa in cả chữ Hán và chữ Quốc ngữ" (theo rongmotamhon.net). Vì nhà không có "phòng sách", tôi phải ra vườn để đọc truyện Tàu, như tôi đã viết trong cuốn sách về Ca dao miền Nam (1972): "Có lần vì quá mê truyện, tôi đã trốn ra ngoài đám mía sau vườn, ngồi đọc từ sáng đến chiều bỏ cả cơm nước". Nhưng cái "phòng sách" lý tưởng để tôi luyện truyện là "cây rơm" nơi nhà ông bà Nội tôi. Trước khi "trồng" cây rơm, chú tôi đã làm một cái khung bằng tre và gỗ tạp tạo thành chỗ vừa đủ cho hai người nằm ngủ trưa, có trải chiếc đệm hẳn hoi, rồi chất rơm lên thành đống. Cây rơm này cao khoảng 5 thước, đường kính 4 thước giống như một cái dù khổng lồ che mưa nắng. Từ khi có phòng-sách-cây-rơm, tôi thường "đóng đô" ở đây, khi ngồi lúc nằm để "luyện" truyện. Những buổi trưa hè nóng bức, tôi chỉ mặc quần xà lỏn, mình trần trùng trục ngồi mải mê đọc truyện hầu như quên cả thế giới bên ngoài. Có khi mệt quá nhằm lúc hiu hiu gió thổi, tôi lăn đùng ra ngủ một giấc thật sâu. Ôi còn cái thú nào hơn là thú đọc truyện Tàu trong cái "phòng sách" nhà quê không giống ai ấy! Chính Ba tôi, ngoài việc dạy chữ, đã rèn luyện cho tôi thói quen đọc truyện Tàu. Ba tôi cũng đã đem "Lời bàn" của Mao Tôn Cương hoặc thay thế họ Mao phân tích những điều tôi chưa thấu suốt. Tất cả tấm gương trung hiếu tiết nghĩa, những điều thường thức về Nhân, Nghĩa, Lễ, Trí, Tín, về tam cang ngũ thường, về thuật dùng binh, dùng người đều nằm trong truyện Tàu. Ôi! Cái thú đọc rồi mê truyện Tàu nó làm cho con người ta quên ăn mất ngủ, bỏ cả cơm nước. Nó có ma lực quyến rũ người ta đọc hết "hồi" nầy sang "hồi" khác, hết cuốn này sang cuốn khác. Phong trào "Nói truyện", "Nói thơ" do các "tài tử" miệt Vườn khởi xướng từ đó ra đời được người dân hưởng ứng nồng nhiệt. Một người "Nói truyện" - tức cầm cuốn truyện Tàu mà "đọc" cho mấy mươi người nghe không biết chán, bằng cách ngân giọng "ê... a" nhừa nhựa giống như tụng kinh, thỉnh thoảng lên bổng xuống trầm để "nhập vai" các câu thoại của nhân vật trong truyện. Thời ấy, cứ vài ba buổi tối hằng tuần, tôi đều "đọc truyện" cho ông bà Nội tôi nghe vì chưa đủ trình độ "Nói truyện". Sau nầy lớn lên tôi mới biết bậc tiền bối mê truyện Tàu thứ dữ là cụ Vương Hồng Sển. Chính họ Vương đã bỏ nhiều thời gian và công sức để viết thành quyển Thú Xem Truyện Tàu rất lý thú dành cho những người "đồng điệu". Chính trong quyển sách về Ca dao miền Nam do tôi sưu tầm có nhiều bài hò, câu hát được "sính" dùng điển tích truyện Tàu (Trương Lương, Anh Bố, Hàn Tín, Tiêu Hà / Bốn ông giúp Hớn nên nhà / Văn hay võ giỏi em đà hiểu chưa?).

Thú đọc sách ở Trung học và Đại học

Bốn năm trung học, tôi theo học tại trường Tam Cần thuộc quận lỵ Trà Ôn. Tam Cần là tên một tỉnh có mặt trên bản đồ miền Nam nước Việt trong một thời gian khá ngắn ngủi. Vì trường cách xa nhà hơn 20 cây số nên ba năm đầu bậc trung học, Ba Má tôi phải xin cho tôi được trọ học tại nhà một người cô họ cách xa trường độ 7 cây số. Cái điệp khúc cỡi chiếc-xe-đạp-đòn-dông-cà-tàng-trần-trụi trên con đường đất đá gồ ghề từ thời học lớp Nhứt được lặp lại. Nhưng lần này càng vất vả hơn vì phải "đèo" thêm cái trọng lượng hơn 40 ký lô của đứa em họ. Mùa nắng đạp xe đi học rõ ràng là "tung trời xanh én nô đùa reo mừng". Nhưng mùa mưa đối với tôi là cả một cực hình! Trên đường đi học với biết bao gian khó, đôi khi hiểm nguy vì đường bị mấy người anh em bên kia đắp mô gài mìn. Nhưng tôi vẫn không sờn lòng nản chí bởi thấm nhuần những lời dạy trong sách giáo khoa thư: "Trai thời đọc sách ngâm thơ / Dùi mài kinh sử để chờ kịp khoa". Và cái điệp khúc luyện-truyện-luyện-văn được lặp lại tại vườn cam, đám mía quanh nhà cô tôi. Thỉnh thoảng vài cơn gió nhẹ thoảng qua mơn man từng cánh hoa ngọn cỏ trông thật êm đềm thơ mộng biết bao! Khi nào cần giải quyết cái "đệ tứ khoái" thì khỏi phải đi xa.

Năm lên lớp Đệ Tứ, tôi trọ học tại nhà vợ chồng người chị họ, chỉ cần đi bộ nửa cây số để đến trường. Bấy giờ nhà anh chị chưa có điện, nên thắp đèn dầu. Mỗi tối trước 9 giờ phải tắt đèn để anh chị đi ngủ sớm và tiết kiệm tiền mua dầu. Tôi cần thức khuya để đọc sách, "gạo bài" nên phải xin phép nương nhờ ánh đèn điện ở hành lang nhà thờ công giáo Trà Ôn. Tôi không ngại khó ngại khổ, bởi vì tôi tâm niệm câu châm ngôn vừa học: "Cảnh khổ là nấc thang cho bậc anh tài, là kho tàng cho người khôn khéo, nhưng là vực thẳm cho kẻ yếu hèn". Có chí thì nên. Cuối năm học, tôi được lãnh phần thưởng hạng Nhì gồm nhiều sách vở tôi yêu thích, tha hồ đọc. Kỳ thi Trung Học Đệ Nhất Cấp năm ấy, tôi là một trong 5 bạn cùng lớp trúng tuyển.

Lúc bấy giờ, chiến tranh Quốc-Cộng ngày một leo thang. Quê tôi là vùng "xôi đậu". Phần đông thanh niên trai tráng trong làng và một số bạn cùng trường chia làm hai chiến tuyến, người ở bên này, kẻ ở bên kia, hy sinh tánh mạng để bảo vệ màu cờ sắc áo trong cuộc chiến tranh dai dẳng, huynh đệ tương tàn. Máu của những người anh em bên này bên kia đã đổ trên ruộng đồng sông nước. Được sự đồng ý và khích lệ của đấng sanh thành, tôi một mình một thân lên Sài Gòn để tìm phương sanh kế hầu theo đuổi việc học. Với mảnh bằng Trung Học Đệ Nhất Cấp khiêm tốn, dấn thân nơi phồn hoa đô hội, tôi phải nỗ lực và kiên trì lắm mới tự bơi trong dòng đời còn lắm phong ba cũng như trong biển học mênh mông. Cũng nhờ sự tốt bụng cưu mang của người anh họ, tôi mới tạm yên thân để "dùi mài kinh sử". Bù lại, tôi tự nguyện phụ giúp anh chị một số việc vặt vãnh và làm "gia sư" để dạy mấy đứa cháu. Lúc bấy giờ, nhà người anh họ ở Cư xá Đô Thành chưa có đồng hồ nước nên hằng đêm, từ 12 giờ khuya tôi phải đến phông-tên nước công cộng dùng vòi cao su "câu" nước miễn phí cho chảy đầy các lu, thùng phuy trong nhà. Trong thời gian chờ đợi, tôi ngồi cạnh cột đèn đường lấy sách vở ra luyện chữ luyện văn, giống như ngày xưa ông Mạc Đĩnh Chi học nhờ ánh đèn đom đóm mà về sau thi đậu Trạng nguyên. Mọi người giờ này đã say giấc. Tôi phải thức vì… nước. Trong khoảng không gian tương đối vắng lặng, tức cảnh sanh tình, bất giác tôi ngâm nho nhỏ mấy câu thơ vừa sáng tác nhại theo ý thơ của một chí sĩ yêu nước: "Vì nước nên ta phải thức hoài…".

Nhờ chí công học tập trong cảnh khổ với tinh thần lạc quan hướng về tương lai tươi sáng, nên hình như tôi "có duyên" với việc học hành thi cử, có thể nói là "thi đâu đậu đó", khác với nhà thơ Tú Xương "thi không ăn ớt thế mà cay!". Những năm tháng theo học Sư Phạm rồi Đại Học Văn Khoa Sài Gòn, tôi đã biến thành con mọt sách nhưng không phải thứ dữ như cụ Vương Hồng Sển. Như đã thưa ở trên, tôi đọc sách tại các "phòng sách lưu động" thiếu mọi tiện nghi. Nhưng tôi rất lấy làm vui và vô cùng thích thú vì được đi học, được đọc sách. So với việc học/ đọc sách gian nan của học trò ngày xưa, tôi cũng được an ủi và cảm thấy hạnh phúc hơn nhiều. Chẳng hạn, trong Gia Huấn Ca, cụ Nguyễn Trãi đã nêu những tấm gương hiếu học, như : Tô Tần phải lấy "dùi đâm vế kẻo khi buồn ngủ", Tôn Sinh phải treo tóc trên giường "để cho dễ thức học hành canh khuya", Tôn

Khang nhờ ánh "đèn hoe bóng tuyết" mà phải "chịu rét đêm đông", Trác Dận lấy "túi bao đom đóm bạn cùng thư trai" v.v…

Bấy giờ tôi được hưởng tương đối đầy đủ tiện nghi tại các Thư viện lớn của thủ đô Sài Gòn - thành phố Hòn Ngọc Viễn Đông nổi tiếng một thời. Tôi thường mài quần ở Thư viện thành phố, rồi Thư viện các trường Đại Học Văn Khoa và Sư Phạm Sài Gòn. Nhưng nhờ một cơ duyên đưa đẩy tôi đến một chỗ lý tưởng để đọc sách: Đó là chùa Xá Lợi ở đường Bà Huyện Thanh Quan. Dĩ nhiên phải được sự cho phép của vị sư đại diện Hòa thượng trụ trì. Sách đọc ở đây hoặc mượn ở Thư viện, hoặc do tôi nhịn ăn sáng để mua. Giống như các Chưởng môn trong truyện kiếm hiệp thỉnh thoảng bế môn để "luyện công", tôi thường vào chùa Xá Lợi để dồn hết tâm lực "luyện chữ". Nơi đây thanh tịnh tôn nghiêm khác hẳn cái nóng bức trên căn gác mái tôn những trưa hè oi ả nơi tôi trọ học ở xóm lao động ồn ào. Mỗi lần trước khi luyện chữ, tôi đều đến chánh điện để đảnh lễ Phật và lâm râm khấn nguyện. Thú thật tôi cũng đa sầu đa cảm, con tim cũng rạo rực thao thức ở tuổi hoa niên; cho nên mỗi lần nhìn những tà "áo trắng điểm tô đời nữ sinh" Gia Long cạnh chùa, bất giác tôi ước mơ ngày nào đó sẽ chiếm được trái tim một bóng hồng "trong đám xuân xanh ấy". Thứ tình cảm lãng mạn thuần khiết tuổi học trò lúc đó như gió thoảng chiều hôm, cơn mưa buổi sớm rồi cũng chợt đến chợt đi như hoa nở rồi tàn, trăng tròn lại khuyết. Nhưng chính nó đã điểm tô hương vị của cuộc đời! Tôi xin được nói lên lời cám ơn sâu xa đến sư trụ trì chùa Xá Lợi đã dành cho tôi một khoảng không gian yên tĩnh để "tu học" cũng như tạo cái duyên để tôi gần với đạo Phật và trở thành Phật tử sau này.

Thú đọc sách của người dân miền Nam

Mải mê vòng vo tam quốc giành đất lấn sân kể về chuyện đọc sách của "cái tôi đáng ghét", bây giờ người viết xin bàn về TĐS của người dân miền Nam - cụ thể là người Sài Gòn. Trước 1975 ở Sài Gòn xuất hiện nhiều nhà xuất bản sách báo. Các hiệu sách lớn nổi tiếng như Khai Trí, Sống Mới, Lửa Thiêng, Xuân Thu, Lá Bối… với nhiều sản phẩm đa dạng, phong phú. Lại thêm nhiều tiệm cho mướn sách mọc lên khiến các tay "lái sách" làm ăn khấm khá. Sách báo tràn đầy từ các cửa hiệu đến ngoài vỉa hè tô điểm cho Thủ đô Sài Gòn nét đẹp văn hóa của một "thành phố ham đọc" (theo khoavanhoc-ngonngu. edu.vn). Ở các tiệm sách lớn, đội quân thiếu nhi ưa "coi cọp" sách hằng giờ nhưng chưa chắc đã mua. Rồi đến độc giả sinh viên, các cụ già cũng chăm chăm chú chú lật từng trang sách và chọn mua cuốn nào ưng ý. Đó đây ở các góc phố Sài Gòn, giới xích lô, xe ôm ngồi dán mắt vào sách báo trong lúc chờ khách. Nhưng giới "độc thư" thứ thiệt là nhà văn, nhà báo, nhà giáo, nhà nghiên cứu phê bình văn học, nói chung là những người nặng tình với sách. Mỗi lần đến hiệu sách, thế nào họ cũng "đãi" vài cuốn ưng ý. TĐS và phong cách đọc của họ không hoàn toàn giống nhau tùy môi trường, hoàn cảnh sống, địa vị xã hội và nghề nghiệp. Có người đọc đủ loại sách, đọc ngấu nghiến như bị "đói" lâu ngày. Cụ Vương Hồng Sển có lúc đọc sách như "tằm ăn lá dâu, ăn để mà ăn, ăn thật nhiều, thật no…" hoặc đọc "ngấu nghiến còn hơn bồ câu ra ràng nuốt mồi không kịp đút, y như chó gặm xương, như mèo mới sanh được mẹ nhường mồi dạy ăn…". Thuở nhỏ tôi cũng đọc sách ngấu nghiến, nhét cho cái đầu đầy sách như con bò ăn cỏ "ngốn" cho mau hết vì "đói" sách, lại phải trả sách mượn đúng kỳ hạn. Nhiều người chọn sách mình yêu thích, có giá trị nhứt rồi đọc chậm rãi, uống từng lời từng chữ, từ trang đầu tới trang cuối. Họ sợ vội vội vàng vàng, "đọc nhảy mất hết cơ duyên" và "Đọc vội thì đọc văn chết văn, đọc thơ chết thơ" (Võ Phiến). TĐS của tôi chắc "không giống ai" vì có lúc chỉ mặc quần xà lỏn ở cái phòng-sách-cây-rơm như tôi đã kể. Có nhà văn chỉ mặc quần Tây dài bạc màu, mình trần trùng trục ngồi viết feuilleton hoặc đọc sách tại tòa báo (Sơn Nam). Trên Thời Báo số ra ngày 21/04/2006, Đoàn Dự đã viết về "Ông Già Nam Bộ": "Ông Năm - tức Sơn Nam, ở trần ốm nhom ốm nhách, đang ngả mình nằm trên bộ ngựa cũ kỹ trước hiên của nhà anh bạn vong niên, đọc báo" (Xin lỗi tôi đã vượt quá khung thời gian trước 1975). Cụ Vương Hồng Sển có thói quen nằm võng đọc sách. Nếu Diderot từng "mê sách như mê gái, si tình với sách" thì họ Vương còn mê sách hơn mê cả vợ và bạn khiến "hai phen bị giựt vợ, bị cắm sừng mà không tởn". "Ông già kỳ cục" này cũng có thói quen, sở thích kỳ cục. Khi đọc sách hay, ông đọc quên ăn quên ngủ, quên cả phận sự buồng the. Gặp sách hay, giá nào ông cũng mua cho bằng được, đôi khi mua "đúp" cho mỗi đầu sách. Ông mê sách đến mức "mê từ loại giấy, giấy mịn cũng thương, giấy thô cũng thích, mê cái bìa đóng khéo, mê chữ in không mệt con mắt” (Thú Chơi Sách). Sách có chữ ký (Kính tặng, Thân tặng, Quý tặng) và triện son của tác giả gọi là để “thêm duyên”, ông càng cưng càng quý, coi như bảo vật. Có người đã so sánh: Đọc sách như thưởng hoa, ngắm trăng, như đi bộ, đi ăn, như uống rượu, đọc thơ, như tán gái v.v… (Lê Minh Quốc). Đối với tôi, sách đọc thấy khoái là sách hợp “gu”, sách của tác giả đồng điệu, đồng thanh đồng khí với mình. Tại các Thư viện, giới độc thư thường ăn mặc tương đối chỉnh tề, thái độ nghiêm túc cầu toàn, ghi chép cẩn thận những điều tâm đắc. Đó là nơi đi-về của các “chuẩn” học giả, nhà văn, nhà giáo, nhà báo…, nói chung là những người làm văn hóa.

Kết

Thú Đọc Sách là một thú vui tao nhã lại thanh cao. Đến với sách, ta như được mở ra “chân trời mới” (Maxime Gorki). Đến với sách, ta như được “trò chuyện với những bộ óc vĩ đại nhứt của những thế kỷ đã trôi qua” (René Descartes). Đến với sách là phải trung thành với sách, tạo thành thói quen đọc sách và đọc suốt đời bằng cả trái tim. Đến với sách là tiếp cận với một thứ “tôn giáo”, một nét đẹp văn hóa, coi phòng sách như một ngôi đền, một nhà văn hóa: Mất đền là mất đạo; mất văn hóa là mất nước. “Có công mài sắt, có ngày nên kim”, đọc sách đến độ chín, ắt có ngày “đắc đạo”. Sách mở rộng kiến văn. Sách đào tạo nhân tài. Sách rèn nhân cách. Sách luyện tánh tình. Sách tạo công danh. Sách nên sự nghiệp. Sách là bạn cố tri. Sách người tình lý tưởng. Ôi! Sách là chân lý. Sách là hết ý! Trong thời đại tin học toàn cầu hiện nay với sự phát triển của các hình thức xuất bản điện tử (sách đọc, sách nói), nhưng sách in có giá trị, hợp với thị hiếu người đọc, vẫn bán chạy. Riêng người viết vẫn cảm thấy thích thú hơn khi đọc sách in để ngửi “mùi mực giấy” và “say sưa với cảm giác sờ chạm vào cuốn sách” (TS Charles Van Doren).

Nguyễn Kiến Thiết
Tết Tân Sửu 2021

Không Phải Cổ Tích
NGUYỄN ĐÌNH PHƯỢNG UYỂN

Người ta thường bảo đàn bà tuổi Dần, cao số, vất vả, nghiệm vào đời của bà tôi, đúng chóc.

Thập niên 1940, Pháp đô hộ, Việt Minh, giặc giã… Ông bảo bà đem con đi tản cư còn ông ở lại giữ nhà, xem tình hình thế nào rồi đi sau.

Một mình bà nội dẫn sáu người con chùm dúm chạy loạn, hai ông chú còn nhỏ xíu, bà bỏ vào hai rổ quang gánh cùng với đồ đạc, của nải cứ thế lên đường.

Chiến sự lan dần, bà lại dẫn con đi xa hơn, xa hơn. Ông tôi ở nhà, bị giết ngày nào? Chết ra làm sao? Chả ai biết. Lên sáu, bảy tuổi bố tôi đã mồ côi cha, còn bà nội, hai mươi mấy tuổi thành góa phụ. Thế hệ của bố, mẹ góa con côi nhiều lắm.

Bà có nghề may vá kiếm tiền nhưng khi loạn lạc, ai cũng nghèo xơ xác, quần áo vá chằng vá đụp mà mặc, nghề của bà coi như vứt. Bố tôi kể bà nuôi con bằng việc gánh bùn thuê cho người ta nhuộm vải hay bùn trộn với rơm làm vách nhà.

Bà tôi bé tí, còm nhom. Hồi đó tôi cứ thắc mắc làm sao bố tôi có thể chui vào nằm trong bụng bà. Với vóc dáng mảnh dẻ, hao gầy như lá lúa, nghĩ gánh bùn năm tháng trên vai bà mà chạnh lòng.

Vất vả, tang thương, bà khóc hoài, khóc hủy, khóc đến mức người làng phải đến an ủi: "Mợ phải ráng sống mà nuôi con", khóc đến độ khô luôn tuyến lệ, sau này chuyện có buồn mấy, thân thể có đau đớn mấy bà cũng không ứa nước mắt được nữa.

Bố tôi là con trai giữa nhưng lại được bà nội cưng nhất trong nhà. Cưng đến độ các bác và cả các cô chú cũng chiều bố tôi hết mực, có lẽ vì hồi nhỏ bố thường bệnh hoạn, ặt ẹo. Miếng ngon miếng lành, manh quần tấm áo, bà dành cho bố hết, vậy mà mấy lần bố tôi đi tù, bà xót lắm nhưng không nhỏ được một giọt lệ. Tôi tin là bà đã khóc khô nước mắt từ hồi ông mất và vì nỗi vất vả nuôi con một mình.

Khi mẹ còn con gái, sống chung với đại gia đình, từ ông bà nội đến chục vị cô chú đã nên gia thất. Mẹ tôi vai cháu nhỏ, không cần đụng tay nấu nướng. Lấy chồng, bố và bà nội là người chỉ mẹ bếp núc. Bà nội ra chợ, nhắn các bà bán hàng, cô dâu nhà tôi muốn nấu món gì thì làm ơn chỉ cho cô ấy các vật liệu cần mua.

Mẹ sanh, bà nội là người chăm cho mẹ nhiều hơn bà ngoại. Mẹ bảo bà rất Tây, ai kiêng cữ chứ mẹ về nhà hôm trước hôm sau bà đã gội đầu cho mẹ.

Hồi bé, tôi nhớ bà ở thuê trong một căn phòng nhỏ, gần nhà ông trẻ, em ruột của bà. Nhớ, vì Tết nhất, bố mẹ thường chở con cái đến mừng tuổi bà trước rồi mới qua bên ngoại.

Sau tháng 4/1975, bà đi đi về về giữa nhà tôi và nhà bác Cả. Bà ở trên bác Cả nhiều hơn vì ở đó còn có gia đình cô và chú tôi bên cạnh. Bà có một gian phòng riêng mỗi bề hai thước để vừa một cái giường, một cái tủ con con và cái máy may, cần câu cơm của bà. Bà nhận may vá loanh quanh trong xóm, lên gấu quần áo, đơm khuy, thùa khuyết, bà còn may búp bê nhồi vải vụn hay nón và giày trẻ sơ sinh để bán kiếm sống. Nghe bà nói, biết vậy. Chả bao giờ tôi nghĩ xem "Ai mua mấy thứ đó cho bà? Con búp bê hay đôi giày vải, lời được bao nhiêu?" Chưa kể hàng của bà làm từ vải đầu thừa đuôi thẹo, đâu có đẹp như hàng chợ, búp bê của bà đâu biết chớp mắt, đâu có tóc vàng óng ả…

Nhà bác Cả chục người. Nhà bà cô cũng ngần ấy. Chú tôi có bốn đứa con. Người thân xung quanh đầy nhưng bà lại đặt cái bếp than trước cửa phòng để nấu cơm riêng. Tội, bà không muốn làm gánh nặng cho ai. Con cháu nấu món gì ngon thì bưng sang cho bà một bát. Đôi khi chính bà lại xẻ miếng đậu miếng dưa trong mâm cho đám cháu nhỏ xanh xao, vàng vọt. Hôm nào tôi ghé bà chơi, được ăn bát cơm tuyền (không độn khoai sắn như cơm của mẹ) với củ cải bà phơi khô, dầm nước mắm đường, hay cà muối chua chấm mắm tôm ớt, nhai giòn cóc cóc trong mồm, sướng mê! Bà còn có món khoai tây con con, trộn cà ri muối, rô ti cháy cạnh, ngon đáo để.

Khi bà về nhà tôi chơi, thời ấy làm gì có điện thoại để biết mà đón, bà đi xe buýt tới đầu đường An Phú rồi cuốc bộ cả cây số vào làng, tay lễ mễ hai giỏ cói áo quần, khăn khố, lọ dầu cù là, đồ tế nhuyễn… và nhất là quà cho anh em chúng tôi, khi thì bọc kẹo đậu phộng, lúc lại mấy cái bánh ú, bánh tráng nướng hay quả mận, quả ổi…

Ở nhà bà mặc áo cánh, quần đen, toàn những thứ bà tự may. Ra đường, bà choàng thêm cái áo bà ba dài tay, chít khăn nhung đen trên đầu, thêm cái nón lá là xong. Quanh năm suốt tháng bà mang đôi guốc mộc lọc cọc. Đứt quai thì bà lại may, lại đóng cho đến khi không còn sửa được nữa mới mua đôi mới. Nghĩ cũng lạ. Mình mang giày da, giày vải mà chân cẳng phồng rộp hoài. Guốc cứng, quai nghiến vào chân đau lắm, sao các cụ có thể đi xa được nhỉ? Ừ, cụ đâu có lựa chọn nào khác, chả lẽ đi đất?

Bố mẹ tôi dành một căn gác gỗ riêng cho bà, trên đó bà đặt bàn thờ ông Ba Mươi và ảnh Phật Quan Âm. Bà không biết chữ nhiều, chỉ đọc đi đọc lại mấy quyển kinh Phật và vài cuốn truyện cổ tích để ở đầu giường.

Tôi thích ngủ trên lầu với bà để được nằm mùng, khỏi bị muỗi cắn, không giống nằm ở phòng dưới, cửa lưới nhưng muỗi vẫn xơi tôi hoài và nhất là phòng dưới gần bếp, tôi sợ con gián bò vào. Bà bảo có bàn thờ Phật, chả ma quỷ nào dám tới nhưng khi bà đi vắng, tôi không dám ngủ trên lầu một mình đâu.

Bà người Bắc rặt củ kiệu, nhuộm răng đen. Cơm bà nấu khô rang, đồ ăn nêm thường mặn hơn mẹ. Bà có mấy bài thuốc rất lạ. Khi mẹ tôi ốm, bà hái nắm cỏ gà (loại trẻ con cầm để đá với nhau) về sao trong nồi đất, hạ thổ rồi nấu nước cho mẹ uống giã bệnh, tôi cũng xin uống thử, thấy nước cỏ gà thơm thơm, ngọt ngọt, ngon. Bữa khác bà lại phơi nghệ lát mỏng, đem vào giã nhuyễn, áo với viên cháo đặc, chả biết để chữa bệnh gì.

Sân nhà rộng, bà nuôi thêm con gà con vịt. Sáng sớm bà ra nhặt trứng, dọn chuồng trại, cho gà vịt ăn xôn xao, náo nhiệt. Xế xế, bà đi hái rau quanh làng về băm, trộn, để dành bữa sau cho chúng. Có bà, rau răm, bạc hà không tốn tiền mua, bát nước mắm đỏ lựng, hăng nồng mùi ớt tươi hái trong vườn. Đôi lúc bà còn trồng hẳn một luống khoai lang trước cổng, chính là có rau ăn chứ củ chỉ be bé bằng ngón chân cái thôi nhưng ăn rau và khoai nhà trồng bao giờ cũng ngon hơn mua ngoài chợ.

Bố mẹ vắng nhà, bà tắm cho bọn trẻ, lúc đó chúng tôi sợ lắm vì nước bà pha nóng hổi, bà cứ thế đè từng đứa ra dội nước từ trên đầu xuống dưới chân, khóc cũng bị đòn, lén đổ thêm nước lạnh vào chậu càng bị đòn tợn. Bà không hiểu da trẻ con mỏng hơn da tay bà. Bà thấy nguội chứ chúng con thấy bỏng rát.

Chữ bà dùng cũng ngộ nữa. Bà dặn ông anh ra ngoài chạn lấy cái "cù dìa". Ổng đứng ngẩn tò te, chả hiểu "cù dìa" là cái gì. Bà cầm cái thìa, gõ vào đầu, dí vào mắt ổng: "Đây, cái này mà mày không biết hả?" Bữa khác, bà kêu thằng em lấy cho bà cái xoong. Nó cũng chả biết xoong là gì. Bà lấy cái nồi nhỏ có quai dài, cốc vào đầu nó: "Xoong đây này. Ngu thế!" Nhốt gà vào chuồng thì bà nói "dốt" gà vào chuồng. Cái nĩa gọi là "phống sét". Nấu cơm lại bảo "thổi" cơm, làm lũ trẻ cứ bị cốc đầu liên tục.

Bà mất đã ba mươi mấy năm, tôi chỉ còn nhớ bằng ấy chữ "lạ" của bà. Nhớ nữa là bà biết nhiều chuyện ma, ma thật nhé, bà thấy đàng hoàng chứ không phải trong truyện đâu. Những năm đói ở ngoài Bắc, người ta chết đầy đường, ma nhiều lắm. Lâu quá, quên đầu đuôi thế nào rồi nhưng từ đó tôi tin có ma, sợ teo!

Ngoài những lúc quanh quẩn với bếp núc, vá may, bà thích đánh chắn với gia đình cô, chú và bác tôi. Bà ngồi thẳng lưng cả buổi, đeo kính, xòe bài tròn trĩnh, rồi "ù", rồi iếc rôm rả. Niềm vui thứ hai của bà là dõi mắt vào ti vi coi cải lương, hát bội. Bà chả có người bạn nào để lui tới, thăm hỏi, chuyện trò. Giá như còn ông ở cạnh, có người bằng vai phải lứa để bà bầu bạn. Phụ nữ thời xưa, hình như chỉ có niềm hạnh phúc duy nhất là lo lắng cho chồng con, nhà cửa tươm tất.

Thập niên tám mươi, kinh tế Việt Nam èo uột, khó khăn triền miên. Con cháu của bà sống ngày nào biết ngày đó, tương lai mờ mịt, tối hù. Lâu lâu nhà tôi có quà nước ngoài gửi về, mẹ tôi mới biếu bà chút tiền. Lúc bố ở tù, bà ít ghé An Phú, chạnh lòng thấy con dâu ngược xuôi nuôi bốn đứa nhỏ, bà không nỡ để mẹ gánh thêm bà. Nhưng khi nhà neo người, nhất là lúc mẹ phải đi đâu vài ngày hay lúc mẹ ở tịt trong nhà thương hơn tháng trời chăm tôi bệnh, mấy anh em trai ở nhà, lớn nhất mới mười bốn tuổi, nhỏ nhất mới lên chín, bà lại tất tả về lo cơm nước cho cháu.

Nhà tôi không có máy may để bà nhận may vá kiếm đồng ra đồng vào. Dân làng vừa ít, vừa nghèo, thanh niên trai tráng còn không kiếm ra tiền, nói gì đến bà nên khi nhà cửa vừa yên ổn thì bà lại khăn gói về chỗ bác Cả, nơi bà đặt cái cần câu cơm, nơi có đông người mua kẻ bán để sinh sống. Bà cứ tự kiếm kế sinh nhai như vậy cho đến cuối đời.

Lớn tuổi, sức yếu, bà đổ bệnh rồi chết trong căn phòng riêng bốn thước vuông. Bụng bà căng trướng vì bí tiểu, da bủng vàng. Bà đau đớn rên la nhưng không khóc được. Biết bà sắp mất, bố hỏi bà muốn ăn gì, bố mua cho. Bà bảo bà muốn ăn cục kem. Tội nghiệp bà tôi, đói khổ đến mức trước khi chết chỉ thèm cục kem hay bà biết con cái chỉ có đủ tiền để mua món đó. Bố mua kem về, bà chỉ ăn được một nửa rồi đau đáu hỏi: "Tôi mất đi, cậu sống thế nào?" Bà không nuôi bố nhưng nếu bà còn, vẫn nhìn thấy bố, đỡ lo. Sáng hôm sau, bà tắt thở.

Cả cuộc đời bà vất vả, đến chết vẫn chưa yên lòng. Yên gì được khi con cháu thiếu trước hụt sau, chạy ăn từng bữa. Phải chi trước khi mất, bà nhìn thấy con cháu của bà như hôm nay, đã xây được nhà cửa, công ăn việc làm ổn định, sống an nhàn, mỗi người biếu bà một ít, bà không cần phải đi vá quần, vá áo cho chòm xóm kiếm tiền, bà muốn ăn bao nhiêu cục kem cũng được thì bà đã nhắm mắt thảnh thơi.

oOo

Thời nay, ai góa vợ, góa chồng ở tuổi hai mươi mấy, sẽ sống vậy cho đến chết?

Tôi nghĩ từ hồi xa xưa, đàn ông còn trẻ, vợ mất cũng không thủ tiết như bà tôi đâu. Xã hội nhân nhượng cho các ông chán chê, mê mỏi. Rằng thì là: "Cám cảnh gà trống nuôi con." Rằng thì là: "Phải có người chia sẻ sớm hôm", "Hắn còn trẻ quá, tội nghiệp!", "Ai lại để bếp núc lạnh tanh thế"… và còn hàng trăm lý do để thông cảm cho đàn ông nhưng với đàn bà? Dứt khoát bà góa không được lấy chồng khác. "Phu tử, tòng tử". Đi thêm bước nữa sẽ làm xấu mặt con cái, họ hàng. "Thứ đàn bà mất nết! Già còn ham vui!"…

Chém cha cái phong tục tập quán vớ vẩn của mấy ông Khổng Tử, của vua quan nước Việt, chỉ cốt mang lợi cho đàn ông. Nếu không có thứ nề nếp gia phong trời ơi đất hỡi đó, gánh bùn để nhuộm vải và xây vách nhà, có lẽ đã không đè lên vai nội, bà có thể khóc chuyện buồn vui như bao nhiêu người đàn bà khác chứ không trơ như gỗ đá.

Đàn bà dãi dầu nắng mưa, thờ chồng hóa đá, không phải chỉ có trong truyện cổ tích.

Nguyễn Đình Phượng Uyển
22/8/20

Những Buổi Chiều Xưa. Cũ
TRIỀU HOA ĐẠI

những buổi chiều không về
như dáng ngồi vừa đủ
ngày vẫn xanh như cũ
nhủ mối tình sau. xưa

rồi xuân lại theo mùa
vốc tay vơi nhã nhạc
thềm nhà em đã khác
vọng tiếng thời gian qua

chắc mới gì hôm qua
mà chân quên đường cũ
mây về thêm. vừa đủ
nhưng tình rời đã xưa

nhớ một thời mới qua
nỗi đời đi biền biệt
phút giây nào quên hết
ai biết tình khát khao?

em về buổi chiều nao
nắng mùa xuân trước ngõ
hoa đã vàng mấy độ
tình nhau qua bao lần

có không những chiều buồn
anh muôn trùng xa cách
xưa ngày xanh vắng mặt
mấy độ hoa cúc vàng

mấy độ mây bay ngang
biết đau tình khôn lớn
em qua rồi chuyến hẹn
mùa theo mùa mây đi

ngồi nhớ lại chiều xưa
ơi một thời đã cũ
ai nhắc chi tình đã
mấy trời sầu sau. xưa? ∎

Thu 2020
DUYÊN

tháng mười
thu về...
ngơ ngác quá
lá thờ ơ. buồn
mầu vàng. biếc
đất. trời. cho
hàng cây hai bên đường
thắp sáng
nến. mùa thu.

lữ khách
trong rừng thu
ngước mắt nhìn
vàng rơi. thu mênh mông*
nắng nhè nhẹ
gió chuyển mình
mưa lất phất
bay...

không gian lành lạnh
dễ yêu
cho tay tìm nhau
mắt ngập tràn mầu lá
phớt mầu xanh
trong
hy vọng…
biển trời.

hoàng hôn đang về
nhẹ nhàng. rơi
mặt đất dâng lên
nuốt ánh mặt trời
hai bên đường
hàng nến lụn...
tia sáng chìm dần
khoảnh khắc
đất. trời
tìm nhau
mất hút
đêm.

xào xạc...
tiếng chân người
nát. vụn. lá khô
trong đêm tối
mỏi mắt. tìm
về
lối cũ...
thu xưa… ■

10.24.20

* thơ Bích Khê.

Viết Cho Bạc - Bài Thứ Hai
DUNG THỊ VÂN

1-
Ta luận chữ tình mấy hôm mai
Bạc ơi hoa cỏ ngậm non cài
Bạc ơi thu tới - cam vô tận
Bạc đã bẻ nhành tháng giêng - hai

2-
Bạc ơi thu ấy không còn nữa
Thu chết non cao rụng mái tà
Thu ấy trong ta giờ ma mị
Làm gì còn có buổi xa đưa

3-
Bạc ơi ngôn ngữ đừng ngoa biện
Mấy lời ta dặn đến vô biên
Bạc câu bạc đủ cho ta hiểu
Bạc lòng thì bạc đến vô miên! ∎

Sep 29, 2020-1:54PM

Như Bụi Và Gió

THY AN

hạt bụi nằm trên bìa sách
hình thể li ti bắt ta đối diện thời gian
con vi trùng hiện hình
nụ cười méo lệch
ngọn nến thắp lên trong đêm tối
mùa hạ úa tàn giục ta ra đi
đến một nơi nào đó
có kinh và chữ
con đường nằm im ngần ngại
chẳng ai tiễn đưa
phiến đá xanh lạnh nhạt
bạc lòng

bay đi cơn dông
đem về mùa thu lá đỏ
câu thơ vụng về trước ngõ
thì thầm quay trở lại
giấc mơ khao khát của mặt trời và mặt trăng
luận ngữ người xưa đẹp như mơ
im lìm giữa đất trời rộn rã
và đêm mưa thiếu trăng
nhắc ai thắp ngọn đèn

rồi ánh mắt nhìn nhau yên lặng
thời cổ tích xen giữa những lằn ranh
hiểu ra ẩn ngữ làm ta điêu đứng
khung cửa lu mờ
có những dòng sông xuôi biển
ta và em trôi theo

hẹn nhau một ngõ tối trên đèo
trầm tích nổi lên từ đáy
những cơn địa chấn trần gian rung động
còn gì cho nhau
ngoài bụi và gió
con chim mùa bão xuyên qua mưa lạnh
nỗi nhớ mặn lòng
kêu mấy tiếng thiên thu…∎

Thêm Bạn Bớt Thù
BẮC PHONG

(Thơ phóng tác theo truyện cổ tích)

xưa trong làng có bác
chăn cừu để mưu sinh
một đàn cừu lông trắng
chúng hết sức hiền lành

bác có gã hàng xóm
sống bằng nghề thợ săn
gã nuôi một con chó
khá lớn và dữ dằn

một hôm nó hung bạo
nhảy vượt qua hàng rào
nhắm đàn cừu gặm cỏ
vồ mấy con cắn nhầu

đuổi chó xong bác tức
sang hàng xóm phàn nàn
gã thợ săn phản ứng
bằng thái độ bất cần

bác chăn cừu càng giận
muốn kiện gã thợ săn
phải bồi thường thiệt hại
nên tìm đến cửa quan

quan nghe chuyện ngẫm nghĩ
nói phạt kẻ làm sai
chỉ gây thêm thù oán
bác hãy làm như vầy…

nghe lời quan khuyên bảo
bác về nhà ra đồng
chọn một con cừu nhỏ
cho con trai thợ săn

cậu bé thật sung sướng
chơi với cừu cả ngày
gã thợ săn thấy thế
sợ chó cắn cả hai

gã bèn làm cái cũi
nhốt con chó dữ vào
rồi hai người hàng xóm
thành bạn tốt của nhau

tôi học từ truyện cổ
mang ý nghĩa thâm trầm
hóa giải những xung đột
bằng trí tuệ lòng nhân. ∎

Đà Lạt Nỗi Nhớ
KIỀU HUỆ

Đà Lạt yêu ơi hôm nay về thăm lại
Chào bình minh tia nắng sớm vừa lên
Những vườn hoa còn hư ảo sương đêm
Thành phố kỷ niệm trong ta nhớ mãi

Con đường nhỏ hai bên hoa cỏ dại
Dốc quanh co mình nắm chặt đôi tay
Sương mù giăng lãng đãng phía chân mây
Giờ xa lắm chuyện tình xưa ngây ngất

“Bài Thánh ca buồn” dư âm nuối tiếc
Người đi xa khuất nẻo tận phương trời
Có nhớ em khi ngắm cụm mây trôi
Trời Đà Lạt vẫn chìm trong sương khói

Hồ Xuân Hương gợn sóng chiều rơi vội
Thầm trách người lỗi hẹn chẳng đợi nhau
Đà Lạt ơi khép kín chuyện ban đầu
Gởi Thung lũng Tình Yêu câu xin lỗi

Đà Lạt nhớ chạm lòng ta bối rối
Hoa dã quỳ lối cũ đã vàng ươm
Người xưa đâu lạc bước gió sương
Đà Lạt, mãi trong tôi còn nỗi nhớ ∎

Màu Hoa Cũ
BT ÁO TÍM

Sáng nay nắng ấm về trên phố
Thoáng một sắc vàng gốc hoàng mai
Bỗng nghe xa thẳm miền ký ức
Buôn buốt qua hồn ai nhớ ai.

Lơ đãng chân buồn ngang dấu xưa
Chợt nghe da diết buổi tiễn đưa
Người đi tóc lộng chiều xuân muộn
Hết chạp sao trời lất phất mưa.

Thanh xuân trôi mãi, bao lần tết
Biền biệt phương người cánh thiên di
Tình cờ gặp lại màu hoa cũ
Vương bước chân buồn lúc biệt ly... ∎

Thơ Xuân
TRẦN VẠN GIÃ

Như Là Cổ Tích

Chuyện rằng mẹ khóc sau mưa
Chuyện rằng tóc bạc gió đưa bên thềm
Chuyện rằng mẹ thức đêm đêm
Trái tim của mẹ đập tìm dáng cha

Mẹ rằng Xuân chẳng có già
Trầu cau vẫn cứ đậm đà duyên quê
Con về, thưa mẹ con về
Đêm giao thừa đón. Ngồi kề mẹ thôi
Như là từ thuở nằm nôi
Như là cổ tích trong tôi suốt đời.

Chiều 30

Chiều nay con trở về quê
Tiễn nhau trong gió. Tái tê trong buồn
Sông kia con nhớ cội nguồn
Cát kia còn trắng đường truông thuở nào

Làng ơi hạt cát hanh hao
Ca dao chao nước bờ ao ru hời
Lớn lên ngang dọc với đời
Thương thời áo rách, nón cời ở quê

Thắp nhang khói ngún ngày về
Em ơi hãy nhớ lời thề tổ tiên
Ở lành thì sẽ gặp hiền
Thẳng lưng như dáng cau hiền làng ta. ■

Cúc Dại Chỉ Mình Tôi
VŨ TRỌNG QUANG

Tôi đợi đất trời trở dạ
đêm cao nguyên âm tính dữ dội
sớm mai gieo nở một đồi cúc dại [*]
rực rỡ niềm vui khóc được

Xin một lần phạm tội
hái đóa vàng
nhớ ngày nào nụ hôn đỏ thật
không dám ném tàn phai xuống lòng thung lũng
sợ màu môi trở thành đáy vực

Trở lại trở lại chỉ mình tôi
chỉ mình tôi giấu mãi đồi hoa trong mù sương
áo vàng đã chân đèo bước xuống
chỉ mình tôi giấu mãi mùa đông trong tay ôm
giá rét đã chia lìa hơi ấm ∎

(*) *Cúc dại còn gọi dã quỳ, cúc quỳ.*

Hai Người Đàn Ông Cuối Cùng
TRẦN HẠ VI

Hai người đàn ông cuối cùng
Khi rời đi
đã quên khóa cửa

Chị nhặt màu chiều gói lại một thanh âm
Đường vân chiều ngang tuần hoàn tơ máu
Đám cỏ dại đường parabol liềm hái
Nhựa ứa ra hăng hắc nồng nồng

Bên ấy bây giờ liệu có phải mùa đông
Quả thông già nua sót lại
Thời gian đựng trong chén trà trôi mãi
Chị soi bóng mình
hay bóng thủy tiên

Cánh cửa tre nghiêng
kẽo kẹt
Chàng trai trẻ cuối làng
ghé xin ngụm nước mát

Giếng khô ■

12.10.2020

Chuyện Thế Gian
ĐỨC PHỔ

Có những điều không thể nói ra
Mà giữ trong lòng thêm nặng
Đâu có dễ làm người vô cảm
Sống càng nhiều hệ lụy càng sâu!

Hết những chiều tà đến những sớm mai
Con người lăn theo vòng quay cơm áo
Đường danh lợi và đường an phận
Luôn có nhiều lối rẽ khác nhau.

Thử ngồi buồn lặng lẽ đêm thâu
Mới biết con dế con trùn cũng cần hô hấp
Thử làm người lao công cực nhọc
Mới thấy người bóc lột là bất lương.

Thử đứng nghiêng về một phía
Sẽ thấy đời chông chênh
Một bên vực thẳm một bên rừng sâu
Sẽ thấy mình hiu quạnh.

Thử sống trong vùng bão xoáy
Mới quý thời biển lặng sóng yên
Thử làm một người chân thật
Mới thấy xót xa cho kẻ dối gian.

Thử là chim sống trong lồng
Mới thấy khát khao trời cao đất rộng
Thử làm người nô lệ
Mới hiểu cái khôn cùng của mơ ước tự do.

Thử sống lãng xa yêu dấu
Mới biết lòng quạnh quẽ sắc hương
Thử sống bên ngoài tổ quốc
Mới biết yêu sâu sắc nước mình…

Những nấm mộ
Chỉ để chôn người chết
Chẳng thể nào chôn được chuyện thế gian!... ∎

Tâm Thơ Kinh
TRẦN THOẠI NGUYÊN

Tôi sống cùng nàng Thơ
Một Tình Yêu tôn thờ
Dẫu trần gian cát bụi
Đời vẫn đẹp như mơ!

Khi mặt trời thức giấc
Ban tặng nắng tinh khôi
Giọt sương mai mắt biếc
Lung linh đóa hồng môi

Lá cỏ xanh trải mộng
Miền núi đồi hoa hương
Tóc huyền mây soi bóng
Thơ tôi reo trên đường...

Biển xanh hát tình ca
Sóng nhạc lừng thơ hoa
Đất trời kia mộng ảo
Áo nàng thơ chiều tà!

Đêm vàng mâm trăng sao
Nàng Thơ yếm lụa đào
Tôi lặng hồn sụp lạy
Dương trần tựa chiêm bao!

Tôi cô độc hồn đơn
Liêu vắng đường linh hồn!
Cùng bóng mây tiền kiếp
Bay cuối trời hoàng hôn

Sớm mai phù dung nở
Trưa bóng xế hoa tàn!
Ôi Tình Yêu vĩnh cửu
Sầu đất trời mang mang...

Ôi nàng Thơ muôn thuở
Cứu vớt linh hồn đời
Tôi yêu Em hiền độ
Tâm kinh Thơ rạng ngời! ∎

Thơ Xuân
TRÂN NGUYỄN

Hoài Xuân

Ta về gối mộng dưới hoa
Mới hay xuân đã đi qua bóng mình
Hoàng hôn cuối buổi đăng trình
Nhìn trăng cổ độ thấy mình ở trong.

Ta từ cội thức chờ mong
Nghiêng chiều tìm lại bềnh bồng tuổi xuân
Áo xưa nhàu vết duyên trần
Còn trong ký ức vạn lần thiết tha

Về thôi, từ giã phù hoa
Dang tay níu chặt bóng ta giữa đời
Hoài xuân nỗi nhớ chơi vơi
Gió mây mấy độ trùng khơi mấy lần

Ta về hỏi lại tiền thân
Nghiệp duyên - duyên nghiệp là phần nhân sinh?
Ngàn sau nhớ mãi chính mình
Băng qua dâu bể trọn tình cùng ta!

Ngõ Nắng Vườn Xuân

Ngõ nắng vườn ai ngập sắc xuân
Ngát hương lộc biếc, thơm vô tận
Vàng hoa trước lối nắng xuân về
Nghe gió reo cười rộn bước chân
Anh đắm nàng xuân trong mắt em
Cúc mai vàng thắm trước hiên thềm
Đầu mùa hoa lá tươi xinh quá
E ấp xuân về gót nhẹ êm
Em lại cùng xuân khoe áo mới
Nắng hoa hương sắc đã thay lời
Ngõ vắng nhà em cũng rộn ràng
Rộn tiếng hân hoan, rộn đất trời!

*

Sắc xuân ngõ nắng bâng khuâng quá
Rạo rực hương nồng lá biếc xanh
Trên cao mây trắng thiên thanh
Vườn xuân hoa thắm lòng anh bồi hồi. ■

Trò Chuyện Qua Phone
NGUYỄN VĂN GIA

Bạn học tôi - lính ngụy
Ngày chiến tranh chấm dứt
Trại cải tạo - bạn đi
Năm năm trời lâu lắc

Ngày bạn về vất vả
Nghề nghiệp có như không
Chuyện Tái ông thất mã
Hát ô (HO) - thế là dông

Phone cho tôi bạn kể
Đêm nằm mơ thấy gì
Thấy cái Ngã Ba Huế
Thấy cái chợ Thanh Khê

Nhớ ơi mùi mắm cái
Cái mũi mình nghe thơm
Cái lưỡi mình nghe ngon
Mỹ nghe mùi... bỏ chạy

Bạn hổng nhớ New York
Cũng chẳng nhớ Cali
Quay quắt nhớ chợ Cồn
Nhớ bánh mì ông Tý

(Yêu nước là cái gì
- Nói hoài không hết ý
Quê hương là cái chi
- Xa rồi da diết nhớ!)

Cũng có kẻ vô tình
Cứ tà tà vơ vét
Quê nhà như quán trọ
Ra đi là quên hết...

Bạn dặn con nhiều lần
Tro cốt - khi trăm tuổi
Một nửa rải sông Hàn
Nửa kia đèo Hải Vân

Lặng im nghe bạn nói
Không khóc... lệ tôi rơi. ■

Tự Bạch Cuối Năm 2020
NGUYỄN HÀN CHUNG

Gái rủ đóng phim thì trốn
bạn kêu bia ôm thì chuồn
giữ rịt tấm thân rách nát
hơn bảy chục năm trời luôn

Cũng thơ tản thần thê thiết
cũng ham bến tàu bụi môn
cũng gọi Việt kiều Việt kiết
cô đơn khuân vác nỗi buồn

Houston single… nhiều quá
nhứt quyết ở nhà ăn cơm
phở tái ngon nhưng sợ dính
bởi chưng rất vụng lau mồm

Trời cho mươi mười năm nữa
đừng bị bánh bèo bỏ bom
mai kia rồi hũ tro cốt
cá Mexico không thèm

Thôi mình lên facebook
sum vầy không chả nem
yêu chay mà cũng lắm
tay chàng chấu e hèm

Mười năm lên tám chục
chắc không còn mấy em! ∎

Houston TX -Tháng 12/2020

Tình Yêu Là Mùa Xuân
VÕ THẠNH VĂN

Nàng là mùa xuân
Mạch thầm đất mới
Rẫy bái biền bưng
Đọt vương phơi phới

Nàng là nắng xuân
Muôn hoa rạo rực
Đón bóng đông quân
Trên thân lửa hực

Nàng là sương xuân
Hồi sinh cỏ dại
Vui mừng rưng rưng
Thấm ơn vạn đại

Nàng là mây xuân
Bay qua trời thẳm
Năm sắc tưng bừng
Ngập lòng son thắm

Nàng là tuyết xuân
Giăng ngang đầu núi
Chờ vạt nắng hừng
Gom thành từng búi

Nàng là hoa xuân
Thịnh khai vạn lối
Tóc ai lẳng bung
Rợp che muôn tối

Nàng là chúa xuân
Tô môi ai đỏ
Ca hát vang lừng
Đi về đầu ngõ

Nàng là chồi xuân
Má thơm lộc mới
Nàng là đông quân
Tình ai phơi phới. ∎

Ăn Tết Xứ Người
TRƯƠNG XUÂN MẪN

Mẹ ơi, con ăn tết, xứ người, trong hãng
Hạt mứt con ăn cay nỗi buồn vô hạn
Bánh pháo là tiếng nổ cồn cào nỗi nhớ
Giấc ngủ giao thừa cắt vụn khúc tỉnh, mơ. ■

Thơm
NGUYỄN HẢI THẢO

Đêm thơm giấc mộng êm đềm
Ngày thơm hoa cỏ bình yên ru đời

Tôi thơm tôi một sớm mai
Xênh xang áo mới đón ngày đầu năm

Em thơm từ độ trăng rằm
Ta thơm nhau độ chỗ nằm dậy xuân... ∎

Lòng Người Sông Biển

TIỂU NGUYỆT

Dò sông dò biển dễ dò
Nào ai lấy thước mà đo lòng người
(Ca dao)

Nga vừa ra khỏi lớp học, đang thư thả lên văn phòng, thì nghe tiếng chuông điện thoại trong túi xách vang lên; chị vội mở túi xách lấy chiếc điện thoại bấm máy nghe.

Tiếng bà Vinh - mẹ chị, từ đầu dây bên kia ngập ngừng, đứt quãng:

- Con đi dạy về, ghé qua mẹ một lát nghen! Không biết vì sao mà từ trưa đến giờ mẹ chóng mặt, đau bụng quá con ơi!

Nga bực bội:

- Chớ bà ăn thứ gì mà đau bụng? Ít bữa là đau bụng, chóng mặt, không đau lưng cũng mỏi gối, nhức mình nhức mẩy. Bà có gọi cho ông Hải, ông Hà, trưởng nam với quý tử của bà chưa?

Giọng bà Vinh yếu ớt:

- Thôi con ơi! Mẹ mệt quá rồi. Anh Hai mày nó đi công tác tận Đà Nẵng, còn thằng Hà, bữa nay dẫn học sinh đi thi đâu trên huyện, tao gọi rồi. Ghé bắt giùm mẹ nồi cháo.

Chị cằn nhằn:

- Đau bụng cũng Nga, nhức đầu cũng Nga; sao lúc chia đất, chia nhà, không nghe bà nhắc đến con Nga này tiếng nào hết vậy? Được rồi. Lát nữa tui sẽ ghé!

Nga vùng vằng tắt máy, bỏ chiếc điện thoại vào túi xách.

Ngang qua phòng học lớp 3B, chị gặp cô giáo Lê ở cửa lớp. Chị nhoẻn miệng cười thật tươi, vui vẻ chào cô Lê, sự bực mình mới đó bỗng biến mất như chưa hề có, rồi đi thẳng lên văn phòng. Lê nhìn theo cái dáng thon thả, mảnh mai của Nga - người bạn đồng nghiệp lớp đàn chị vui tính, xinh đẹp, lại là giáo viên dạy giỏi, với lòng ngưỡng mộ, yêu mến. Lê luôn cố gắng và ao ước, sẽ có một ngày, mình cũng được như chị - được đồng nghiệp yêu mến, học trò quý kính. Trong lòng Lê, Nga là "thần tượng" để cô hướng tới - một người khéo léo từ ăn nói, cư xử, cách ăn mặc, nấu nướng, đến dạy dỗ con cái. Giọng nói của chị sao mà nhỏ nhẹ, êm ái, ngọt ngào; rồi cô ước mình cũng có một người chị gái như Nga; nhưng ước thì ước vậy thôi, cô không anh, không chị, cũng chẳng có đứa em nào; mẹ sinh cô chưa đầy ba tuổi, cha cô đã bỏ mẹ con cô theo một người phụ nữ khác rồi, còn đâu mà có chị có em.

Nga vào văn phòng cất sổ đầu bài, chào đồng nghiệp, rồi vội ra nhà xe lấy chiếc Dream của mình chạy về. Vừa chạy xe, chị vừa nghĩ ngợi, thôi thì cũng phải lo cho mẹ, kẻo thiên hạ sẽ dòm ngó, chê cười, mang tiếng. Chị gởi xe, ghé vào chợ mua ít đồ dùng, thức ăn, rồi quày quả trở lại chỗ gởi xe. Vừa thấy chị, ông Thức - người giữ xe, là bạn khi xưa của mẹ chị, vội dắt xe ra cho chị, giọng vui vẻ:

- Cô giáo đi chợ nhanh vậy?

Nga cúi chào ông Thức, mỉm cười:

- Dạ! Cháu đi dạy về, ghé chợ mua chút thịt về nấu cháo cho mẹ, nên vội bác à.

Ông Thức ngạc nhiên:

- Mẹ cháu đau à? Mới hôm qua bác thấy bà ấy đi chợ kia mà.

- Người già như cái máy đo thời tiết vậy mà bác, không đau nhức mới lạ!

Ông Thức xuýt xoa:

- May mà bà ấy có cô con gái ngoan hiền, hiếu thảo như cháu, thật là phúc đức.

- Dạ! Có gì đâu bác ơi! Cha mẹ lo cho con cái cả đời rồi, tuổi già mình phải lo cho cha mẹ, tròn câu hiếu đạo chớ bác. Không có cha mẹ, sao mình có ngày hôm nay.

Ông Thức gật gật cái đầu, nói tiếp:

- Đâu phải ai cũng nghĩ được như cháu. Cháu thấy đấy, như bác đây, tuổi này rồi mà còn ra chợ giữ xe kiếm sống, chớ có đứa nào lo cho bác đâu. Thằng lớn làm tận Cần Thơ, còn con gái lấy chồng làm việc bên thị xã, cách có chục cây số, mà cả năm bác thấy nó được một, hai lần - ngày giỗ mẹ nó và ngày tết thôi cháu à!

Nga tỏ lòng thương cảm, an ủi:

- Thôi bác ạ! Đừng buồn giận anh chị ấy chi, chỉ vì công việc thôi. Chào bác cháu về, kẻo mẹ cháu mong, hứa với mẹ dạy xong ghé về thăm, mẹ chờ tội.

- Ừ, cháu về đi.

Nga lên xe, chạy thẳng về nhà mẹ. Vừa bước vào nhà chị đã lớn tiếng, giọng bực bội:

- Lúc trưa bà ăn món gì mà đau bụng, nhức đầu? Giờ bớt chút nào chưa? Uống thuốc gì chưa?

Bà Vinh gượng ngồi dậy, giọng yếu ớt:

- Tao ăn cơm với canh cá mành nấu rau tập tàng hôm qua còn để trong tủ lạnh, lấy hâm nóng rồi mới ăn, mà sao đau bụng dữ vậy không biết?

Nga trợn tròn đôi mắt, nói như hét:

- Trời ơi! Già rồi mà ăn vậy biểu sao không đau bụng. Canh để qua đêm mà còn ăn, thiệt là khổ.

Bà Vinh giả lả:

- Thì tao đâu có biết, cứ nghĩ bỏ tủ lạnh rồi không sao. Ai ngờ…

Nga cướp lời mẹ:

- Ai ngờ, ai ngờ cái gì? Đã nói không biết bao nhiêu lần rồi, ăn còn là đổ đi, mà cứ tiếc. Giờ thấy chưa, đau bụng, nhức đầu, khổ cái con này chớ ai vào đây?

Bà Vinh nhẹ giọng, năn nỉ:

- Thôi mà con. Má biết rồi. Má nhờ con bé nhà bên cạnh mua giùm thuốc, uống bớt rồi. Con bắt giùm má nồi cháo, má rũ cái chân đi không nổi.

- Thiệt là bực cái mình. Đáng lẽ ra, đây là việc của anh chị Hai, ổng có bận đi công tác, còn có vợ con ổng, còn thằng Hà nữa mà. Đất cát ở dưới quê, thì bà nói của ông bà để lại, chia cho con trai để cúng giỗ, con gái ngoại tộc không được chia. Giờ đau bệnh, không ông Hải cũng phải có thằng Hà chạy về lo cho bà chớ, gì cũng gọi Nga Nga là sao?

Vừa nói, Nga vừa đi xuống bếp lấy gạo bắt nồi cháo, rồi quay trở lên lấy điện thoại mở máy gọi Hà.

Chị lớn tiếng:

- Mày về là lên nhà chăm má đó nghen. Tao bắt nồi cháo cho má rồi, giờ tao phải về còn cơm nước cho lũ nhỏ nữa.

Tiếng Hà vang lên ở đầu dây bên kia:

- Chị nấu cháo chín cho má ăn rồi về, giờ tui còn ở trên này, phải nửa tiếng nữa mới về tới được.

Nga giãy nảy:

- Vậy mày gọi vợ mày tới lo cho má, tao cũng phải lo cho chồng con tao nữa chớ!.

Hà hét lên:

- Bộ má không phải là mẹ của bà sao? Con gái gì kỳ vậy? Bà nghĩ coi, con gái mà không biết thương mẹ, biểu con dâu lo. Thiệt là lạ! Tui nói rồi đó nghen, bà nấu cháo chín cho má ăn rồi mới về. Lát nữa tui về với má.

Nói xong Hà cúp máy, làm Nga tức tối, trợn mắt, quay qua bà Vinh hét lớn:

- Bà không biết dạy con để nó chửi tui. Thằng mất dạy!

Bà Vinh hoảng hốt, ứa nước mắt, nghẹn ngào:

- Con bắt nồi cháo để đó má coi, rồi về lo cho tụi nhỏ đi. Con đừng nặng nhẹ má tội nghiệp! Kiếp này chúng ta có duyên là mẹ con, chớ kiếp sau chắc gì gặp lại. Đừng cay đắng chi mà đau lòng. Má đỡ rồi. Con về đi, má không sao đâu. Cảm ơn con!

Nga vừa lầm bầm:

- Không sao, không sao, mà gọi tui về đây làm chi. Mệt quá đi!

Nga ra sân lấy xe đi về. Bà Vinh gượng đứng dậy, lê chân xuống bếp. Hai giọt nước mắt long lanh lăn dài trên đôi má đen sạm, hiu hắt.

oOo

Bà Vinh uống thuốc, nghỉ ngơi hơn mười ngày mới khỏe hẳn; bà nghĩ, trước kia còn sức khỏe, có đau bụng, nhức đầu cũng một ngày là qua, giờ phải mười ngày, nửa tháng mới khỏe lại được. Bà biết sức khỏe bà đã suy giảm vì bao năm làm việc lao khổ; dù đã đến tuổi nghỉ hưu, bà vẫn muốn được đi làm, không muốn suốt ngày đi ra đi vào trong căn nhà vắng vẻ, buồn hiu này; nên đã xin được tiếp tục công tác thêm vài năm nữa. Hôm nay, bà thấy trong người đã khỏe, liền đạp xe đến cơ quan, vào gặp ông Bình - giám đốc xí nghiệp gỗ Thanh Sơn, để hỏi xem đơn xin của bà đã được giải quyết chưa, và như thế nào?

Bà Vinh bước vào phòng giám đốc gặp ông Bình, ông ngạc nhiên khi nghe bà hỏi về quyết định có cho bà tiếp tục công tác nữa hay không? Ông Bình cho bà biết, chính con gái bà đã đến đây tuần trước, xin cho mẹ thôi công tác vì sức khỏe; nên ông đã hủy quyết định cho bà tiếp tục làm việc. Bà Vinh ngẩn ngơ không biết con gái bà đã dám tự ý đến đây xin cho bà nghỉ việc mà không nói cho bà biết. Từ bấy lâu nay, dù Nga bất mãn việc bà chia đất dưới quê cho con trai, Nga không có phần; nhưng bà không nghĩ, con gái dám qua mặt bà mà hành động như vậy; bởi bà cũng đã mua cho Nga một lô đất, còn cho thêm hai cây vàng để Nga xây nhà rồi.

Bà đau lòng và lo lắng, không biết rồi đây con gái bà sẽ ra sao, với tấm lòng ích kỷ, nhỏ nhen và tham lam như vậy. Bà nghĩ, sao nó không giống bà chút nào, nhìn vẻ mặt đoan trang, xinh đẹp như vậy, mà tâm địa hẹp hòi, hiểm độc đến bà cũng không ngờ. Nước mắt bà cứ chực ứa ra, có lẽ không phải vì bà không được tiếp tục làm việc, mà vì bà lo lắng, sợ hãi, và càng yêu thương đứa con gái bà rứt ruột đẻ ra hơn cho hậu vận của đời nó.

Bà Vinh đạp xe về, ghé lại nhà con gái để hỏi vì sao lại làm như vậy? Thay vì xin lỗi mẹ, Nga lại giận dữ, đỏ mặt, nặng lời với mẹ khiến bà không ngờ.

Nga thản nhiên:

- Lúc nào bà cũng trưởng nam với quý tử, bà bênh mấy ổng chằm chằm, gì cũng dành cho con trai. Bộ con gái không phải là con sao? Bà sinh con mà không biết dạy con, để mấy ổng khi dễ, coi thường tui. Không mắc mớ gì bà phải đi làm nữa, già rồi, nghỉ ở nhà để mấy ông con trai nuôi, lo gì?

Bà Vinh chỉ biết lắc đầu thở dài, không nói được lời gì.

Bà Vinh ra về, thì gặp Hoa - em gái của con rể bà ở ngoài ngõ, Hoa chào bà rồi đi thẳng vào nhà anh chị mình. Nhìn thấy chị dâu đang lau nhà, Hoa chào chị, giọng vui vẻ:

- Anh Tư có nhà không chị? Chị dạy buổi chiều à?

Nga dừng tay lau, ngạc nhiên:

- Chị dạy buổi chiều. Anh Tư đi dạy rồi. Có gì không em?

Hoa lại lấy cái chổi lau nhà từ tay chị, giọng nhỏ nhẹ:

- Chị đưa đây em lau cho. Em về thăm má, sẵn ghé anh chị chơi ấy mà.

Nga đưa cây chổi lau cho Hoa, xuống nhà dưới lấy đĩa khoai lang luộc mang lên bàn, giọng thân mật:

- Nhanh tay rồi ăn khoai Hoa ơi! Khoai lang nhuận trường và tốt cho sức khỏe.

Hoa "dạ", tay thoăn thoắt lau nhanh, xong mang xuống nhà dưới rồi lại bàn ngồi ăn khoai với chị. Hai chị em nói chuyện vui vẻ, thăm hỏi chuyện học hành của các cháu. Một lát, Hoa bỗng thấy buồn, lòng chùng xuống khi nhớ nghĩ về mẹ.

Giọng cô chân tình:

- Chị này! Em thấy má đã lớn tuổi rồi, ở một mình không ổn chút nào, nửa đêm nửa hôm lỡ có gì không ai bên cạnh để lo cho má. Hay anh chị đưa má về ở cùng, có má ở vui nhà, vui cửa. Chị nghĩ thế nào?

Nga giãy nảy:

- Không được. Má không thể ở đây được. Chị không đồng ý. Sao em không nói má ở với anh Hai, anh Ba, mà lại ở với anh chị?

Hoa nhìn chị, giọng trầm xuống:

- Anh Hai, anh Ba việc làm bấp bênh, nay có mai không, điều kiện đâu mà lo cho má. Anh chị là giáo viên, ổn định, có lương hướng hẳn hoi. Em nghĩ, má ở với anh chị là hợp lý nhất.

- Không được. Mỗi tháng chị sẽ góp tiền phụng dưỡng má, chứ chị không đồng ý cho má ở đây. Em biết đấy, má hay "chuyện không nói có", chị không chịu được.

Hoa bỗng cao giọng:

- Cả nhà, chỉ mình anh Tư và em là được đi học. Má nuôi anh Tư đi học đến nơi đến chốn, giờ công danh sự nghiệp như vậy, hổng lẽ anh Tư không lo được cho má tuổi già sao chị?

Nga đỏ mặt, lớn tiếng:

- Anh Tư được má cho ăn học. Chị cũng được ba má chị cho ăn học. Vậy là huề, đâu phải chị không được ăn học, bắt anh Tư nuôi chị đâu mà em nói.

- Em thấy chị ăn nói lạ ghê. Vậy cha mẹ có nghĩa vụ nuôi con cái, còn con cái không cần có trách nhiệm với cha mẹ khi tuổi già sao chị?

- Vậy sao em không đưa má về mà nuôi? Em cũng ăn học như anh Tư mà?

Hoa phân trần:

- Nếu má đồng ý về ở với vợ chồng em, là em đưa má về liền. Nhưng chị nghĩ coi, má còn ba ông con trai, về ở với em có sợ người ta dị nghị rằng con trai không nuôi má hông? Với lại, em ở sát cha mẹ chồng, không sợ má mặc cảm, khó xử à?

Nga cười nhạt:

- Như em nói, má chỉ muốn ở với anh Tư sao? Còn anh Hai, anh Ba sao má không muốn ở?

- Em nói rồi đấy. Anh Hai, anh Ba lo chạy gạo từng bữa, lúc đói lúc no, không nghề nghiệp gì hết, làm thuê làm mướn bấp bênh, chị à!

Nga vùng vằng quay ngoắt xuống nhà dưới, vừa đi vừa nói: "Đẻ con ra cho cố rồi bỏ thí không lo cho ăn học, để nhảy tàu, ăn chơi. Phải chi cho ăn học đàng hoàng, giờ lấy gì khổ". Hoa nghe chị dâu lầm bầm, vô lễ với mẹ mình như vậy, cô tức tối, hét lớn: "Chính mấy cái thằng nhảy tàu lêu bêu như bà nói, lại là đứa nuôi cho chồng bà ăn học đấy bà ạ! Đừng có hỗn láo coi chừng có ngày… (giọng ngập ngừng, ấp úng) ông Trời có mắt đấy bà chị à!".

Nói xong, Hoa quay ngoắt ra sân, lấy xe đi về, lòng bời bời, buồn bã.

oOo

Soạn xong giáo án, Nga đứng dậy định ra sân hít thở bầu không khí ban đêm mát mẻ, quơ tay chân một chút thư giãn. Nhưng chị vừa bước ra khỏi cửa đã bị con gì cắn một phát đau điếng. Chị giật mình, nhìn kỹ, thì thấy một con rắn lục đầu đỏ nằm ngay ngạch cửa, vội lấy cây đánh đuổi nó đi khỏi; thì nghe cái chân bị rắn cắn tê dần.

Chị hoảng hốt không biết phải làm sao, phải chi anh Tư không đi công tác có ở nhà đưa chị vào bệnh viện cấp cứu. Chị nhanh nhẹn lấy điện thoại gọi cho mẹ, và em trai nhờ giúp đỡ; nói chưa hết câu, miệng chị bỗng cứng ngắt. Chị nhìn xuống cái chân, thấy nó to dần lên, căng chật ống quần, nước mắt chị ứa ra; chị biết nọc độc của rắn đang chạy dần lên phần trên của cơ thể chị; nếu không cấp cứu kịp thời sẽ rất nguy hiểm, có thể tử vong.

Chị ngồi xuống, dựa lưng vào cửa, nghe hơi thở mình nóng hổi, gấp gáp, trước mắt chị là một màu đỏ chói lòa nhấp nháy. Chị muốn vào nhà lấy giỏ đựng ít quần áo, đồ dùng để vào viện; nhưng chị không đứng dậy được. Chị nghe tiếng thằng Tí, con Na - con của chị, khóc gọi mẹ cùng tiếng nổ của xe máy chạy vào ngõ, và tiếng người gọi chị - tất cả tạo thành thứ âm thanh hỗn loạn, rồi mờ dần cùng bóng đêm đang vây bủa lấy chị.

Nga cảm thấy mình như rơi vào một cái hố sâu thăm thẳm, đen ngòm, lạnh ngắt. Chung quanh chị là bóng tối dày đặc, chị như nghe thấy tiếng khóc tỉ tê của ai đó, làm chị rờn rợn, co quắp người run sợ. Rồi chị thấy một chiếc đầu lâu to thiệt to, đôi mắt lõm sâu, cái miệng há rộng đỏ lòm những máu là máu, khiến chị kinh hoàng rú lên khủng khiếp. Chị bất tỉnh.

Nga nghe thấy một luồng ánh sáng ấm áp từ trên cao như phủ chụp xuống người mình, làm chị nhẹ hẫng, bồng bềnh, như đang trôi giữa bầu trời trong xanh đầy nắng ấm. Chị tiếp nhận hơi ấm của nắng gió, sự nồng nàn của đất trời, đang hòa quyện, len lỏi khắp cơ thể. Rồi chị nghe tiếng khóc, dường như của mẹ, rấm rứt văng vẳng, khiến chị muốn ngồi dậy, tìm kiếm; nhưng chị không thể nhúc nhích được, hai chân chị nặng trĩu như bị đè dưới tảng đá lớn, đau đớn. Chị cố mở mắt, nhưng không thể nào mở nổi, đôi mi như bị keo dính chặt. Rồi chị nghe những tiếng bước chân, vội vã, đến rồi đi, cùng tiếng rầm rì nói chuyện.

Nga cảm thấy như vừa qua một giấc ngủ dài đầy mộng dữ. Mở mắt ra, chị thấy mẹ ngồi gục bên giường, hai người anh chồng đang lo lắng đứng dưới đuôi giường chờ đợi. Chồng chị, anh trai và em trai của chị cùng vợ chồng cô Hoa đang đứng quanh vị bác sĩ nghe ông nói chuyện. Chị bỗng cảm thấy thật xấu hổ. Chị nghĩ, mình nhỏ nhen, hẹp hòi, không xứng đáng với tình yêu thương lo lắng của những người thân đã dành cho mình.

Nga xúc động, nước mắt ứa ra, cầm lấy tay mẹ. Bà Vinh giật mình nhìn lên, thấy con gái đã tỉnh, mừng rỡ khóc to, giọng nghẹn ngào: "Lạy Trời Phật! Con tui đã tỉnh lại rồi. Con ơi!". Nga khóc theo mẹ, giọng yếu ớt: *Mẹ ơi! Hãy tha lỗi cho con! Con sai rồi, mẹ ơi!".*

Nghe thấy tiếng khóc, tiếng mừng rỡ nói chuyện của bà Vinh, mọi người chạy vội lại bên Nga. Vậy là chị đã trở về từ cõi chết. Hai ngày qua, chị hôn mê, được cấp cứu kịp thời, chuyền nước liên tục, giờ mới tỉnh lại.

Anh Tư cúi xuống sát mặt chị, những giọt nước mắt mừng vui chị đã tỉnh lại cứ lăn dài trên má anh, cùng với giọng thầm thì:

- Cảm ơn em đã trở về cùng cha con anh! Anh xin lỗi, vì không có ở nhà để đưa em vào viện; may mà anh Hai đến đúng lúc, đưa em đi cấp cứu, nếu không, không biết giờ sẽ ra sao?.

Nga đưa mắt nhìn anh Hai, anh Ba, thều thào:

- Em cảm ơn anh! Cảm ơn anh! - quay sang vợ chồng Hoa, giọng chị yếu ớt: - Cảm ơn vợ chồng em! Chị xin lỗi em nhé!.

Nga nhìn người anh và em trai của mình, thấy sự mừng vui, lo lắng chân tình trên gương mặt, trong khóe mắt đỏ hoe, như có giọt nước mắt hạnh phúc. Chị thầm thì "Cảm ơn".

Nga khóc. Những giọt nước mắt thi nhau chảy dài trên má chị. Chị cảm thấy mình thật hạnh phúc, được mọi người yêu thương, lo lắng; nếu không, không biết giờ đây chị có còn được hít thở, còn được gặp lại chồng con, anh chị em và nhất là người mẹ thân yêu đã hết lòng vì mình?

Nga nhìn anh Tư, với ánh mắt đầy yêu thương, hối hận. Giọng chị xúc động: "Ngày em được xuất viện về nhà, mình đón má về phụng dưỡng, anh nhé!".

Chị gượng ngồi dậy, ôm chầm lấy mẹ, khóc nức nở: *"Mẹ ơi!".*

Tiểu Nguyệt
9/2020

Bay Trên Miền Quá Khứ
THÁI NC

Quê tôi vốn ở Huế, nhưng tôi lại được sinh ra và lớn lên tại Đông Hà, Quảng Trị. Ba tôi đã làm việc, gặp mạ tôi ở đây, và nhận quê hương của vợ làm quê hương của mình.

Năm đó tôi được mười một tuổi, và đang học lớp 5. Chiến sự leo thang mãnh liệt nơi vùng địa đầu giới tuyến nên ba mạ tôi gởi tôi về lại quê nội ở Huế trước.

Quả nhiên vài tuần sau chiến cuộc bùng nổ. Dòng người di tản từ Quảng Trị về Huế sau đó đã để lại trong lịch sử một đại lộ kinh hoàng của mùa hè đỏ lửa 1972.

Nhưng tôi đã được an toàn ở Huế, tại nhà nó.

Nó cùng tuổi, chỉ kém tôi hai tháng. Tính theo vai vế thì nó phải gọi tôi là chú. Ba tôi là em con chú con bác gì đó với ông nội nó. Cho nên theo lẽ thì tôi là chú, bên nội. Không hiểu sao tụi cháu lại gọi tôi là cậu theo như bên ngoại.

Tôi là con một, trong khi nó là chị cả của một đàn em bốn đứa.

Và tôi tuy là cậu, nhưng nhập gia phải tùy tục nên bị coi như đứa thứ năm nhập bọn với lũ em của nó.

Anh Quản (tức là ba nó) là quân nhân được cấp một đơn vị gia cư trong trại gia binh này. Chị thì tần tảo bán rau trái ngoài chợ từ sáng sớm đến tối, tất bật cả ngày nuôi đàn con cho nên nó làm chị cả có uy lắm. Mỗi ngày ngoài giờ học, nó đều thay mặt ba mạ chăm sóc lũ em.

Nó cai quản lũ chúng tôi theo khuôn phép của lính, nhất là vào giờ ăn.

Nó bắt lũ em đứng xếp hàng từ nhỏ đến lớn, mỗi đứa cầm một cái dĩa tới nó xúc cơm và bỏ đồ ăn vào. Thường là chỉ có một, hai món khô. Có cơm rồi, tự động xách dĩa kiếm một góc ngồi ăn.

Dĩ nhiên là tôi cũng vậy mà thôi.

Tối ngủ nhà hẹp, tụi tôi bốn đứa lớn nằm sát nhau trên nền xi măng giăng chung một cái mùng.

Hai đứa nhỏ nhất được ngủ với ba mạ trong phòng.

Đêm đầu tiên tôi không ngủ được, nằm sụt sùi khóc nhớ nhà, và vì chưa bao giờ nằm trên nền xi măng như vậy.

Ở nhà tôi ngủ trên giường đã quen rồi.

Thấy tôi khóc, nó quàng tay qua vỗ nhè nhẹ lên vai dỗ dành: *"Cậu ơi, cậu ngủ đi. Ngủ đi cậu!"*

Chắc là nó từng ru em đã quen.

Nhưng tôi vẫn khóc và không ngủ.

Nó hỏi tại sao?

Tôi thú thật là ở nhà, mỗi tối mạ tôi phải xoa lưng cho tôi ngủ. Bây giờ không có mạ xoa và gãi lưng, tôi không ngủ được.

Nó bèn thò tay vào sau lưng tôi vừa xoa vừa gãi.

Tay nó cũng dịu dàng và êm ái như tay của mạ tôi.

Tôi mới chịu ngủ.

Từ đó trở về sau, cả mấy tháng trời, tôi hôm nào cũng dành với mấy đứa kia để được nằm cạnh cho nó gãi lưng.

Được ba hay bốn tháng gì đó.

Mùa hè đỏ lửa rồi cũng qua. Mạ tôi đến đón tôi về nhà.

Từ giã Huế. Từ giã nó. Tôi mang theo một chút nước sông Hương hiền hòa về mong tưới dịu những vùng máu lửa quê tôi.

Hôm tôi bước lên xích lô với mạ chuẩn bị đi, nó chạy tới đưa miếng giấy có ghi địa chỉ nhà và nói:

- Cậu nhớ viết thư cho tui.

- Ừ, tau sẽ viết thư cho mi.

Nó gọi cậu xưng tui. Còn tôi thì tau-mi, rất kẻ cả.

oOo

Biền biệt bảy năm trời tôi miệt mài vui chơi quên mất nó. Và dĩ nhiên là không viết lá thư nào cả.

Đầu năm lớp 12, ba mạ tôi lại cho tôi ra Huế học để chuẩn bị thi vào đại học.

Trọ học ở nhà nó.

Ngày đầu tiên gặp lại, tôi giật mình vì nó đẹp quá. Đẹp hơn sự tưởng tượng của tôi khi đang ngồi trên xe đò từ Quảng Trị vào Huế nhiều.

Nó cũng nhìn tôi ngạc nhiên.

Ngày xưa con gái trổ mã sớm nên tôi chỉ đứng ngang mũi nó.

Bây giờ thì nó chỉ đứng ngang mũi tôi.

Nhưng mà nó thiệt là đẹp!

Tôi nghe tim mình rộn rã, quên mất nó là vai cháu.

Là họ hàng.

Là máu mủ.

Là… không được.

Nó vẫn kêu tôi là cậu, nhưng lần này anh chị Quản bắt nó phải xưng con với tôi cho đàng hoàng. Chị lớn phải làm gương cho lũ em nó đều phải xưng là con với tôi.

Cho nên từ đây nó là CON.

Nó ngượng nhưng không nói gì được.

Riêng tôi thì vẫn mi-tau như ngày nào.

Bữa cơm chiều đầu tiên tôi cứ lén nhìn nó. Nhất là đôi bàn tay.

Nó đẹp nhất không phải ở khuôn mặt, hay dáng vóc gọn gàng, mà là ở đôi bàn tay.

Chắc là tôi có chút thiên vị. Bởi vì tôi vẫn nhớ đôi bàn tay năm xưa đã vỗ về, xoa lưng dỗ tôi ngủ.

Bàn tay của bà tiên tý hon thay thế cho mạ tôi của những tháng ngày loạn lạc.

Tôi chiêm ngưỡng nó đến nỗi nó cũng biết, nên tinh quái nhìn lại tôi, kín đáo xòe bàn tay ra cong năm ngón tay lại như móng vuốt của con Diều Hâu.

Coi chừng. Kỳ này con sẽ cào rách lưng.

Tôi kín đáo lè lưỡi e sợ.

Nó gật gật đầu ra vẻ khen… cậu ngoan.

Chỉ vậy thôi là bảy năm xa cách của hai đứa tôi đã được san bằng.

oOo

Nó ở chung phòng với mấy đứa em gái.

Tôi thì ở chung với mấy thằng con trai.

Nên mỗi tối gần mùa thi hai đứa tôi phải ra phòng khách ngồi học cho tới khuya.

Nó học cũng khá, chỉ hơi bết môn toán.

Cho nên tôi vừa học vừa kèm cho nó.

Có những đêm bài vở chúng tôi chỉ để đó cho có.

Hai đứa ngồi mà ngó lẫn nhau…

Mong thời gian đừng vội qua mau.

oOo

Một buổi tối cả nhà đi ăn ky.

Nó viện cớ học thi không đi.

Nhưng ở nhà chỉ coi Tivi.

Nó biết là tôi cũng ở nhà một mình.

Thấy nó ngồi ở phòng khách, tôi cũng theo ra.

Chương trình Tivi chiếu gì tôi không nhớ.

Nó ngồi trên ghế sa-lông đắp một cái mền chung quanh thiệt là ấm cúng.

Tôi ghé ngồi kế bên.

Ngửi thấy mùi thơm lừng lựng.

(Không biết là của nó hay là của cái mền.)

Được một lúc, bỗng nó nhìn sang hỏi tôi có lạnh không.

Tôi bảo có.

Nó vén cái mền lên nói qua đây ngồi với con.

Tôi chui qua ngay.

Vậy là hai đứa tôi cuộn chung trong một cái mền.

(Tivi đang chiếu gì tôi thực không biết)

Chỉ biết rằng cái mùi lừng lựng này là… của nó.

Có mùi xà bông tắm.

Có mùi thơm bồ kết gội đầu.

Và một mùi hương đặc biệt.

(Mà hình như chỉ nó mới có.)

Tôi nghe mát mát ở cánh tay.

Té ra tôi mặc tay đùi, còn nó áo cánh.

Nên da tôi đang chạm vào da nó.

Tôi nghe một cảm giác lạ lùng chưa từng có.

Vừa thích mà cũng vừa sợ.

Tôi sợ mạch máu của tôi sẽ bể.

Tôi sợ nó biết sẽ rút tay lại.

Nhưng không, nó vẫn cứ để yên một cách đồng lõa.

…

Má nó hồng hồng, mắt nó ươn ướt.

Tôi có cảm tưởng nếu tôi nắm một tay nó, nó sẽ đưa nốt bàn tay kia.

Tôi có cảm tưởng nếu tôi ôm nó, nó sẽ rút lại thật nhỏ để cho tôi ôm trọn vào lòng.

Nhưng tôi biết, nếu lỡ mà tôi hun nó.

Cả hai đứa sẽ sa vào bể khổ.

oOo

Tết đến tôi phải trở về nhà với gia đình.

Nó dặn đi dặn lại là phải trở về Huế ngay… để học cho kịp ngày thi.

Tôi hứa.

Nhưng về trễ hai ngày vì một việc không định trước.

Khi tôi trở lại Huế thì hình như nó giận không thèm ra ăn cơm.

Tôi sốt ruột nhưng không tiện hỏi.

Hôm sau mọi người đã đi vắng hết, tôi gặp quả nhiên thấy nó có vẻ giận hờn.

Tôi hỏi, nó nói con tưởng cậu về ăn Tết, cưới vợ, rồi ở lại ngoài đó luôn không về Huế nữa.

Không biết ai cho nó hay là kỳ nghỉ tết này quả nhiên ba mạ tôi có dàn xếp cho tôi gặp gỡ một người con gái khác ngoài ấy mà ông bà đã chấm làm con dâu.

Tôi vâng lời đi gặp người ta cho có lệ để ba mạ vui lòng thôi, chứ mảnh bằng Trung học chưa xong, lấy chi ăn mà cưới vợ?

Nó biết, nhưng vẫn giận tại sao không nói trước làm nó trông.

Tôi giả lả cho qua và hứa tối nay dắt nó đi ăn chè tạ tội.

Nó chịu, nhưng với điều kiện là nó chọn quán để đi.

oOo

Tôi trúng kế. Nó chọn ngay cái quán mà tôi sợ nhất đời, và không ngờ nó liều lĩnh như vậy.

Gọi là quán TÌNH NHÂN.

Vì đây là quán chỉ dành riêng cho những cặp tình nhân đến đây với khung cảnh hữu tình riêng tư, thích hợp cho những người yêu nhau tha hồ tình tự.

Chưa hết. Sau lưng quán Tình Nhân là một con đường ngắn giới trẻ ở Huế thời đó gọi là Con Đường Tình Ái.

Không hiểu bắt đầu từ đâu, lúc nào, mà các bạn trẻ ở Huế bảo nhau rằng, yêu nhau mà chưa đến quán Tình Nhân để cùng nắm tay đi trên Con Đường Tình Ái thì kể như… chưa hề yêu, và chắc sẽ không có duyên phận với nhau lâu dài.

Cho nên những cặp yêu nhau phải một lần đến đây như một lời

ước nguyện trăm năm không văn bản.

Vậy mà nó đòi cùng tôi tới đó.

Nó thì gan lì hết biết trong khi tôi lo đến sốt vó.

Lỡ ai quen ngó được.

Là chết!

Nó là cháu, tôi là cậu, là họ hàng mà!

Họ hàng đâu được quyền yêu nhau mà tới đây?

Nhưng nó nằng nặc đòi.

Tôi đành nhắm mắt đưa chân.

oOo

Hai đứa tôi cũng bắt chước họ, bước đi trên Con Đường Tình Ái.

Tôi đã yên tâm phần nào vì ở đây rất tối tăm đâu ai thấy mặt ai trừ người bên cạnh. Vả lại cũng không ai buồn để ý đến những cặp cạnh bên để làm gì.

Tôi và nó cùng bước song song bên nhau thật sát như những cặp tình nhân thật sự khác, chỉ có điều là không nắm tay.

Đang đi, nó bỗng chậm lại và nói:

- Cậu ơi, con ước…

- Mi ước chi? - Tôi hỏi.

- Con ước chi con có thằng bồ giống y… giống y… như cậu rứa.

Nó nói đi nói lại chữ giống y như không còn chi giống hơn được nữa.

Tôi nghe tim nhức nhối.

Tau cũng ước chi tau có con bồ cũng giống y… giống y… như mi rứa.

Nhưng tôi đành nuốt vô bụng, giả lờ nói:

- Thì mình đi như ri cũng giống như bồ rồi.

Nó nói không phải.

- Rứa thì răng mới là bồ?

Nó đưa bàn tay.

Tôi lấy một ngón ngoặc vào ngón tay của nó

- Như ri hí?

Nó hình như chưa vừa ý, nhưng cũng gật đầu.

Hai ngón tay đan vào nhau và tiếp tục rảo bước.

Sát đến nỗi tôi ngửi đầu nó thơm ngát mùi tóc.

Bỗng nhiên nó dừng lại, nắm trọn cả bàn tay tôi.

Tay nó run run.

Tôi cũng run run.

Cặp tình nhân phía trước đang dừng lại và hôn nhau đắm đuối.

Không cần biết hai đứa tôi đứng ngó.

Tôi thấy mắt nó vời vợi,

… và đôi môi đợi chờ.

Tôi quàng tay qua âu yếm vuốt ve bờ vai nó

Âu yếm vuốt ve bờ vai…

Từ cổ đến cánh tay.

Rồi từ cánh tay ngược về đến cổ.

Hương con gái từ người nó rười rượi.

Tôi cúi xuống… và hôn lên mái tóc.

Tôi sợ. Tôi không dám bước qua.

Hình như có tiếng thở dài nhè nhẹ.

Nó nói:

- Thôi mình về, cậu hí!

oOo

Điện tín khẩn của ba tôi từ Quảng Trị nói tôi phải về nhà gấp. Mạ đau nặng lắm. Tôi bỏ nó, bỏ trường, bỏ tất cả để về nhà.

Mạ vẫn khỏe.

Chuyến vượt biên sắp tới có một chỗ dành cho tôi.

Tôi bàng hoàng và đau khổ không biết làm sao để liên lạc được với nó.

Ngay đêm đó thuyền tôi ra khơi.

Êm thắm.

Ba ngày sau tôi cặp bến quần đảo của Phi.

Tám tháng sau tôi ở Mỹ.

***

Năm năm sau nó lấy chồng.

Bảy năm nữa tôi mới trở về VN chuyến đầu tiên.

Mười hai năm xa cách.

Gặp lại nó, và hai đứa con gái xinh xinh.

Chúng nó gọi tôi là ÔN.

Ôn mới tròn ba mươi, và cũng còn lẻ bóng.

Cho nên nó nhứt định kiếm cho tôi một người vợ.

Phương Lan thua nó ba tuổi, là bạn thân.

Tôi ở Huế chơi gần một tháng.

Với gia đình nó và Lan.

Không ai nhắc lại chuyện cũ nữa.

…

Khi tôi về VN lần thứ ba là để làm đám cưới.

Không biết tôi cưới Lan vì tôi yêu nàng, hay chỉ vì nàng là bạn của nó.

oOo

Phương Lan và tôi đã sống bên nhau thật hạnh phúc.

Nàng cho tôi hai đứa con kháu khỉnh dễ thương.

Tôi thầm cảm ơn nó đã khéo chọn cho tôi một người bạn đời.

Nhưng khi mà cuộc sống của tôi đã an bình, đằm thắm, thì cuộc đời của nó lại nổi sóng.

Nó bệnh gì không rõ, phải nằm bệnh viện cả tháng trời chạy chữa. Ngay Lan là bạn thân hỏi nó cũng không nói. Rồi chồng nó bỗng sinh chứng vợ bé, vợ nhỏ khiến nó phải đau khổ và cuối cùng phải chia tay.

Hai vợ chồng tôi cùng lo.

Lan thì thương bạn.

Nàng tưởng tôi thương cháu.

Có biết đâu tôi thương mối tình đầu.

oOo

Tôi có dịp đi công tác cho công ty tại Nhật, và may mắn là công việc tiến hành suôn sẻ nên thay vì hai tuần, tôi được bốn ngày dư không biết phải làm gì.

Một người bạn đã từng đi chuyến trước nói có thể mua vé thật mau và về VN chơi một hai ngày.

Tôi nghe lời và xếp đặt được chuyến bay về Hà Nội, rồi từ Hà Nội đi thẳng ra Huế trong thời hạn ngắn nhất.

Và tôi có thể ở Huế 24 tiếng, rồi về lại Nhật đúng ngày như dự định.

Bỗng nhiên tôi nghe như tiếng nó gọi.

Một ngày sau tôi có mặt ở Huế.

Nó ngạc nhiên khi tôi gọi từ một khách sạn ở trung tâm thành phố…

Lần cuối tôi về VN cùng với Lan cũng đã trên mười năm. Rồi sau đó chúng tôi có con và lo xây dựng cuộc sống nên đã lâu không trở lại.

Lần đó gia đình nó vẫn còn êm thắm.

…

Nó đến.

Tôi sững sờ chưa kịp hỏi tại sao đến nỗi.

Ở lứa tuổi mới bắt đầu năm mươi của tôi và nó, cùng lắm là tóc điểm muối tiêu. Hầu hết phụ nữ đều nhuộm đen che giấu.

Nó thì không.

Tóc trắng phau phau.

Sương mai gầy guộc.

Nhưng nó không để cho tôi hỏi.

(Chắc vì tôi dang tay.)

Nên nó chỉ la lên: "Cậu ơi!!!", rồi chạy a vào người tôi như cơn gió.

Ôm chặt cứng như thể sợ tôi biến mất.

Nó vẫn quen miệng gọi cậu.

Và chỉ một giây đó thôi, tôi đã quyết định sẽ đứng bên ngoài xã hội.

Mặc kệ những gì mà luân lý sẽ nói là có tội.

…

Không biết hai đứa tôi ôm siết nhau được bao lâu.

Tới lúc tôi muốn ẵm nó lên.

Thì nó lại ngồi xuống khóc.

Bây giờ tôi mới biết.

Nó bị ung thư mấy năm trước. Tuy may mắn cứu được mạng sống, nhưng người ta đã giải phẫu cắt bỏ một phần thân thể của nó.

Từ đó nó đã không thể làm một người vợ trọn vẹn.

Nên chồng nó bỏ nó.

Nên nó ngậm đắng nuốt sầu.

Tóc một chiều chợt trắng như phau.

Bây giờ nó như sống nhờ tình thương bố thí của định mệnh. Mỗi năm hai lần phải vào nhà thương thử nghiệm xem mầm ung thư có tái phát. Nếu không có gì trắc trở nó tạm yên tâm sống thêm sáu tháng. Mới lần sau cùng tuần trước đi khám, họ nói có vài triệu chứng hơi bất thường nên sẽ phải thử nghiệm lại. Tuy các bác sĩ đều trấn an, nhưng nó có cảm tưởng rằng "cái ngày đó" đã gần kề. Nó biết người nó đã cắt bỏ hết rồi. Nếu bệnh tái phát thì đâu còn gì mà cắt mà xén nữa.

Tôi thương nó quá, sụt sùi theo.

Nó lại bỗng cười và nói:

- Dị chưa tề. Sống chết có số. Cậu tra như ri mà còn khóc.

Tôi nói già thì già, vẫn khóc.

Nó bảo tôi nằm xuống giường.

Rồi ngồi cạnh bên…

Và bắt đầu vừa xoa vừa gãi lưng cho tôi.

Giống như ngày xưa.

Tay nó vẫn dịu dàng và âu yếm.

Giống như ngày xưa…

"Ngủ đi cậu - Cậu ngủ đi…"

Tôi mơ màng không biết là tiếng của nó bây giờ, hay chỉ là âm thanh đồng vọng của bốn mươi năm về trước đang lạc lõng về đây?

Trời Huế không mưa mà sao bị dột.

Có vài giọt nước rớt trên lưng…

Tôi bỗng thấy mình bay lên trời cao.

Và thấy phía dưới.

Có thằng bé giữa buổi ly loạn của chiến tranh, phải xa lìa tổ ấm nằm khóc nhớ nhà.

Có con bé nằm cạnh bên vỗ về ru ngủ.

Tôi lại thấy đang bay về phía Quán Tình Nhân.

Đôi uyên ương phía trước vẫn còn đang hôn nhau say đắm.

Có nó còn đứng đợi.

Nên tôi dừng lại ghé môi hôn.

Nó cười tươi như hoa nở mùa Xuân.

Rồi cũng bay lên…

Tóc trắng thành mây.

Hai đứa tôi cùng bay trên con đường Tình Ái.

…

Hai tháng sau nó chết.

Thái NC

Mấy Vấn Đề Về Bài Thơ
"Nam Quốc Sơn Hà"
NGUYỄN THIẾU DŨNG

1) Nguyên bản:

"Đại Việt Sử Ký Toàn thư" của Hội Bảo tồn di sản chữ Nôm đăng nguyên bản bài Nam Quốc Sơn Hà theo Bản in Nội các quan bản MỘC BẢN KHẮC NĂM CHÍNH HÒA THỨ 18 (1697) như sau:

南 國 山 河 南 帝 居
截 然 分 定 在 天 書
如 何 逆 虜 來 侵 犯
汝 等 行 看 取 敗 虛

2) Dị bản: Có bản khác, câu thứ hai đảo ngược hai chữ 分 定 thành 定分

3) Phiên âm:

Nam Quốc sơn hà, Nam Đế cư
Tiệt nhiên phận định tại Thiên Thư
Như hà nghịch lỗ lai xâm phạm
Nhữ đẳng hành khang thủ bại hư.

Trong nguyên bản từ 分 定 có thể đọc theo hai cách:

a) phận định

b) phân định

tùy theo sự cảm thụ mỗi người có thể chọn cách đọc khác nhau.

Chữ 分 có ba nghĩa, ba cách đọc:

- Phân trong nghĩa phân chia như phân biệt, phân cát.

- Phần trong nghĩa thành phần.

- Phận trong nghĩa số phận như an phận, duyên phận.

Muốn chọn cách đọc nào cho phù hợp với dụng ý của nguyên tác ta cần biết rõ xuất xứ của bài.

4) Xuất xứ:

Mùa xuân, tháng 3 (năm 1076), nhà Tống sai Quách Quỳ làm Chiêu Thảo sứ, Triệu Tiết làm phó, sang xâm lấn nước ta. Vua sai Lý Thường Kiệt đem quân đón đánh, đến sông Như Nguyệt đánh tan được. Quân Tống chết hơn một nghìn người. Quách Quỳ lui quân, lại lấy châu Quảng Nguyên của ta (người đời truyền rằng Thường Kiệt làm hàng rào theo dọc sông để cố thủ. Một đêm quân sĩ chợt nghe ở trong đền Trương tướng quân có tiếng đọc to bài Nam Quốc Sơn Hà).

Bài thơ được sử dụng như một vũ khí chiến tranh tâm lý nhằm tác động đến tinh thần chiến đấu của quân ta khiến họ phấn khích hăng hái đánh bại quân xâm lược phương Bắc, thế nên bài thơ được đọc lên trong một không gian u linh huyền nhiệm (miếu thần) và một thời gian âm u huyền ảo (đêm) để gây hiệu ứng tâm linh, âm **phận định** ở đây dùng "đắc" hơn là âm phân định. Phận định là trời định, không ai cãi lại được, sức người không thay đổi được, còn phân định là từ mang màu sắc xã hội, chính trị có bàn cãi, có tranh chấp, có can thiệp, con người hoặc một thế lực nào đấy có thể tác động vào. Dầu là bản khắc của triều Lê hay triều Nguyễn nguyên bản chữ khắc đều như nhau, chỉ có âm đọc mới khác, và chỉ khác ở hai chữ phân định hay phận định, thường thì đa số bản quốc ngữ chọn cách đọc phận định.

Ở phần dị bản, các bản khắc có thể khác nhau, nhưng chỉ khác ở chỗ đảo ngược hai chữ phận định thành định phận, nghĩa không thay đổi, âm đọc cũng không thay đổi và đó chính là thay đổi cấu trúc câu. Đây lại là vấn đề khác.

Viết theo phận định là viết theo cấu trúc Việt, chính (phận) trước, phụ (định) sau

Viết theo định phận là viết theo cấu trúc Hoa, phụ (định) trước, chính (phận) sau.

Câu thứ hai bản khắc "Tiệt nhiên phận định tại Thiên thư" được cấu trúc theo cách thức Việt phù hợp với tinh thần giữ gìn bản sắc dân tộc hơn nên viết như thế là hợp tình hợp lý.

5) Vấn đề tác giả:

Lĩnh Nam Chích Quái cho biết có một bài tương tự bài Nam Quốc Sơn Hà đã có trước sự kiện xảy ra ở trận sông Như Nguyệt:

"Năm Thiên Phúc nguyên niên (980) đời Lê Đại Hành, Hầu Nhân Bảo, Tôn Toàn Hưng cầm đầu đạo quân xâm lược nước Nam. Đến sông Đại Than, hai bên đối lũy, cầm cự với nhau. Lê Đại Hành được mộng báo của thần Trương Hống - Trương Hát: "Nay quân Tống phạm cõi, làm khổ sinh linh nước ta, cho nên anh em thần đến yết kiến, xin nguyện cùng nhà vua đánh giặc để cứu sinh linh". Canh ba đêm sau, trời tối đen, mưa to gió lớn đùng đùng... hai đạo âm binh áo trắng, áo đỏ cùng xông vào trại giặc mà đánh. Quân Tống kinh hoàng. "Thần nhân tàng hình ở trên không, lớn tiếng ngâm rằng:

"Nam quốc sơn hà Nam đế cư
Hoàng thiên dĩ định tại thiên thư
Như hà Bắc lỗ lai xâm phạm
Bạch nhẫn phiên thành phá trúc dư"

Dịch là:

Núi sông nước Nam, vua nước Nam ngự trị
Điều ấy trời đã định rõ trong sách trời
Cớ sao giặc Bắc sang xâm lược
Bay sẽ bị lưỡi gươm sắc chém tan như chẻ tre."
(trích theo Bùi Duy Tân).

Tạm dịch:

Sông núi nước Nam, Nam đế cư
Ông trời đã định tại thiên thư
Cớ sao giặc Bắc sang xâm phạm
Gươm bén phanh thây bay nát chừ.

(Nguyễn Thiếu Dũng dịch)

Về tác quyền, bài Nam Quốc Sơn Hà (năm 980) là tiền thân của bài Nam Quốc Sơn Hà (năm 1076) nếu ta tin vào Lĩnh Nam Chích Quái, nhưng Lĩnh Nam Chích Quái là Dã Sử còn Đại Việt Sử Ký Toàn Thư là Chính Sử mà Toàn Thư chỉ ghi bài năm 1076, không nói đến bài năm 980, trong trường hợp này ta buộc phải chọn bài Nam Quốc Sơn Hà 1076 là chính.

Mặt khác sở dĩ truyền thống để tác giả là Lý Thường Kiệt vì ông chỉ huy trận đánh đó, bày binh bố trận là do ông quyết định, nên tên tác giả gần như tượng trưng cho tinh thần Lý Thường Kiệt, tinh thần phá Tống bình Chiêm cương quyết chống xâm lăng của quân dân thời Lý. Ở đây hiệu quả của tính ứng dụng được đề cao hơn mọi tính năng khác.

6) Bản dịch của Nguyễn Thiếu Dũng:

I- Bản dịch 1:

Sông núi nước Nam, Nam đế cư
Rành rành phận định tại thiên thư
Cớ sao lũ giặc sang xâm phạm
Bay hãy chờ xem, chuốc bại chừ.

II- Bản dịch 2:

Sông núi nước Nam, Đế Nam giữ
Rành rành phận định ở Thiên thư
Cớ sao lũ giặc sang xâm phạm
Bay thử làm xem, chuốc bại chừ.

III- Bản dịch 3:

Đế Nam riêng ngự nước Nam
Sách trời định vậy dễ làm khác đâu
Bọn người xâm lược mưu sâu
Chúng bay rồi sẽ chuốc sầu bại vong.

Nguyễn Thiếu Dũng

Thơ Phùng Cung
Từ "Xem Đêm" đến "Trăng Ngục"
HOÀNG CHIỀU NHÂN

Ít ai biết đến thơ Phùng Cung, người ta chỉ biết ông là một nhà văn có truyện đăng trên Nhân Văn, trong thời "Nhân văn - Giai Phẩm". Ông bị nhà cầm quyền theo dõi, thơ văn của ông không được phổ biến. Chỉ bạn bè chuyền tay, đọc cho nhau nghe. Không có cơ hội phổ biến rộng rãi.

Năm 1995, nhờ sự giúp đỡ và khuyến khích của Nguyễn Hữu Đang và Phùng Quán, Phùng Cung mới gom những bài thơ đã làm vào nhiều thời điểm khác nhau in thành tập thơ Xem Đêm.

Tập thơ "Xem Đêm"

Xem Đêm gồm khoảng 200 bài thơ ngắn, rất súc tích. Rất đẹp. Toàn tập thơ toát ra một cái thần thái thanh thoát, trầm tĩnh, một tình yêu đằm thắm, sâu đậm của tác giả đối với đất nước, với quê nhà, với người, với cầm thú, với thiên nhiên cây cỏ, con sâu, cái kiến... muôn loài. Hãy đọc thử vài bài:

Đò Khuya

Đêm về khuya;
Trăng ngả màu hoa lý

Tiếng gọi đò
Căng chỉ ngang sông.

Tại những bến đò ngang, ban đêm ít có đò qua sông. Bến đò vắng vẻ, trăng sáng về khuya nhìn ánh trăng như màu hoa thiên lý. Tiếng người gọi đò không bị những ồn ào vì đông người qua sông, trong vắt như sợi chỉ căng thẳng ngang sông.

Vạc

Nắng - đạp cánh đồng xơ xác
Bước liêu xiêu
Cái vạc ăn ngày.

Vạc là loài chim ăn đêm. Nhưng con vạc trong bài này lại đi ăn ngày, lúc trời nắng. Đó là một nghịch cảnh. Con vạc phải đi kiếm ăn ban ngày trên cánh đồng xơ xác. Cái vạc ăn ngày nên bước đi liêu xiêu không vững. Vì đâu nên nỗi. Ai biết. Hay biết cũng không nói ra được. Hãy đọc lại lịch sử trong giai đoạn chống xâm lăng và cuộc chiến Quốc Cộng. Biết bao thanh niên yêu nước đã bị lừa.

Bài **Mồ Hôi Xương** viết tặng vợ mới thật là thần tình:

Em vất vả
Tối ngày tất tả
Lưng áo em
Loang vôi trắng xóa
Cái trắng này
Vắt tận trong xương.

Vết mồ hôi khô trắng trên lưng áo mà tác giả thấy nó "vắt tận trong xương" thì quả là đã cảm thông một cách sâu xa nỗi vất vả, tận tụy của vợ. Tài tình quá. Nhưng tiếc là tập thơ đã được in một cách hết sức khiêm nhường và không được nói tới nhiều, ít ai biết tới.

Một số bài thơ Phùng Cung sáng tác trong ngục tù, cũng thấy in trong Xem Đêm, như bài Gãi Đất, Mẹ, Gươm Báu, Tử Thương (trong Xem Đêm thì đổi là Vĩnh Cửu), nhưng một số câu đã bị cắt đi, một vài chữ bị sửa. Đọc trong Trăng Ngục ta mới có đầy đủ nguyên vẹn bài thơ của tác giả.

Bài **Gãi Đất**, chẳng hạn, trong Xem Đêm chỉ có tám câu:

Giặc quấy
Làng queo quắt
Tụi trẻ đi - đi hết
Dờ dệt sức già gãi - đất
Ngô phong cờ
Chó chạy hở đuôi
Cái đói - tròn –
Lăn kín bốn mùa.

Trong **Trăng Ngục** thì dài hơn và ý nghĩa khác hẳn:

Ai quấy nhiễu
Xóm làng queo quắt
Biết thì biết
Không dám vạch mặt - chỉ tên
Chính chúng nó
Phường Cộng Sản
Lái buôn binh lửa
Ôi! Binh lửa triền miên
Tuổi trẻ gái - trai
Bị lôi đi - đi hết
Dờ dịt sức già - gãi đất
Ngô phong cờ
Chó chạy hở đuôi
Cái đói tròn lăn kín bốn mùa.

Bài trên là cảnh xóm làng vắng vẻ vì giặc quấy nhiễu, tụi trẻ đi hết, chỉ còn những người già, cào đất kiếm sống, đói quanh năm. Bài dưới khác hẳn. Không phải là giặc quấy nhiễu, không phải là tụi trẻ đi hết, mà là bị lôi đi hết, cả trai cả gái để đưa vào chiến trường miền Nam... Kẻ khuấy nhiễu xóm làng, lôi bọn trẻ đi hết, tác giả chỉ đích danh nó là "Phường Cộng sản Lái buôn binh lửa."

Phùng Cung cũng như nhiều thanh niên thời ông đã theo kháng chiến chống Pháp, đã cả tin theo Cộng sản, coi nó như một lý tưởng chống thực dân. Nhưng rồi sau khi lấy lại độc lập Cộng sản vẫn tiếp tục nuôi dưỡng chiến tranh, vẫn mượn chiêu bài cứu nước, lừa gạt nhân dân, lừa gạt tuổi trẻ, đem quân đánh miền Nam, đưa cả dân tộc vào vòng nội chiến tương tàn mấy mươi năm. Tham vọng của Cộng sản Quốc tế là muốn xích hóa cả Đông Nam Á. Phùng Cung trong nhiều bài thơ của ông tố giác Cộng sản gây chiến là "thừa sai áo đỏ".

Cảnh trời đất thanh bình: khắp nơi chim bay hình thánh giá.

Trời đất uy nghi
Xanh vĩnh cửu
Chim bay hình thánh giá

Vậy mà:

Bọn đỏ đê hèn
Xúi xiểm - mưu toan
Cung tên tạo hình thánh giá
Bắn con chim bay
Hình: thánh giá tử thương.
(Tử Thương)

Hoặc

Chuyên gia "xô-chiệc"
(Xô là người Nga; Chiệc là người Trung Hoa)
Mưu toan tung bả
Gươm cùn đao rỉ
Thả sức băm nhau
Những vết thương còn chưa liền dấu
Đờm dãi giáo điều
Cộng Sản thừa sai
Nhắm mắt thét gào
Kẻ thù trước mặt!
Não lòng thay!
Mảnh đất bán khai
Tình nguyện tiền đồn
Đăng cai binh lửa.
(Trận Cuối Cùng)

Cuộc chiến tranh tự hủy diệt đã thí biết bao sinh mạng dân ta, cả nam lẫn bắc. Tuổi thanh niên không đủ đưa vào lò lửa, nhà cầm quyền Cộng Sản còn bắt cả thiếu niên chưa tới tuổi:

"Con vừa mười sáu tuổi đời,
*Nửa đêm **vay tuổi** lấy người chiến tranh"*

để lại những bà mẹ

"Vắng con nhớ đến bạc đầu cô đơn"
(Vay Tuổi)

Hai tiếng vay tuổi, thật mỉa mai, cay đắng.

Cuộc chiến gây ra biết bao tang tóc. Tàn phá quê hương, đưa dân tộc vào cảnh đói khổ, nghèo nàn. Để lại biết bao nhiêu cô nhi, quả phụ. Đọc thơ "Trăng Ngục" ta thấy tác giả có trái tim nồng nàn yêu thương. Thương những bà mẹ già cô đơn nhớ con ngoài trận tuyến. Cảm thông với người quả phụ khóc chồng:

Tôi biết em khóc nhiều
Vì chồng em tử trận
Em khóc lúc hừng Đông,
Nước mắt củ hành.

. . . .

Em khóc lúc hoàng hôn
thì quanh em
lộng gió cô đơn
và tác giả hỏi trời:
Có phải nước mắt con người
Đằm đằm dội xuống
Mà trên thiên cầu
Bao vì sao xao xuyến đổi ngôi.
(Nước mắt)

hoặc :

Hòng hõng đợi người chồng tử trận
mấy chục năm rồi
Đã mỏi xanh.
Nước mắt hoa râm
Câm trôi duyên phận
(Mỏi xanh)

Người thiếu phụ đợi chồng mòn mỏi cho tới tuổi hoa râm (biết bao nhiêu năm tháng). Các từ *đã mỏi xanh* và *nước mắt hoa râm*. Thật ngắn gọn diễn tả đầy đủ ý nghĩa

Không phải chỉ chiến tranh làm tan nát quê hương, mà chính chế độ chuyên chính vô sản, với chủ nghĩa duy vật giáo điều, với tuyên truyền dối trá, với căm thù giai cấp tàn nhẫn, đã tàn phá quê hương, đọa đày dân tộc, phá hoại tất cả thuần phong mỹ tục, tất cả các giá trị tâm linh thiêng liêng...

Một đoạn trong bài **Xuống Đường**, dưới đây đã tả rõ điều đó:

Bản chất nó là cuồng bạo
Huênh hoang lấp biển vá trời
"Kiến tạo địa đàng - hạnh phúc"
Khốn nạn thay!
Chân đất đầu trần trót chìa tay
Đã lỡ!
Thảm họa triền miên
Ôi tay chúng cầm lê
Đâm người giấu mặt
Lau vội tay - vu cáo - gây thù
Cha con nghi ngờ
Vợ chồng cảnh giác
Già trẻ xóm giềng
Nhìn nhau len lén

. . .

Nhịp bước thiên triều
Giày xéo thuần phong mỹ tục
Lăng nhục miếu đền
Sừng sững dựng khải hoàn môn máu
Thò lò muôn mặt Lê Mác - Mác Lê
Lầm than buộc bụng vác cờ
Tung hô bỏng họng
Thiên triều tiếp sức
Õng ẹo điệu ương ca
Mạ màu mao ít
Ma thuật ngoan tay
Tạt độc dược vào tâm vào não.

. . . . .

Trong bài Vay Nóng, Phùng Cung tố cáo kẻ cầm quyền bất tài vô học, xâm phạm nhân quyền:

Đất nước tôi
Triền miên bất hạnh
Tụi mặt dày tay bẩn
Tim rắn - lời cừu
Văn hóa lớp hai
Điều hành cuộc sống
Tránh làm sao
Khỏi nát ngọc nhân quyền.
Và tác giả nhân danh nạn nhân kêu gọi:
Khẩn xin những quốc gia
Văn minh - từ thiện
Cho dân Việt Nam tôi
Vay nóng chút nhân quyền.

Lời kêu gọi cho **"vay chút nhân quyền"** bộc lộ một nỗi bi thương, tuyệt vọng trong cảnh con người bị chà đạp, mất hết quyền làm người. Tuy nhiên không phải lúc nào cũng bi thương, nhà thơ cũng có lúc hào hùng đứng lên biểu dương lòng bất khuất, quyết diệt trừ loài rắn đỏ:

Linh hồn bất khuất
Trên đầu là thượng đế
Dưới chân là mặt đất hiếu sinh
Bức xúc lương tri
Ta phải xuống đường
Phải xuống đường
Tìm sinh trong tử
Nước mắt mài gươm
Gươm bén dân lành
Ta chắp tay - ngửa mặt
Cầu xin các đấng linh thần
Cho ta sức mạnh phi trần
Đủ tung hoành, xông xáo
Tận cùng hang ổ
Băm xả vào đầu con rắn đỏ.
(Xuống Đường)

Có khi, trong tình cảnh thê lương của quê hương đất nước hiện tại, nhà thơ mơ ước về một quê hương thanh bình, thơ mộng thời xưa.

Chim hãy giùm ta
Gọi cành xanh thức dậy
Để một lần
Quê hương nhìn lại quê hương.

. . . .

Ôi trong trắng thuở ngày xưa
Tiếng võng nhẹ đưa
Tiếng chị nhẹ ru
Hồn xuân lướt chênh chênh
Giữa trời xanh cò lả
Nhiễu Đế kinh ai gửi làm quà.
(Quê Hương)

Phùng Cung từ trẻ đã từng tham gia kháng chiến chống Pháp, đã từng gia nhập đảng Cộng sản, nhưng từ khi nhìn ra cái độc của chủ nghĩa Mác Lê thì ông dứt khoát, quyết liệt bỏ đảng. Có lần Nguyễn Chí Thiện hỏi:

• Anh có hối hận vì đã theo đảng kháng chiến chống Pháp không?

Phùng Cung trả lời ngay:

• Theo đảng thì hối hận. Kháng chiến chống Pháp thì không.

Trong một bài thơ rất tình, rất lãng mạn là "Đẹp" ông cũng bày tỏ lập trường dứt khoát này:

Sáng nay may mắn ra đường
Đi một quãng
Gặp toàn người đẹp
Tôi sung sướng trào nước mắt
Muốn đưa lưng
Làm thảm trải lối đi
Quyết khước từ bước chân cộng sản
lội máu dân lành
hàng thế kỷ chưa ngơi.

Tập thơ "Trăng Ngục"

Trăng Ngục là tâm sự của Phùng Cung trong cảnh tù đày, nghiệt ngã. Nhưng thơ nói về cảnh tù thì ít. Một vài bài, đây đó vài câu. Ở trong tù ông nghĩ đến tình cảnh quê hương đất nước, nghĩ đến những người mê muội bị từ hoa mỹ lừa phỉnh, nghĩ đến những kẻ bị lừa gạt đọa đày như cuộc đời một Bé Gái mới chưa đầy 12 tuổi, bố bị tử nạn vì phải đi làm dân công hỏa tuyến, mẹ lấy chồng khác, em phải lang thang kiếm sống *"bằng nghề giấu giếm"*, rồi bị bắt đưa vào *"giáo dưỡng"*, bị lạm dụng tình dục và cuối cùng chết bên cạnh hố phân. Bài thơ "Em Quỳnh" tác giả đã kể chuyện về cuộc đời em bé đó và tố cáo những con người giả nhân nghĩa mà tàn nhẫn của chế độ. Những "mỹ từ dối trá" lừa gạt trẻ thơ, người lớn, lúc nào cũng oang oang trên đài phát thanh Bắc Việt. Xin quý vị tìm đọc bài thơ này.

Từ năm 1967, trong bài thơ "Dòng Sông" ông đã nêu lên cái sứ mạng của nhà văn, nhà thơ là phải "Nhóm lửa yêu thương, Tin lại con người":

Manh áo cho con, Tấm khăn biếu mẹ, Ôi những mong muốn nhỏ, Hợp thành ước mơ vĩ đại, Nhóm lửa yêu thương, Tin lại con người, Nhà thơ bỗng thấy mình bé lại, Sứ mệnh thơ ơi! Trong sáng tuyệt vời!

Ông lên án những nhà thơ, nhà văn bồi bút:

Úp mặt - hôn mê - liếm lộc, Ngóc đầu thóa mạ tâm linh, Cưỡng bức ngữ ngôn. Ngợi ca tội ác. Tình nguyện trọn kiếp bút nô.

Qua thơ ta thấy tác giả là người yêu quê hương tha thiết. Trong Xem Đêm, tình yêu của ông chan hòa trong thiên nhiên, trên cảnh sắc quê hương. Trong Trăng Ngục thì với tình yêu đó trước cái cảnh lầm than, nghiệt ngã của đất nước, nhà thơ trở thành bi thương, phẫn nộ. Có lúc ông đã phải kêu lên:

Đất nước ơi
Tôi mến người
Như khi nhìn em bé ngủ
Tôi thương người
như thương mẹ ốm.
Vì đâu

Người khoác manh áo đỏ
Thừa sai - cũn cỡn
Tủi nhục tháng ngày
Long đong chiều sớm
Ôi! Có bao giờ
Người đau đớn như thế này không?
(Đất nước)

Đó là tiếng kêu thống thiết của nhà thơ, trước thảm trạng quê hương. Đó là "một tiếng đoạn trường", tiếng kêu đứt ruột mà đến bây giờ nghe vẫn còn đau.

Về nghệ thuật

Phải nói ngay thơ Phùng Cung khó đọc. Nếu chỉ đọc lướt một lần thì sẽ thấy thơ khó hiểu. Bởi vì thơ của ông rất súc tích, cô đọng. Có bài có câu trơn như lời nói thường, có bài trúc trắc khó đọc. Như bài "**Bước vô định**" đọc rất trúc trắc:

Còi giám thị
Nửa đêm đập dậy
Loẻng xoẻng xích xiềng
Quát lệnh - đi!
Bước vô định
Vừa mưa vừa tối
Càng đi
Càng tối
Càng mưa
Chớp xoẹt!
Phếch chân trời cáo trạng.

Bài "**Tổ Quốc**" thì lời trôi như lời nói thường mà ý thơ vô cùng cảm động:

Tổ quốc kính yêu ơi!
Văn hiến - thuần phong - mỹ tục
Phút chốc bàn tay cộng sản dập vùi
Định nghĩa - tên người
Tôi không nói được
Nếu bị dồn hỏi

Tôi chỉ có thể trả lời
Bằng hai hàng nước mắt

Cách dùng từ của ông rất đặc biệt. Thơ giàu hình ảnh, cụ thể. Chữ dùng độc đáo, sắc nét, nhanh, đột ngột. Có khi chỉ một chữ, một câu thôi khiến cho ý thơ trở nên thâm trầm phong phú.

Bài **Mẹ** có câu:

Con làm sao quên được
Mồ hôi mẹ
Tháng ngày đăm đăm nhỏ giọt.
Con níu giọt mồ hôi
Đứng dậy làm người.

Hai câu cuối cùng viết đến như thế là tuyệt. Nếu là mấy ông đồ nho thời xưa thì phải vỗ đùi khen hay rồi rít một hơi thuốc trầm ngâm thưởng thức.

Trong bài **Chim Chích Chòe**:

Tổ tan
Trứng mất
Có trời biết vì sao
Bỏ hót
Chỉ kêu
Mỏ run run rớm máu

Chúng ta đang có hình ảnh con chim chích chòe đau khổ. Chúng ta thương nó, tác giả cũng thương nó:

Thương con chích chòe
Làm tổ vội
Trên cành - gài bẫy.

Nhưng lại biết rằng nó đau đớn khốn khổ, *tổ tan trứng mất*, chỉ vì cả tin nhẹ dạ, làm tổ trên cành có gài bẫy.

Chỉ có hai từ "gài bẫy" ở cuối bài thơ, làm sáng tỏ biết bao nhiêu điều, hàm biết bao nhiêu ý. Không phải chỉ con chim chích chòe bị gài bẫy đâu, Phùng Cung bị gài bẫy, các nhà văn nhà thơ Nhân Văn - Giai Phẩm, cả dân tộc VN bị gài bẫy đó. Chữ dùng ở đây thật là đột ngột, độc đáo.

Bài thơ **Trăng Ngục** là bài thơ được nhiều người khen là bài thơ tuyệt tác vì hình ảnh đẹp trong thơ:

Trăng qua song sắt
Trăng thăm ngục
Bỗng ta chợt tỉnh - sững sờ
Trên vai áo tù
Trăng vá lụa.
Ngày xưa ơi
Xa mãi đến bao giờ.

Cả bài thơ mỗi chữ, mỗi câu đều rất đắt, không thừa không thiếu. Trăng thăm ngục, người sững sờ, thật là sống động. Trăng vá lụa trên vai áo tù là hình ảnh tuyệt đẹp. Rồi buông xuống hai câu kết như một tiếng thở dài, hàm chứa biết bao nhiêu tình tự.

Trong tập Trăng Ngục không phải chỉ có thơ không vần. Tôi thấy có hai bài lục bát. Là bài Bài Vay Tuổi và Thu Xa. Bài Thu Xa phảng phất hình ảnh người thiếu phụ quay tơ, hình ảnh của người chinh phụ. Lời thơ nhẹ nhàng cổ kính. Tuy nhiên cũng vẫn có những chữ dùng rất mạnh, ở câu:

Rừng thu tắm máu
Máu thu gội chiều.

Từ *máu* dùng ở đây, lặp lại hai lần, làm cho khung cảnh mùa thu trở nên dữ dội, chứ không thơ mộng. Nó là hình ảnh của chết chóc nơi chiến trường. Mang tính cách thời đại của nó.

Hoàng Chiều Nhân

ta sở hữu cái tôi
có thẩm quyền chút ít
còn lại tùy thuộc đời
để hòa nhập xã hội

luân hoán

Lễ Xưng Tội Đầu Tiên

FRANK O'CONNOR

TRƯƠNG THỊ MỸ-VÂN dịch

Lời người dịch: *Frank O'Connor (1903-1966) là văn sĩ người Ái-Nhĩ-Lan. Ông sinh tại thành phố Cork trong một gia đình nghèo nên không học lên đại học, nhưng ông tự học và bắt đầu viết văn từ nhỏ. Ông nổi tiếng về những truyện ngắn và hồi ký kể lại quãng đời thơ ấu của ông. Ngoài ra ông còn làm thơ và viết bài phê bình văn học. Quyển "The Lonely Voice" (1963) là tác phẩm nghiên cứu truyện ngắn nổi tiếng nhất của ông.*

Truyện "Lễ Xưng Tội Đầu Tiên" được dịch từ nguyên tác "First Confession". Trong truyện, tác giả thuật lại một kỷ niệm thời thơ ấu với cái nhìn hóm hỉnh về Thiên Chúa Giáo, tôn giáo chính ở Ái-Nhĩ-Lan, cùng vị linh mục vừa thông minh vừa tế nhị.

Nếp sống bình thường của gia đình tôi bị xáo trộn sau khi ông nội tôi mất và bà nội về ở chung với chúng tôi. Thông thường muốn giữ hòa khí trong gia đình đã khó rồi, đằng này bà nội tôi lại là một bà già nhà quê, không thích hợp với cuộc sống thành thị tí nào cả. Bà béo phục phịch, da mặt nhăn nheo và điều làm mẹ tôi giận nhất là bà cứ đi chân đất suốt ngày vì bà bảo giày dép làm chân bà nhức nhối khó chịu. Đến bữa ăn tối, bà uống bia ừng ực như uống nước lã và đổ ra bàn một mớ khoai tây chiên; rồi cứ thế bà lấy tay bốc khoai chấm với mắm cá kho ăn ngon lành, chẳng cần dao nĩa gì cả!

Nói đúng ra, thường thì chỉ có đàn bà con gái mới hay để ý, chấp trách người khác, thế nhưng tuy là con trai, tôi lại mang tật này rất nặng. Còn Nora, chị tôi, trái lại cứ theo nịnh sát bà nội để mong bà thưởng cho đồng bạc mới toanh mỗi khi bà lãnh tiền hưu hàng tuần. Một người chân thật như tôi làm sao có thể nịnh bợ như Nora được!

Mỗi khi đang chơi với thằng bạn hàng xóm tên Bill Connell trước sân nhà mà thấy bà nội tôi lững thững từ cuối xóm đi về là tôi sợ điếng người vì biết dưới tấm khăn quàng bay phất phơ của bà thế nào cũng có giấu một hũ bia to tướng. Tôi viện đủ lý do không cho Bill vào nhà vì không muốn Bill chứng kiến những hành động quái gở không lường trước được của bà.

Hôm nào mẹ tôi đi làm về trễ và nhờ bà nội tôi lo giùm bữa ăn tối là y như hôm đó tôi không đụng nĩa. Có lần Nora bắt tôi ăn nhưng tôi đã nhanh chân chạy trốn dưới gầm bàn và không quên cầm theo con dao cắt bánh mì để thủ thân. Nora làm ra vẻ giận dữ rượt theo tôi vì biết bà nội về phe chị ta, chứ nếu có mẹ tôi ở nhà thì Nora đâu dám ra yêu tác quái với tôi vì mẹ tôi biết rõ tâm địa Nora quá mà! Chị ta còn dám chui xuống gầm bàn rượt bắt tôi nhưng tôi đã nhanh tay khua dao hăm dọa nên sau đó Nora phải để tôi yên. Tôi cứ nằm dưới gậm bàn cho đến lúc mẹ tôi về làm riêng thức ăn tối cho tôi, tôi mới chịu ăn.

Đợi đến lúc bố tôi về, Nora chạy ra mách lẻo với bố, giọng ngọt xớt: "Bố ơi! Bố có biết tối nay thằng Jackie giở trò gì không Bố?" Rồi Nora ỏn thót kể hết mọi chuyện làm bố tát tôi một bạt tai. Mẹ tôi chạy vào can và sau đó bố không thèm nói với tôi mấy ngày liền và mẹ tôi cũng chẳng nói gì với Nora nữa. Tất cả đều do bà già quái ác đó mà ra. Nói có Trời biết, thật tôi tức tối và đau khổ hết sức!

Vậy mà đã hết đâu, tôi còn bị bắt phải đến nhà thờ xưng tội nữa chứ! Trong xóm tôi có một bà già tên Ryan, trạc tuổi bà nội tôi. Chiều nào cũng thế, vào khoảng ba giờ, đáng lẽ chúng tôi được ra về thì phải ở lại lớp để nghe bà Ryan giảng về lễ xưng tội và nhất là về những hình phạt dưới địa ngục. Chẳng bao giờ tôi nghe bà nói về thiên đàng mà chỉ nghe bà nhắc tới địa ngục hoài. Có lẽ bà ta khoái đề tài này lắm!

Bà Ryan thắp một ngọn nến, lấy trong ví ra đồng bạc mới toanh rồi thách đứa học trò nào trong lớp dám để một ngón tay lên ngọn lửa đúng năm phút theo đồng hồ trường thì bà ta sẽ thưởng cho đồng bạc mới toanh đó. "Chỉ cần để một ngón tay đúng năm phút thôi đấy nhé!", bà ta nhắc lại. Vốn tính hiếu thắng, tôi cũng muốn thử nhưng ngại mang tiếng tham lam nên lại thôi. Thấy cả lớp im lặng, bà Ryan bảo chúng tôi:

- Tại sao chỉ để một ngón tay lên ngọn lửa đúng năm phút thì các em lại sợ mà bị đốt cháy vĩnh viễn trong hỏa lò địa ngục như những con heo quay thì các em lại không ngán?

Rồi bà ta nói tiếp:

- Các em nhớ nhé, nếu không đi xưng tội thì sẽ bị đốt cháy suốt đời và không có một giọt nước nào để dập tắt ngọn lửa dưới hỏa ngục đâu.

Bài giảng về địa ngục của bà Ryan nghe khá hấp dẫn nhưng tôi chỉ chú ý đến đồng bạc mới toanh của bà thôi. Lần nào giảng xong bà cũng cất đồng bạc mới toanh đó vào túi làm tôi tiếc hùi hụi. Tại sao một người sùng đạo như bà lại có thể để ý đến đồng bạc tầm thường này nhỉ?

Có hôm bà Ryan kể chuyện một đêm nọ có vị linh mục đang ngủ ngon bỗng dưng thức giấc, thấy kẻ lạ mặt đang đứng cạnh mình, hai tay hắn ta bấm chặt vào thành giường. Lẽ dĩ nhiên là vị linh mục hơi run nhưng cũng gắng bình tĩnh hỏi xem hắn ta muốn gì thì người lạ mặt bảo rằng hắn muốn xưng tội. Vị linh mục bảo hắn nửa đêm mà xưng tội gì, có thể chờ đến sáng mai được không, thì hắn ta trả lời rằng lần trước hắn xưng tội nhưng không khai hết, còn giữ lại một điều nên bây giờ hắn ân hận, muốn khai hết với ngài. Vị linh mục biết ngay đây là trường hợp trầm trọng vì hắn đã khai láo nên giờ này đang bị giam ở địa ngục. Ngài vội vàng đứng lên định mặc áo lễ nhưng đúng lúc đó có tiếng gà gáy sáng và tên lạ mặt đó biến mất. Vị linh mục nhìn quanh không có ai, chỉ ngửi thấy mùi khen khét của gỗ cháy, và khi ngài nhìn lên thành giường thì thấy vết tay của kẻ lạ mặt kia còn ngún cháy trên thanh gỗ. Tất cả cũng chỉ vì hắn ta đã khai láo khi xưng tội.

Câu chuyện này làm tôi khiếp quá!

Thế nhưng điều làm tôi sợ nhất là lúc bà Ryan dạy chúng tôi cách kiểm soát lương tâm. Bà bảo chúng tôi hãy tự hỏi lòng mình xem lâu nay có mang tên Chúa ra chửi thề không; có kính trọng, vâng lời cha mẹ không, (đến đây tôi hỏi bà có cần kính trọng, vâng lời bà nội không thì bà Ryan trả lời: "Dĩ nhiên là cần!"); có thương người như thể thương thân không; có thèm muốn của cải người khác không, (điều này làm tôi nghĩ đến lòng ghen tức của mình mỗi khi Nora được bà nội thưởng cho đồng bạc mới toanh). Trời ơi, chỉ mới xét qua vài điểm thôi tôi đã thấy mình phạm đủ "Mười Điều Răn của Chúa" rồi! Tất cả cũng chỉ vì bà nội tôi mà ra! Chừng nào còn có mặt bà trong căn nhà này thì tôi hết hy vọng thoát khỏi địa ngục!

Nghe đến việc phải đi xưng tội, tôi sợ muốn chết. Đúng hôm cả lớp đi nhà thờ, tôi giả vờ đau răng để được ở nhà, nhưng đúng ba giờ lúc tan học, bà Ryan cho người đến bảo tôi phải đi xưng tội ngày thứ Bảy sắp tới với mọi người trong xóm. Nguy hơn nữa, hôm đó mẹ tôi bận nên sai Nora dẫn tôi đi.

Nora là một con nhỏ vô cùng tinh quái, luôn luôn tìm mọi cách hành hạ tôi mà mẹ tôi không hề biết. Chị ta nắm tay dắt tôi xuống ngọn đồi thoai thoải, nhìn tôi rồi mỉm cười ra điều thương hại và làm bộ ủ rũ như sắp đưa tôi vào bệnh viện cho bác sĩ moi tim gan tôi ra không bằng! Nora còn giả vờ than thở như muốn chia sẻ nỗi lo âu với tôi:

- Ôi! Lạy Chúa giúp con! Jackie ơi, tại sao mày không chịu ngoan ngoãn để bây giờ phải khốn khổ thế này? Trời ơi, tao tội nghiệp cho mày quá Jackie ạ! Làm sao mày có thể nhớ hết tội lỗi của mày? Đừng quên có lần mày đá vào cẳng chân bà nội đấy nhé!

- Buông tôi ra! Tôi không đi xưng tội đâu!

Tôi vừa gào lên vừa giật tay ra khỏi tay Nora.

- Đằng nào mày cũng phải đi xưng tội thôi, Jackie ạ. Chạy đâu cho thoát! Nếu mày không chịu đi hôm nay thì Cha sở sẽ đích thân đến nhà tìm mày. Thật tình tao thấy tội nghiệp cho mày quá! Mày còn nhớ có lần mày cầm con dao cắt bánh mì định giết tao không? Rồi mày còn hỗn láo với tao nữa. Nếu mày khai hết tội lỗi của mày ra, tao không hiểu Cha sở sẽ làm gì với mày đây. Có thể ngài sẽ dẫn mày lên thẳng Đức Tổng Giám mục đấy, Jackie ạ!

Tôi nghĩ thầm, Nora chưa biết đến một nửa những điều tôi đã làm và tôi sẽ không bao giờ khai hết đâu! Bây giờ tôi hiểu tại sao anh chàng lạ mặt trong chuyện bà Ryan kể lại không khai hết sự thật. Tội gì khai hết để rồi còn bị sỉ vả nữa!

Ánh nắng chan hòa trên con dốc dẫn xuống nhà thờ và tôi tuyệt vọng nhìn cánh đồng xanh dưới thung lũng như ông A-đam nhìn thiên đường lần cuối trước khi từ giã để xuống trần gian.

Khi đến trước nhà thờ, Nora mở tung cánh cửa, xô tôi vào trong và nói với giọng ranh mãnh của kẻ đắc chí:

- Đấy! Đến nơi rồi đấy! Tao cầu Cha sở sẽ phạt mày đọc kinh mờ mắt ra cho đáng kiếp!

Nói xong, Nora đóng ập cửa lại và ánh sáng biến đâu mất, chỉ còn lại bóng tối âm u lạnh lẽo trong nhà thờ như những tảng băng vỡ vụn dưới chân tôi. Biết chạy trốn đâu được nữa! Tôi đành dò dẫm tìm chỗ ngồi và Nora đến ngồi ngay trên băng ghế trước mặt tôi. Khi đã quen dần với bóng tối, tôi thấy chung quanh tôi vài bà già yên lặng chờ đợi. Bên cạnh tôi là một người đàn ông vẻ mặt thiểu não, hai tay chắp trước ngực, mắt ngước lên trần nhà, miệng lâm râm khấn vái ra chiều lo lắng vô cùng. Tôi tự hỏi không hiểu ông này bị bà nội ông ta hành hạ ra sao mà giờ đây cũng cùng tâm trạng đau khổ như tôi thế này!

Đến phiên Nora vào xưng tội. Tuy ngồi ngoài này, tôi cũng nghe được giọng nói ngọt như mía lùi của chị ta và đến lúc chị ta bước ra, đầu cúi thấp, mắt khép hờ, hai tay chắp trước ngực thì rõ ràng Nora là hình ảnh một con nhỏ giả dối quá sức tưởng tượng! Mới cách đây chưa đầy năm phút, Nora còn quái ác hành hạ tôi suốt trên đường đến nhà thờ; thế mà giờ đây trông vẻ mặt hiền từ ngoan ngoãn, điệu bộ sùng tín của Nora thật tôi chịu hết nổi! Chẳng lẽ những người ngoan đạo đều giả dối như vậy cả sao? Có lẽ nào...

Tôi chưa kịp nghĩ tiếp thì đã đến phiên tôi vào xưng tội. Tôi chỉ lo nơm nớp nếu không khai hết sự thật có lẽ tôi sẽ chết thiêu chết cháy dưới địa ngục như cái ông lạ mặt hôm nọ bỗng dưng đang đêm đến tìm nhà linh mục để xưng tội. Căn phòng xưng tội vừa nhỏ xíu vừa tối đen như mực. Tôi đang quờ quạng trong bóng tối bỗng có tiếng người hỏi:

- Ai đấy?

- Thưa cha, con đây ạ.

- Con tên gì?

- Thưa cha, con tên Jackie.

- Jackie, con mấy tuổi?

- Thưa cha, bảy tuổi.

- Ồ, lớn như con chắc nhiều tội lỗi lắm nhỉ? Hôm nay con đi xưng tội lần đầu tiên phải không?

- Vâng ạ.

Tuy chỉ nghe ngài hỏi mấy câu thôi, tôi biết ngay vị linh mục này rất thông minh và có vẻ dễ thông cảm nên tôi thấy an tâm hơn, tự nhủ sẽ khai hết với ngài.

- Thế nào, Jackie? Con bắt đầu đi chứ.

- Thưa cha, con có ý định giết bà nội con.

Bỗng dưng vị linh mục im bặt và mãi một lúc sau tôi mới nghe ông ta nói:

- Trời ơi, khiếp quá vậy, Jackie! Ai bảo con làm như thế?

Tự nhiên tôi cảm thấy mủi lòng muốn khóc.

- Thưa cha, bà nội con quái đản lắm ạ.

- Quái đản cách nào?

- Dạ, bà uống bia ừng ực suốt ngày.

- Chà, ghê quá nhỉ!

Nghe giọng ông ta có vẻ đồng ý với tôi nên tôi nói tiếp:

- Bà còn hút thuốc nữa.

- Ồ, bậy quá!

- Bà còn đi chân đất suốt ngày và vì bà biết con không thích bà nên có bao nhiêu tiền bà đều cho Nora hết mà chả cho con đồng nào. Nora là chị con đó. Rồi bố con về phe với bà nội con, đánh con hôm nọ. Con tức quá nên quyết tâm giết bà cho rảnh nợ!

- Vậy sau khi giết bà xong, xác bà con sẽ mang đi đâu?

- Con sẽ chặt ra từng khúc rồi chất lên xe ba bánh kêu cút kít của con đem đi giấu!

- Jackie à, con có biết con kinh khủng lắm không?

- Con biết chứ! Có lần con còn định giết Nora bằng con dao cắt bánh mì nhưng rất tiếc con chém hụt thôi!

- Có phải Nora là cô bé ban nãy vào xưng tội trước con không?

- Vâng, đúng thế.

- Con đừng lo, rồi có ngày sẽ có người cầm dao rượt Nora thay con và lúc đó họ sẽ không chém hụt nữa đâu! Có điều này cha nói riêng cho con biết thôi nhé.

- Điều gì ạ? Tôi tò mò hỏi.

- Cha đã từng gặp nhiều người cha muốn giết lắm con ạ, nhưng cha không đủ can đảm. Vả lại, giết người xong phải bị án treo cổ đau đớn lắm cha không chịu nổi.

- Thật vậy sao cha?

Tôi vô cùng ngạc nhiên vì từ trước đến giờ tôi rất muốn biết về những tội phạm bị treo cổ nên hỏi tiếp:

- Cha đã thấy ai bị treo cổ lần nào chưa cha?

- Ồ, nhiều lắm, cha không nhớ hết. Ít nhất cũng hàng chục người và khi chết ai cũng kêu la thảm thiết lắm con ạ.

- Ghê quá vậy cha!

- Ừ, chết như vậy thật khủng khiếp! Cha còn gặp bao nhiêu người muốn giết bà nội họ, nhưng họ đều bảo với cha rằng giết bà nội xong để bị chết treo cổ thật chẳng đáng tí nào!

Vị linh mục nói chuyện với tôi gần mười phút và khi từ giã tôi còn luyến tiếc vì ngài nói chuyện vui quá! Bên ngoài, ánh nắng trưa bừng lên trên hàng cây cao như những đợt sóng vỡ òa trên bãi biển. Lòng tôi rộn ràng vui sướng vì tôi biết chắc rằng từ nay mình sẽ không bao giờ bị chết thiêu dưới địa ngục nữa cả.

Nora đang ngồi chờ tôi trên bờ tường trước cổng nhà thờ và khi thấy vị linh mục nắm tay tôi đi lại, mặt chị ta bí xị, chảy dài xuống. Tôi biết Nora ghen tức vô cùng vì chưa bao giờ chị ta được vị linh mục nào tiễn chân như vậy cả. Lúc ngài quay trở vào, Nora lạnh lùng hỏi tôi:

- Sao? Cha phạt mày phải đọc mấy chục bài kinh sám hối?

- Ba lần thôi.

- Chỉ ba lần thôi à?

- Chứ sao!

- Thằng này xạo! Chắc mày không khai hết chứ gì?

- Khai hết mà! Tôi trả lời, giọng đầy tự tin.

- Khai cả chuyện mày vô lễ với bà nội nữa?

- Dĩ nhiên rồi!

- Và cả lần mày định giết tao nữa chứ?

- Khai tuốt hết!

- Thế mà mày chỉ bị đọc kinh có ba lần thôi à?

- Chứ sao!

Nora nhảy từ trên bờ thành xuống đất, ánh mắt đầy vẻ ngờ vực vì điều này thật quá sức tưởng tượng của chị ta. Chúng tôi chậm rãi đi trong ánh nắng trưa, trên con dốc thoai thoải băng qua những ngọn đồi nhỏ, về nhà. Bỗng dưng Nora nhìn chằm chặp vào miệng tôi, hỏi:

- Mày ngậm gì đấy?

- Kẹo bạc hà.

- Có phải Cha vừa cho mày không?

- Ừ.

- Trời ơi, tại sao một thằng hư đốn như mày lại may mắn đến thế! Biết vậy tao chẳng thèm ngoan ngoãn làm gì cho mệt xác! Tội lỗi đầy người như mày thế mà sướng hơn đấy!

Trương Thị Mỹ Vân dịch

Khói Trong Sương
MINH NGUYỄN

Ngậm nơi miệng một cành hoa hồng, Thụy Vy chạy đến nép mình bên bờ cửa sổ, nhìn sang khu công viên im vắng đang mải ngủ vùi bên ngàn cánh lá lao xao. Mọi vật tưởng chừng sẽ nhòa đi sau lớp sương sớm, nếu như không có chút màu nắng lung linh, phả hơi ấm vào chiếc đệm không khí ngoài kia, chưa chắc gì cô đã nhận ra con đường dốc cao treo trên tầm mắt. Con đường mà sáng nay cô trông nó giống như một thân cây cổ thụ cô đơn đứng bàng bạc trong mù sương.

Vô tình, Thụy Vy đặt hờ ngón tay trỏ lên vuông cửa kính đọng đầy hơi nước. Cô tần ngần vẽ lên đó từng nét vẽ vô hồn với những đường nét ngang dọc, mong làm vơi đi sự háo hức, đợi chờ bóng gã con trai xuất hiện từ đầu dốc cao. Gã con trai mà thường ngày vẫn đi ngang qua đây, để lại mùi thơm khói thuốc nơi chiếc tẩu dài ngoằng, cắm giữa đôi hàm răng trông rất nghệ sĩ.

Dưng không hôm nay bóng gã mất tăm từ nơi chốn mù khơi nào. Khiến cho sự mong đợi của Thụy Vy bỗng trở nên hụt hẫng. Cô bối rối. Hết nhìn dõi theo con đường dốc cao rồi lại quay nhìn sang khu công viên. Cô thầm hỏi "liệu gã con trai kia có còn mang chút hương thơm ngọt ngào của mùi khói thuốc đi ngang qua đây nữa không?". Ôi! Càng nhắc tới gã, Thụy Vy càng nhớ tới mùi hương quyến rũ mà gã thường hay ngửa mặt nhả từng bụm khói thơm lừng lên khoảng trời đầy sương; làm cho cô cảm thấy thích thú như thể đang trôi nổi bồng bềnh bên thứ cảm giác ngây ngất, gần gũi đến thân tình.

Trong sân, những chiếc lá vàng vội vã xa cành. Chúng lao nhanh trong gió như từng cánh bướm chao lượn báo hiệu sang mùa. Thụy Vy mở cửa bước ra vườn. Mùi ẩm mốc bốc lên từ đám lá mục rữa, gom thành đống tạo nên lớp mùn phân bón. Ở góc sân, mấy bông cúc vàng hé lộ ra một mùa thu chớm về. Chao ôi! Lại sắp sửa phải rời khỏi cái thành phố với ít nhiều kỷ niệm lưu lại trong tâm hồn mình đây mà. Xin cám ơn mùa hè dấu yêu đã cho ta chín mươi ngày đứng bên bờ cửa sổ nhìn lên con dốc cao trên kia. Đợi chờ mỗi buổi sáng, để chỉ cần được hít hà chút mùi vị thơm tho tỏa hương ngan ngát khắp bầu trời mù sương. Xin cám ơn gã con trai mang dáng vẻ lãng tử bất cần đời, lê bước chân phiêu bạc đi ngang qua đây, đánh thức sự rung động đầu đời nơi trái tim yếu đuối của người con gái bằng chút hương lạ lẫm. Để rồi không ngày mai hoặc chậm hơn ngày mốt; ba sẽ xuống đây đưa ta trở về với từng buổi học, từng trang sách còn thơm mùi giấy mực. Và cũng từ nơi chốn đó, ta sẽ gặp lại hầu hết khuôn mặt bạn bè áo trắng, đạp xe tỏa ra khắp mọi nẻo đường đông vui ngày hội.

- Xin chào cô bạn nhỏ!

Một giọng nói êm ái phát ra từ một chỗ nào đó, nghe thật êm tai, bủa vây quanh Thụy Vy. Cô giật mình bước lui vài bước. Đó là một gã con trai, gã có mặt trong khu vườn từ lúc nào. Sự xuất hiện của gã thiệt tình làm cho cô thêm bối rối.

Nhác trông thấy bóng Thụy Vy, gã con trai bèn rời chỗ đứng khuất lấp sau một bụi gai. Gã lúng túng nói những lời xin lỗi để mong được tha thứ. Thụy Vy nửa mừng nửa sợ. Cô mừng vì được đối diện với gã con trai mà mỗi sáng vẫn thường hay đi ngang qua đây cùng với mùi hương thơm ngát bỏ lại sau lưng. Còn cô sợ vì lẽ e ngại, lỡ có ai đó trong nhà bắt gặp cô đang đứng trò chuyện với người lạ, biết phải ăn nói, trả lời ra sao?

Do dự trong giây phút để tự trấn an bản thân, Thụy Vy đã lấy lại sự bình tĩnh, bèn cất tiếng hỏi:

- Anh vào đây bằng con đường nào?

Gã con trai thành thật đưa tay chỉ về phía hàng rào.

- Tôi vào bằng lối đó!

- Leo qua bờ rào?

- Xin lỗi. Tôi buộc lòng phải làm như vậy thôi.

- Anh không sợ người trong nhà phát hiện, la toáng lên là nhà có trộm sao?

- Đã có cô đứng đằng sau vuông cửa kính rồi.

- Anh chủ quan quá thể. Hỏi thật, anh leo rào vào trong này để tìm gì?

- Nếu tôi nói ra e rằng cô sẽ cười tôi một trận.

- Ồ ! Có phải tôi sắp được nghe một câu chuyện ngụ ngôn chăng?

Không trả lời câu hỏi của Thụy Vy. Gã con trai bước tới ngồi cạnh gốc cây sần sùi nhô lên từ mặt đất. Từ đó gã thong thả lôi trong túi quần ra chiếc tẩu thuốc hình móc câu, ánh lên màu gụ đen nhẻm, bóng loáng cùng với chiếc bao da sẫm nâu. Dù khá lạ lẫm trước sự việc đang xảy ra, song cô vẫn chăm chú dõi theo từng động tác được xem ra khá thuần thục nơi gã. Cô suy nghĩ. Hẳn gã đang sẵn sàng cho một trò chơi nào đó chăng? Đúng như dự đoán của Thụy Vy. Gã con trai mở xoẹt dây kéo chiếc túi da đựng thuốc, nhồi nhét thật đầy chúng vào nồi thuốc. Xong, gã cắm cái móc câu duyên dáng ấy vào giữa đôi môi. Bật quẹt kim loại kêu nghe đánh tách một tiếng keng. Tức thì ngọn lửa xanh bùng cháy, tạo ra đốm đỏ lập lòe sau cái rít nhẹ hơi thuốc. Thật kỳ lạ chưa, những sợi khói trắng mờ ảo như có ma lực, quyện lẫn trong mớ hương thơm, biến cảnh vật quanh đây trở nên huyễn hoặc khôn lường. Thụy Vy không dám tin vào mắt mình. Cô cố loại bỏ tất cả mọi nghĩ suy thuộc về gã. Nhưng càng cố gắng bao nhiêu, hình ảnh của gã càng hiện hữu nhiều hơn với chiếc tẩu thuốc đang như ống khói tàu lửa cất cao cột khói, chạy băng băng qua cánh đồng phủ đầy tuyết. Lòng cô bỗng chùng lại. Cô nhìn chiếc tẩu thuốc. Ao ước được gìn giữ nó trong giây lát để nâng niu, nhìn ngắm nó cho thỏa thích. Ôi! Cái vật thể lạ lùng xiết bao. Nó khiến cho mớ tâm thức nơi cô dễ dàng đi lạc vào bất kỳ cơn mộng mị nào, ngõ hầu tìm ra điều bí mật về mùi hương lãng đãng vây quanh. Bất ngờ Thụy Vy nhìn thoáng qua đôi bàn tay gã con trai. Đôi bàn tay đã nhiều lần đốt lên ngọn lửa huyễn hoặc với mùi hương ngọt ngào thấm đẫm khung trời mù sương sớm mai.

Thấy Thụy Vy cứ nhìn xoáy vào đôi bàn tay mình làm gã ngượng ngùng, hỏi:

- Có vấn đề gì chăng?

- Xin lỗi! Thật tình tôi muốn hỏi xem anh có bằng lòng cho tôi mượn chiếc tẩu thuốc kia một lát không?

- Cô định hút thuốc ư?

- Không! Tôi chỉ muốn tìm hiểu một chút ít về mùi hương quyến rũ được phát ra từ nó.

- Cô nhầm lẫn mất rồi. Thật ra, cái tẩu thuốc chỉ nói lên cái hình thức bên ngoài; còn chút mùi vị thơm tho kia chính là nhờ những sợi thuốc sau khi được đốt cháy lên.

- Thật không ngờ. Xin cám ơn anh về những lời giải thích.

- Cô khách sáo quá!

Ngập ngừng trong giây lát, Thụy Vy đánh bạo hỏi gã con trai:

- À! Anh quên nói rõ lý do vì sao anh lại có mặt trong sân nhà tôi vào lúc này. Anh đánh mất vật gì chăng?

Gã con trai nhoẻn nụ cười khinh bạc. Lúc lắc chiếc đầu có đuôi tóc dài chấm gáy, nói:

- Cũng không đến nỗi như vậy.

- Thế nhưng, sao anh cả quyết cho rằng tôi nghe qua sẽ cười anh một trận?

Thoáng chút suy tư hiện rõ qua vầng trán hơi cau lại. Gã con trai vụt nói thẳng vào vấn đề:

- Tôi muốn làm quen với cô?

- Anh làm tôi ngạc nhiên đó. Nhưng nói thật tôi không thuộc về nơi này.

- Tôi biết. Bởi tôi bắt gặp cô lạ hoắc từ khi cô vừa đặt chân tới đây.

Thì ra Thụy Vy đã bị phát hiện từ lâu, cho dù cô khéo léo ngụy trang bằng cách đứng giấu mình sau lớp cửa kính dày. Khi hiểu được điều ấy cũng là lúc cô kịp nhận ra đâu là căn nguyên sự việc. Chính do sự phát hiện có người theo dõi mình, nên gã phớt tỉnh mọi chuyện;

chờ đợi cơ hội thuận lợi giáp mặt cô với hy vọng sẽ tạo ra sự bất ngờ. Xem ra gã con trai này khá liều lĩnh, nếu không gã đâu dám tự tiện leo rào vào tận bên trong khoảng sân nhà, để chỉ xin làm quen với một cô gái; dù chưa biết rõ người ấy có bằng lòng hay không. Sự tự tin một cách thái quá về mình như vậy e không phù hợp với cô khi cô đang còn trong độ tuổi cắp sách đến trường. Thụy Vy cảm thấy có chút bối rối. Cô không biết phải nói thế nào để cho gã con trai kia hiểu rằng cô hãy còn nhỏ. Chưa thích hợp với trò chơi tình yêu; bởi ngoài gia đình, bạn bè, sách vở, trường lớp ra cô còn các kỳ thi cực kỳ quan trọng phía trước. Hơn nữa cô đâu phải là đứa con gái chẳng ra gì, ai muốn làm quen cũng được. Cô cần chứng tỏ mình hơn thế để cho gã con trai kia từ bỏ ý định hão huyền ấy đi. Trong lúc cơn giận ập tới bất ngờ, cô xẵng giọng nói với gã:

- Anh là người không biết tự trọng. Dưng không anh leo rào vào nhà người ta rồi còn ép người ta làm quen với mình.

Nghe xong câu nói, gã con trai cảm thấy xấu hổ, mặt đỏ bừng lên vì e thẹn. Mãi lúc sau gã mới lấy lại sự bình tĩnh bèn ấp úng nói bằng giọng nghe thật tội nghiệp:

- Lần đầu tiên khi nhận ra cô đứng nhìn tôi sau lớp cửa kính, tôi bàng hoàng nghe thấy tim mình dậy lên nỗi niềm xao xuyến đến rung động. Tôi mong muốn được gặp cô ngay tức thì nhưng cô giống như giọt sương mong manh, thoáng hiện thoáng biến trong bầu trời sớm mai. Khiến tôi giống một gã si tình, đi lên đi xuống trên con đường này mỗi ngày không biết bao nhiêu lần.

- Anh mới lạ làm sao. Tôi đâu dễ bị xiêu lòng trước những lời tán tỉnh của anh.

- Xin cô cứ không tin nhưng đừng giận tôi.

- Anh có biết anh đã làm phiền tôi nhiều lắm không?

- Tôi biết.

- Giỏi! Thế tại sao anh không sớm rời khỏi nơi đây mau lên, kẻo anh chị tôi trở về bắt gặp tình cảnh này, tôi biết ăn nói ra sao?

- Cô sợ anh chị mình trở về ư?

- Tất nhiên rồi.

- Vậy cô cho tôi một cái hẹn đi.

Vừa bị gã con trai bắt bí vừa sợ anh chị trở về bắt gặp nên Thụy Vy bực mình nhận lời bừa.

- Được.

- Vậy tôi sẽ chờ đợi cô cũng vào giờ này ở cuối đường, sáng Chủ nhật này.

Nói xong câu nói gã liền phóng đi như bay qua khỏi hàng rào. Đến nỗi Thụy Vy chỉ còn kịp nhận ra cái dáng đi lom khom nơi gã từ bên kia đường.

Rồi cũng như bao buổi sáng vừa qua. Sáng nay Thụy Vy lại bước tới đứng nép mình bên cửa sổ nhìn lần cuối sang khu công viên. Nơi có con đường dốc cao mà gã con trai vẫn thường hay ngậm cái tẩu thuốc dài ngoằng nơi miệng đi ngang qua đây, để lại trong không gian từng vòng tròn màu khói đượm thêm chút hương dịu dàng. Chỉ trong chốc lát thôi những gì cô có được qua kỳ hè này, sẽ phải lui dần vào quá khứ để trở thành kỷ niệm. Cô cố mở to hai mắt nhìn ngắm, chạm tay tới chúng với mong muốn ghi lại nơi trí nhớ mình hầu hết những gì từng bắt gặp. Xin được cám ơn mùa hè thắm đỏ trên hàng phượng vĩ sân trường. Xin cám ơn thành phố mù sương đưa bước chân tôi tới bến bờ xa lạ một thời. Xin cám ơn gã con trai cho tôi được hít hà mùi khói thuốc thơm lừng. Xin cám ơn cái hẹn ở cuối con đường sáng nay mà tôi không bao giờ tới. Điều này gã con trai sẽ hiểu rằng: tôi khước từ lời đề nghị khiếm nhã mà gã dành cho tôi; bởi tôi chỉ yêu chút hương thơm lạ lùng thoát ra từ chiếc tẩu thuốc lên nước bóng ngời màu gụ, mà lần đầu tiên tôi được biết tới.

Có tiếng giày đang gõ đều ngoài hành lang. Thụy Vy biết ba cô đang tới. Cô tiến ra mở cửa:

- Chào con. Ba cô cười nói.

- Con chào ba.

- Một kỳ hè vui chứ?

- Dạ vui.

- Con đang làm gì hả?

- Con đứng nhìn thành phố lần cuối.

- Mùa hè tới con có muốn trở lại đây nữa không?

Thụy Vy không vội vàng trả lời câu hỏi của ba. Làm sao có thể khẳng định được điều gì khi thời gian hãy còn nhiều ở phía trước? Cô cảm thấy có chút ân hận vì đã bắt gã con trai phải chờ đợi mình ở cuối đường. Cô tự hỏi: "Sao mình lại ác độc nghĩ ra cái trò chơi ngu ngốc ấy nhỉ?". Dù sao mọi chuyện cũng đã xảy ra, có muốn sửa chữa e không kịp. Ai bảo gã cứ bắt bí đòi cô phải cho gã một cái hẹn trong khi anh chị cô ra phố sắp trở về. Rõ đây là bài học nhớ đời cho các chàng trai phóng đãng.

- Thưa ba con đã xong rồi ạ! Thụy Vy nói với ba cô.

- Con có chắc đã không còn quên gì chứ?

Quên gì? Thụy Vy quay mặt đi, cố giấu nụ cười bí ẩn. Lúc lên xe cùng ba, cô tỏ ý muốn được đi quanh thành phố. Để làm vừa lòng con, ông cho xe quay đầu chạy về hướng cuối đường. Tội nghiệp gã con trai đang đứng chờ cô bên màu khói thuốc. Gã đâu biết rằng cô đã cố tình quên đi cái hẹn với một gã con trai cũng ở chính nơi này. Cái gã mà cô từng say sưa nhìn dõi theo đôi tay điệu nghệ của gã khi, vừa đánh quẹt châm thuốc vừa khum khum lưng bàn tay che gió, trông rất ngạo mạn. Gã là ai thế nhỉ? Gã làm gì trong thành phố này? Tội nghiệp! Trông gã khá điển trai, dễ thương nhưng...

Tội nghiệp! Trông gã khá điển trai, dễ thương nhưng . . .

Minh Nguyễn

tai ghiền lắng nghe tiếng chuông
chuông nhà thờ vui, chuông chùa buồn hơn
chuông nào cũng gợi cô đơn
vì những chốn ấy vốn đông tín đồ
mùa xuân nghe chuông nhà thờ
chuông chùa đồng gọi lòng vào niềm riêng

Ngơ Ngác Cõi Người
Hình Ảnh Nơi Quê Hương Thứ Hai

LUÂN HOÁN

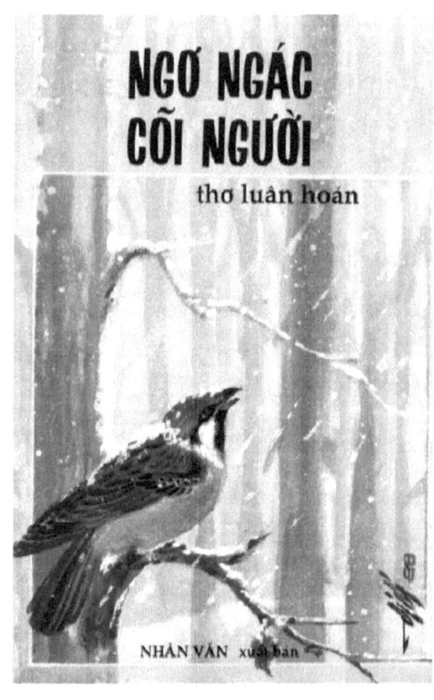

Giờ thứ 16 hơn một chút, ngày 31 tháng 01 năm 1985, bốn nhân khẩu của gia đình tôi, có mặt tại sân bay quốc tế Mirabel Montréal, cách thành phố 53 km. Phi trường rộng lớn này ngày nay đã ngừng đưa đón khách.

"Cuộc đời mới của chúng tôi được Montréal lặng lẽ nhận vào từ 19 giờ ngày 31 tháng 01 năm 1985". Chuỗi ngày sống tiếp theo của bốn năm đầu, những nét chính đều nằm trong Ngơ Ngác Cõi Người.

Tập thơ được tài trợ chi phí ấn loát của tạp chí Nhân Văn, và nhà văn Tưởng Năng Tiến, cha đẻ của những Sổ Tay Thường Dân đầy nhức nhối hấp dẫn, chăm lo phần trình bày tổng quát. Với bề dày 156 trang, khổ 14 x 21, giấy màu ngà dày đẹp đã làm tôi ưng ý nhất trong giai đoạn này.

272

Sau bốn năm, bạn văn cũ mới của tôi tại Montréal đã khá đông. Thân tình và sự gắn kết trong sinh hoạt văn học nghệ thuật phải nói là tuyệt vời. Tay vẽ cho Tuổi Hoa Sài Gòn ngày nào cũng là tay lượm nhiều giải thưởng vẽ tem cho Việt Nam Cộng Hòa, họa sĩ ViVi đã trở thành người bạn thân thiết. Anh nhỏ tuổi đời hơn tôi, thật dễ thương và nhất là rất chiều ý ông bạn làm thơ. Anh cũng làm thơ nữa. Chúng tôi khá hợp ý. Lợi dụng sự cởi mở, dễ tính của Kiệt (tên anh, đầy đủ Võ Hùng Kiệt) tôi bắt đầu nhờ anh trổ tài theo ý mình. Thực hiện bìa sách, phác thảo nhiều chân dung bạn văn (tôi còn giữ một số), đến cả minh họa cho vài bài thơ có tính kể chuyện. ViVi vẽ đẹp, vẽ nhanh, nhất là các phác họa.

Phải thú thật, tôi có hơi nhiều tính xấu tác động đến bè bạn như tham lam, nôn nóng và đôi khi còn ưa chỉ đạo cả ngón nghề mình không chuyên. Việc riêng của mình cũng thúc hối bên hông người giúp. Vừa mới đây, tôi tin cùng bạn văn Uyên Nguyên tức nhà nghệ thuật làm bìa Trần Triết, rằng không có duyên với anh, để nhờ trình bày chùa vài cái bìa sách. Thật ra tôi chợt quên Trần Triết vừa mới ra tay tạo bìa cho Liên Hoa Thi. Nhưng Trần Triết không phật ý. Anh là Phật tử nên chỉ gởi tôi một câu nhắc nhẹ nhưng vô cùng chính xác. "Nghệ thuật không thể vội vã". Chắc chắn tôi phải sớm khắc phục tật xấu này.

Trở lại việc làm bìa cho Ngơ Ngác Cõi Người. Tôi là người chơi chim từ thời trẻ con và qua nhiều giai đoạn sống. Tuy không nuôi chim sẻ trong nhà, nhưng tôi vẫn thường đến với chúng mỗi ngày, kể cả bây giờ vào các tháng nắng ấm. Với tôi, hình ảnh chim se sẻ rất là thân thiết, giàu chất quê tình, một biểu tượng rất chính xác với Việt Nam. Nghĩ sơ sài chân quê như thế, nên tôi muốn bìa tập thơ mang nội dung cho cả hai quê hương cũ mới trong một hình ảnh đơn giản. Tôi gợi ý ViVi, và anh ấy với sự giàu có hoa tay cho ngay một mẫu bìa như quý bạn đang thấy. Tôi chính là con chim sẻ run rẩy ấy. Con chim giữa trời tuyết. Còn tâm sự của nó những gì, mời đọc thơ.

Phần lưng bìa sau, tôi cho in một đoạn thơ của nhà thơ Lê Vĩnh Thọ cùng vài dòng nhận xét của nhà thơ Nguyên Sa từng đăng trên tạp chí Văn Học của anh Phan Kim Thịnh, số mùa Xuân năm 1970. Cả thơ lẫn nhận xét dĩ nhiên là những ngợi khen. Đã giúp tôi vui nhiều lắm, xin khoe:

"... cả đời mày tính bằng những ngày phép
những ngày phép không dành riêng cho vợ con
mày lo in tác phẩm
mày lo phát hành thơ
những bài thơ nói với chị với em trai
nói với vợ con cha mẹ
những bài thơ viết cho bạn bè
và đất nước
ôi những bài thơ rất hiện thực
đầy tình người
nói với mọi người như nói với chính mình
nói với chính mình như nói với quê hương... "
(LVT - LH ơi về đâu - NHCBCT 1969)

"Luân Hoán đã nắm chặt ngôn ngữ thi ca và tâm hồn của Hoán
là tâm hồn bát ngát của thi sĩ...

Tôi có gặp Hoán ở quân trường, ở đó là bạn đồng ngũ, cũng
như Cao Thoại Châu. Nhưng tôi chưa có dịp nói chuyện lâu với Hoán,
chưa có tâm sự nào với anh cả, và cùng làm việc chung với người bạn
đó. Dù vậy, tôi coi anh là một bạn thơ. Vì lý do giản dị: đó là một nhà
thơ có tài".

(NS - Văn Học Xuân 1970)

Nội dung Ngơ Ngác Cõi Người chia làm 4 phần với 4 tên gọi
màu mè:

* Phần 1. **Nở trong hương đất quê nhà**, đây là phần gom vét
những hương vị cuối cùng tôi có được với hồn đất, nơi tôi từng được
chôn cuống rún của mình lẫn rót vào ít nhiều dòng máu son sắt thanh
niên, nhưng chỉ vỏn vẹn 8 bài:

- Lần cuối về Liêm Lạc Hòa Đa Quảng Nam.

(Địa danh quê nội, nơi tôi từng ở trong 3 năm thời thơ ấu, một
con đất đẹp cách Đà Nẵng 11 cây số, làng nằm giữa hai dòng sông
một nhỏ một lớn, hiền hòa lẫn hung dữ có đủ).

- Cúi mặt chào Đà Nẵng.

(Thành phố nuôi tôi trưởng thành từ 1952 đến 1984, kể cả những
năm "ngao du cùng vũ khí" vẫn luôn luôn đi về).

- Ghé thăm trường cũ,

(Một tên trường đáng tự hào, không dám nói dông dài chỉ cần gọi tên Phan Châu Trinh Đà Nẵng!)

- Sáu tháng ở 22 Lê Lợi Quận 1 Sài Gòn.

(nhà của chị cả của tôi, nằm sát vách rạp Mini Rex, đối diện thương xá Tax, cháu Hòa Bình nhiều năm ở đây khi theo học trường Lê Quý Đôn)

- Sài Gòn xuân tám-tư

(Mùa xuân cuối cùng tôi ở Việt Nam tính cả bây giờ).

- Lần chót ở phi trường Tân Sơn Nhất

(Hóa ra lần đó chưa phải lần chót, năm 2002 tôi đã về thăm và ra đi, hy vọng sẽ còn dịp khác).

- Đưa chân

(có mặt gần đủ anh chị em, cả anh Lê Ngọc Hiển ở Đà Nẵng cũng vào nhìn chúng tôi khóc ra tiếng, cả khóc thầm).

- Một mình uống rượu

(chỉ một vài lần hiếm hoi khi Hoàng Trọng Bân ở cuối đường Hai Bà Trưng, sau Quốc Hội không qua đèo chạy lang thang).

* Phần 2: **Tứ chi thơ rụng đường ra xứ người.**

Hình ảnh thu lượm trên đường, khiêm nhường với chỉ bốn bài, hai ngũ ngôn hai bảy chữ, vui tay gõ lại ba bài:

- Trong lòng phi cơ:

(cởi vội chiếc áo lớn - vắt ngang đùi ngồi trông - quờ tay gài dây nịt - hồn dạ chợt rỗng không = tàu lên lên cao độ - thót bụng nhìn mây chao - phải chi được nôn oẹ - mửa hết niềm nôn nao = miên man nghĩ vớ vẩn - nếu như tàu nổ tung - xác ta tan mấy mảnh - đỏ biển hay xanh rừng = thì thầm vài câu nói - đồng hành thoáng bên tai - cái gì là đoạn tuyệt - cái chi là ngày mai = lòng ta bừng bừng gió - rụt cổ ngồi so vai - soi mình trong nước mắt - người ngợm này là ai?).

- Mây (14 câu thơ, bảy chữ).

- 4 giờ tại phi trường Thái Lan:

(đâu có phải là đi du lịch - dừng lại đây đâu để viếng thăm - phi cảng đẹp nhưng không buồn ngắm - mặt cúi theo từng bước âm thầm = xếp hàng hai vào phòng tiếp nhận - lắng tai nghe cõi sống gọi tên - tiếng Việt Nam hình như dễ nói - bỗng rùng mình lo sợ sẽ quên = từng người một xem quần giở áo - thịt da vàng lở lói gì không - máu rất đỏ nhưng hồn bầm nhẫn nhục - thẹn đong đầy từng bước lưu vong = bữa cơm trưa quê người thứ nhất - có thịt gà trứng vịt khoai tây - cơm quá khô thầm chan nước mắt - nuốt nửa chừng nhả lạnh bàn tay = muốn nhắm mắt ngủ vùi một giấc - ai trong hồn quấy phá không nguôi - gần Tự Do mà xa Tổ Quốc - nửa lên đường nửa muốn quay lui = người soi mói nhìn chi dữ vậy - tôi là người đào ngũ cùng đường - thoát tù ngục phải chăng thoát hết - những sợi dây thòng lọng đau thương?).

- Gởi lại chút gì

(tàu bỏ ta trên đất Ý - vài giờ chờ đợi đổi đường bay - ngồi không bỗng dưng mắc đái - bỗng thèm rửa mặt rửa tay = kéo nhau đi vào toilette - gởi đây chút kỷ niệm này - biết đâu thấm vào thớ đất - nuôi mầm sống nứt lên cây = cây sẽ ra hoa kết trái - trái thơm da thịt Việt Nam - giữ gìn hộ ta, Ý quốc - dấu phiêu bạc lũ da vàng).

* Phần 3: **Nghêu ngao giữa lòng Montréal,** là phần chính của thi phẩm, gồm 46 bài. Số sáng tác này có lẽ không xa lạ với một số bạn đọc ở Bắc Mỹ, cùng trời Tây, bởi các tạp chí đó đây đều đi dần tất cả. Có thể không trích đoạn đủ nên xin giới thiệu tên bài:

Cảm ơn - Ly rượu cuối tuần cho Lý - Đi trong thiên hạ - Mùa xuân Montréal - Ngày qua ngày - Tin vui - Thư về quê nhà - Thức đêm - Thắc mắc - Hạnh phúc ta - Lạc giòng - Một chiều - Kiểm điểm - Nằm rình con muỗi - Gọi tên bè bạn - Theo chân LNHB - Mừng Nghiêu Đề đến San Diego Cali - Giặt áo quần cho vợ - Bạc tóc - Thư cho mẹ - Mỏi chân ngồi bên đường Saint Denis - Đi làm cu li - Nghề nghiệp mới - Nhổ râu - Say - Sáng trên xe bus - Gặp em ở Plaza Côte des Neiges - Phơi nắng ở parc Angrignon - Mùng một tết ở Montréal - Quanh quẩn trong Jardin Botanique - Du xuân ở Complexe Desjardins - Lại nhậu ở quán Bonsai - Qua cầu Champlain - Nghĩ và nhớ lung tung khi nằm ở Jewish - Theo em sang Longueuil - Trong rừng thu La Chute - Bắt chước viết hành ca lưu vong - Ngồi lê - Cầm bút - Lâu ngày gặp bạn cũ - Thơ mùa xuân con rồng - Mưa bay - Mừng ta cưới vợ lẽ - Dưới trăng - Mùa đông - Nghêu ngao giữa lòng Montréal.

* Phần 4: **Trốn tránh không qua nổi nhớ nhà**: gồm các bài:

Chim sẻ - Chiều nắng - Gởi quà - Khiêng nước - Tiếp hơi - Năm chân về quê nhà - Nghe tiếng chim xưa - Hỏi thăm - Thưa mẹ, còn không mùa xuân - Ta phỏng vấn ta.

Sau phần thơ, có hai trang ghi chú thích chung cho toàn tập.

Tập Ngơ Ngác Cõi Người cũng được khá nhiều bạn văn, nhận xét, giới thiệu:

Nhà văn Võ Kỳ Điền:

"... Ở mỗi chặng đường đời, trong anh đều vang vang một số tên bạn bè, cùng một số địa danh quen thuộc. Bạn bè thì thằng cải tạo trên rừng, thằng vác mướn bến xe, thằng vượt biên tới đảo... đứa nào đứa nấy cũng ngất ngư. Quê hương làng xóm thì tan tác điêu linh, nhìn tới đâu cũng thấy chua xót ngậm ngùi. Tất cả tâm tư tình cảm nhà thơ đều gói hết vào những dòng thơ xôn xao chân tình, những nỗi yêu thương chất ngất, những xao xuyến chơi vơi, những bứt rứt ngậm ngùi, nỗi niềm oán hận không nguôi... tất cả quay cuồng trộn lẫn nhau thành ra những ý thơ tuyệt diệu.

Nhưng điều gì đã làm nên giá trị của tác phẩm cũng như tài năng của tác giả? Theo tôi, đó là nghệ thuật sử dụng ngôn ngữ thần tình của Luân Hoán. Ngôn ngữ Việt Nam vốn giàu âm thanh, vần điệu. Mỗi nhà thơ đều có một nghệ thuật riêng để nhào nặn ngôn ngữ của mình. Nhà thơ sử dụng âm thanh phải như phù thủy sử dụng âm binh. Mỗi chữ mỗi âm phải làm sao gợi được sự liên tưởng, đập mạnh vào cảm quan của người đọc. Nắm được cái nghệ thuật thơ thì thành thi sĩ, nắm bắt trật thì thợ làm thơ. Đọc hết tập Ngơ Ngác Cõi Người, không bài nào tôi không bồi hồi rung cảm. Cách dùng chữ thần tình, cách gieo vần tuyệt diệu. Mỗi chữ là một xôn xao, mỗi âm là một hẹn hò nói sao cho xiết. Nhưng đến bài cuối cùng, tôi phải buột miệng kêu lên: "Luân

Hoán đúng là một thi sĩ". Ta phỏng vấn ta là bài hay nhất trong các bài hay. Mời bạn lắng nghe :

> *"... tình theo chữ thở trăm lời*
> *hồn theo tình mở một trời nguyệt hoa*
> *làm thơ là để lân la*
> *chui từ cái nhớ chui qua cái buồn*
> *làm thơ là để bình thường*
> *cái ta cứ thích đứng đường ngó em*
> *làm thơ là để lênh đênh*
> *trên dòng rảnh rỗi chợt quên mất mình*
> *làm thơ là để làm thinh*
> *im nghe ta tự tỏ tình với ta"*

Những câu thơ chen lấn quấn quýt nhau mà không hề vướng víu. Phải vững vàng lắm mới dám dùng những chữ, những câu thật tầm thường để diễn tả những tâm tình cao xa. Không son phấn mà vẫn lộng lẫy thì cái nhan sắc đó là thật chứ không giả. Chỉ có thi sĩ mới viết được như vậy và viết hay như vậy. Tôi yêu thơ Luân Hoán biết bao nhiêu!".

(Người thơ "Ngơ ngác cõi người" - Võ Kỳ Điền)

Nhà văn/thơ Trần Hoài Thư:

"... Người ta vẫn thường đặt thơ ở một nơi thật trịnh trọng. Nói đến thơ, người ta sẽ nói đến cái gì tốt đẹp, tuyệt vời, vượt xa cõi ô trọc thường tình. Với Luân Hoán, trái lại, thi ca gần kề với quả đất, cõi trần gian. Với anh, qua tập thơ không còn những kỳ thị một thời. Trái lại, tất cả được thăng hoa, giữ gìn, chẳng hạn qua bài Giặt Áo Quần Cho Vợ (Ngơ Ngác Cõi Người, trang 67), Luân Hoán đã viết những câu thật đẹp:

> *"trộn tình ta vào trong bột giặt*
> *vò nhẹ nhàng bởi lo sợ em đau*
> *vải còn đượm mùi thịt da em thơm ngát*
> *tay bùi ngùi như đang vuốt ve nhau*
>
> *trông thau nước đục lờ những cáu bẩn*
> *ta bỗng thương lớp bụi nổi màng màng*

Người ta nói nhiều đến người đàn bà Việt Nam với bao nhiêu ngưỡng mộ, khâm phục nhưng có vần thơ nào kể rõ hơn về cái nhọc nhằn, bất hạnh của người thiếu phụ *"vò nhẹ nhàng bởi lo sợ em đau"*. Tôi nhắm mắt lại. Tại sao Luân Hoán lại dùng chữ nhẹ nhàng? Thi ca cuồn cuộn ngay cả đến một thau nước bẩn, một cái vòi nước, một buổi trưa (có lẽ) người thi sĩ ngồi giặt quần áo cho vợ, thi ca không còn kỳ thị.

"vò nhẹ nhàng bởi lo sợ em đau". Ở thơ Luân Hoán tình yêu đầy ắp. Yêu mọi thứ, mọi điều. Yêu sự đau khổ, nhục nhằn. Yêu hạnh phúc, yêu vật, yêu người, yêu hoa, yêu lá. Nhưng trang thơ của anh thảy đều bàng bạc tình yêu. Anh ướp chúng vào với tất cả độ lượng ngay giữa lúc người thi sĩ mạt vận nhất. Thật vậy, giữa lúc nước mất nhà tan, tội tù, giữa lúc anh mất đi một phần thân thể, anh vẫn:

"vò nhẹ nhàng bởi lo sợ em đau"

(Những lời thơ xôn xao - Trần Hoài Thư)

Nhà văn Song Thao:

"... Thơ Luân Hoán không thể là thơ không hay được. Nó như một hòn đá: nhìn bên ngoài tưởng như thô sơ, mộc mạc nhưng thật ra bên trong có chứa ngọc. Chất ngọc tinh tuyền vì nó được chắt lọc từ cuộc sống muôn vẻ muôn sắc. Hình như bất cứ trong hoàn cảnh nào cuộc sống Luân Hoán cũng có thơ được. Lúc vui lúc buồn, khi đắng cay, khi phẫn nộ, lúc tủi nhục, lúc hiên ngang, khi dịu dàng, khi hờn dỗi... mà thơ nào cũng mang cái giọng chất phác, duyên dáng nhưng tiềm ẩn bên trong là cái tinh quái, sắc sảo. Đọc xong một bài thơ là mường tượng ngay ra được nụ cười của nhà thơ nằm đâu đó. Nụ cười có lúc ngọt, lúc bùi, lúc chua, lúc nồng nhưng cũng có lúc đắng lúc cay.

Vị ngọt ngào của tình yêu có lẽ là cái vị thấm sâu vào nhà thơ nhất. Cái "tên dật dờ" đã sớm bước vào đường tình tự những ngày xa lắc xa lơ khi chưa qua khỏi tuổi thơ dại:

" nhớ năm hết tuổi mười ba
cái lòng đã muốn lân la cái tình"
(Ta phỏng vấn ta - NNCN)

...

Đọc thơ tình coi bộ không có ai không thích. Làm thơ tình chắc hẳn là điều thích thú hơn. Gỗ đá cũng phải động lòng thì mấy ai có thể để lòng mình dửng dưng với cái ngọt ngào của tình yêu. Thơ tình của Luân Hoán triền miên như sóng biển phong phú như sao trời và đậm đà như hương đồng cỏ nội:

"chuyện tình, ở thứ này hay
cho dù lải nhải suốt ngày chả sao"
(Ta phỏng vấn ta - NNCN)

...

Cái ngọt bùi của nghĩa tào khang mang nét đậm đà của muối mặn gừng cay. Sự chí tình của nhà thơ thấy mà cảm động:

"năm giờ sáng em bắt đầu đến sở
trời tờ mờ tuyết lạnh vướng bên chân
ổ bánh nhỏ trong tay chừng đã mỏi
métro sang bus đã bao lần?"
(Ly Rượu Cuối Tuần Cho Lý - NNCN)

Những hoa lá của cuộc đời tạo nên những tác phẩm. Hoa lá trong vườn cũng như hoa lá ngoài vườn. Nhiều khi hoa lá ngoài vườn có cái xa cách hấp dẫn lại tạo những cảm hứng dạt dào hơn. Nên dù có tự dễ dãi cho mình là vô tội vì sự gặp gỡ tình cờ thì nhà thơ vẫn cứ thú vị với cái bồi hồi khi cắn vào trái cấm. Và với người nòi tình thì sự tình cờ chẳng phải chỉ có một lần:

"ao ước người kia chẳng biết ta
để đừng thảng thốt liếc vội qua
cỗ quan tài nhỏ trong lòng vẫn
ấm áp lời thề ai thiết tha"
(Gặp Em Ở Plaza Côte des Neiges- NNCN)

Nhưng những khi miệt mài theo bóng hình kiều diễm thì dù có lấp liếm tới đâu cũng phải thú nhận đó chẳng phải là sự tình cờ:

"đâu có phải tình cờ tôi theo dõi

gót chân hồng thoăn thoắt đó về đâu
em kiều diễm một đôi lần ngó lại
đôi mắt xanh như khuyến khích gật đầu
... ...
đường mấy nẻo theo em làm thi sĩ
có chi vui hơn săn đuổi tình yêu
ngọn nến đỏ trong lòng tôi chợt thắp
gã đông phương thơ thẩn hết buổi chiều "
(Theo Em Sang Longueuil - NNCN)

(Quê hương, Tình yêu trong thơ Luân Hoán - Song Thao)

Bạn đọc Nguyễn Quốc Tường:

"... Từ đọc một vài bài đến đọc nhiều trang, rồi nhiều nữa. Cứ thế tôi biết được một ít đời sống của Luân Hoán tại Montréal khi chưa đến ở chung cư này.

Thì ra, cũng như nhiều người Việt khác, ra tới nước ngoài, anh Luân Hoán đã phải vội vã *Lên đồ đi kiếm job/ Từ mờ sáng đến chiều..."* nhưng có lẽ vì điều kiện sức khỏe của anh có phần không bình thường, do đó anh vấp khá nhiều trở ngại. Không nản, sau những lần *"Mỏi chân ngồi bên đường Saint Denis"*, tâm sự với đàn chim bồ câu hoang, anh cũng có cơ hội để được: *"Ta cõng trên lưng cái thùng thật lớn/ Còn nặng hơn cái tấm thân ta / Cố nghiến răng giữ cho khỏi ngã / Mỗi bước đi chếnh choáng như là..."* . Anh đã học thuộc bài học "lao động vinh quang" bởi tự biết *"... cái cần, ta không đạt / cái đạt người không cần..."*. Nên cuối cùng, sau những buồn chán, thất vọng, anh đã tỏ ra lạc quan hơn trong những động tác thường nhật: *"Sáng đi như đuổi ma/ Chiều về như ma đuổi.../"* và hòa mình vào xã hội một cách lặng lẽ *"Người hai chân bôn ba/ Ta cẳng rưỡi rong ruổi..."*. Nghe đâu anh đã từng làm cho một cửa hàng nữ trang của người Ý ở một đường phố chính của Montréal, rồi làm công nhân cho hãng vải Aronof một thời gian. Dù lao động chân tay, anh vẫn không quên thơ và cái tính "tri nhàn hà thời nhàn" nên cũng qua thơ, tôi bắt gặp người bạn láng giềng của tôi đã từng *"Nhổ râu ngoài parc Olympique"*, *"Phơi nắng ở parc Angrignon"*, *"Du xuân ở Complexe Desjardins"*, *"Quanh quẩn trong Jardin Botanique"*, *"Qua cầu Champlain"*, *"Dạo phố Sainte Catherine"*, *"Trong rừng thu La Chute"*... thậm chí còn bay bướm

"Theo em sang Longueuil", (em tóc vàng sợi nhỏ) hoặc vui mừng khi *"Gặp em* (tóc đen?) *ở Plaza Côte des Neiges"*...[1]

Trong một bài viết của nhà văn Nguyễn Đông Ngạc in trong tập Chân Dung Thơ Luân Hoán, ông Ngạc có trích dẫn một số câu của nhà thơ Đỗ Quý Toàn viết về Luân Hoán "... Luân Hoán là thi sĩ của cuộc sống, như Nguyễn Khuyến, như Vương Tân. Nhà thơ Bạch Cư Dị của người Việt ở Montréal này đã giúp bà con thấy thành phố Montréal trở nên thành phố Việt. Những Phở Mai, Quán Huế, Plaza Côte des Neiges... thành những tên gọi thân mật, những chuyến xe buýt buổi chiều, những đống tuyết cao trước cửa có thật hơn, vì thi sĩ thổi hơi sống vào các vật vô tri đó...". Theo tôi, có lẽ anh Luân Hoán đã thương yêu cái "xứ lạnh, tình... âm ấm này". Có thể anh mới *"đứng hát giữa lòng Montréal,/ Trời xanh, trời xanh, trời quá xanh/ Có con chim nhỏ bay trong nắng/ Chở cả lòng tôi bay quẩn quanh"*. Và thành tâm bày tỏ:

"được cười được khóc được than thở
không thể không yêu xứ sở này..."

(Nguyễn Quốc Tường - LH nhìn từ bên hông, chữ nghiêng thơ hoặc đề thơ trong NNCN)

Nhà nhận định, phê bình Nguyễn Vy Khanh bỏ nhiều thời gian đọc kỹ thơ Luân Hoán, nhất là thi phẩm Ngơ Ngác Cõi Người ông viết tỉ mỉ và trích dẫn đầy đủ nên khó trích mà khỏi bỏ sót những nhận định rất văn học, chỉ có thể xin lỗi tác giả để lưu đại khái:

"... Nỗi niềm nhớ thương quê hương chất ngất đó khiến tiếng thơ của Luân Hoán vừa xa xôi vừa gần gũi, giản dị tự nhiên đến thân tình. Đâu phải anh dụng ý làm thơ anh kể chuyện mà Thơ Luân-Hoán chứa nhiều hình ảnh, nhân dáng, ngoài những người bạn thơ, đồng ngũ, bạn học, hai hình ảnh khác khá trội bật trong thơ ông là người mẹ và người chị. Về người chị, Luân-Hoán có hai bài thơ thật cảm động. Bài Xin Gởi Cho Em Vài Hạt Mưa (trong tập Cảm ơn đất đá trổ thơ...) và bài Khiêng Nước (trong Ngơ Ngác Cõi Người) gợi cảm hơn khi đi sâu vào vùng ký vãng:

"một cái thùng con con - một đoạn tre nho nhỏ - chị thương chịu nặng hơn - lâu lâu hơi cau có = em đi trước run run - đòn nghiêng vì vai

thấp - dốc đá vấp luôn luôn - thùng va vào sau gót (...) ở đây trời đẹp lắm - sao chẳng hề thấy vui - chẳng phải vì em khổ - chợt nhớ nhà đó thôi - ước chi được nhỏ lại - như những ngày tản cư - cùng chị đi khiêng nước - bắt nòng nọc vọc chơi "

(NNCN tr 126-7).

...

Sau ba năm ở Montréal, nhà thơ Nghêu Ngao Giữa Lòng Montréal chiếm một phần lớn số trang (tr. 34-118) của *Ngơ Ngác Cõi Người*, có thể xem là một kỷ lục. Luân Hoán đã thở vào đất đai, cây lá nơi ông đã chịu ơn. Hơi thở Việt Nam tìm được nơi "được cười được nói được than thở":

"đứng hát giữa lòng Montréal - trời xanh trời xanh trời quá xanh - có con chim nhỏ bay trong nắng - chở cả lòng tôi bay quẩn quanh = bỗng tưởng chừng như máu tim ta - đỏ hơn thời tù tội quê nhà - phải chăng chớm nở mầm vong bản - nhục nước phai vì bả vinh hoa = và tưởng chừng như Montréal - có ta cây cỏ càng thêm xanh - ba năm hồn rót vào thớ đất - góp cả buồn vui cho lá cành = và tưởng chừng như mây khói bay - có hơi ta tiếp nối vơi đầy - được cười được nói được than thở - không thể không yêu xứ sở này... "

(Nghêu Ngao Giữa Lòng Montréal, tr. 115-117)

...

Người đọc vẫn yêu thích những bài thơ tình của Luân-Hoán, là lãnh địa của chàng, nơi chàng trai xứ Quảng quen lời ăn tiếng nói, quen hành cử phóng túng tình tang! Nơi xứ người, ông vẫn đa tình, da diết, vẫn nhiều vần thơ cho tình, nhưng người đọc thơ tình ông thì lại như hụt hẫng, vì hình như thời gian và không gian của tình đã qua, đã không trở lại, nếu có chăng cũng không trọn vẹn, tự nhiên! Nhà thơ tình xứ Quảng, của Đà Nẵng, sau 1985, Luân Hoán đã dệt những vần thơ lưu xứ đậm tình người, những điệu rất thơ, rất Việt Nam ở chỗ bi thương, những "lưu bút" đáng kể của một trang sử Việt! So với trước 1975, đây là một thế giới thơ đứt đoạn. Nhà thơ thuộc thế hệ tị nạn tiếp sau thời những "người di tản buồn", rồi vốn đã lâu ăn ở trong ngôn ngữ dân tộc nhuần nhuyễn, nên chỗ đứng trên thi-đàn đã là điều hiển nhiên. Nếu "phân tích" hết các tác phẩm thơ thời sau của ông, giữa những chằng chịt tâm thức, tình cảm, người đọc sẽ tìm ra một xuyên suốt có tính sáng tạo, ở ngôn ngữ, tiết điệu, hình ảnh, ở cả lối kể lể có thể hiểu là "lắm lời" - oan khiên của nỗi nhớ và của đời xa! Thật vậy, ở văn chương gọi là lưu vong đó, cái thực hữu, cái thực sống, phải chăng chỉ là thế giới của ký-ức, của quá khứ? Luồng điện ý thức đó đưa con người trở về quá vãng, đưa đến những tâm tình với hồn ma bóng quế, những con đường, góc phố đã đổi tên, đổi chủ. Tính thơ xuất hiện ở giữa những dòng chữ đó, xuất hiện từ ký ức và sáng tạo pha trộn. Mà thế giới cũng trở nên có ý nghĩa, nhờ chức năng của thi ca và sáng tạo! Nhà thơ có thành công hay không là ở tài truyền thông cái sáng tạo mới từ chất liệu hồn cũ này! Sống đời lưu xứ, đọc thơ Luân-Hoán như tìm tâm sự chính mình, vẫn là một cái thú tinh thần còn lại! Thành thử, cùng Cao Đông Khánh và Du Tử Lê, Luân Hoán đã thành công biến Cõi Người Ngơ Ngác thành thơ và đưa tính thơ vào kiếp lưu vong ngày càng rời xa một vùng địa-lý và một trời quá khứ!

(LH nơi cõi người ngơ ngác - Nguyễn Vy Khanh, lược trích)

Tôi không trích dẫn thơ, dành đất cho những bạn văn đã ưu ái cho NNCN, và với những thơ được trích trong đó cũng xem như tạm đủ để bạn đọc có thể cảm nhận sơ qua về thi phẩm. Tiếc là không thể trích từ các bài viết chung chung cho nhiều tập của một số bạn khác.

Ở tập thơ này, tôi mừng vì tôi làm được hai chuyện. Một là giới thiệu cuộc sống chung chung của chính mình nơi hải ngoại, dĩ nhiên không dám làm tiêu biểu gì gì. Hai là ít nhiều tôi khai rõ xuất xứ tôi hơn. Ngơ Ngác thì mãi đến hôm nay 35 năm với quê hương thứ 2, tôi vẫn còn giữ nguyên ngơ ngác bởi:

"... đời lưu lạc mỗi ngày là một tuổi
dài vô cùng nhưng không đủ xót xa

...

ta thẹn làm người tự do viễn xứ
ngó lại đời mình trùng điệp số không...
(Thư Về Quê Nhà)

Luân Hoán

Hoa Nhân Sinh
NGUYỄN VĂN SÂM

1.

Huê làng nhàng trở mình. Ngoài trời nắng hừng đông hé rạng ở đâu tận phía đầu cù lao nhưng ánh sáng đương trên bờ ngự trị không gian trước sân, tràn lấn vô trong nhà qua cánh cửa mở he hé. Mọi vật còn lờ mờ nhưng cũng đủ cho mắt nhận dạng bằng những đường viền của vật dụng mà Huê bắt đầu quen quen trong thời gian ngắn ngủi hôm qua tới giờ. Con bé Thương Thương đã ra khỏi mùng từ lúc nào đương lục đục ở trong buồng tắm phía sau nhà. Nghe tiếng xối nước của con, Huê thấy vui vui và hãnh diện khi cảm nhận về những bước đầu trưởng thành đúng đắn của con mình. Con bé có thể tự làm những công việc mà Huê nhớ lại ngày xưa ở tuổi nó mình được cha mẹ nuông chiều và được sự binh bổ của bà ngoại nên còn phải đợi nhắc tới nhắc lui nhiều lần. Nói gì chuyện tự tắm rửa, riêng một bữa ăn thì cũng từ khi chuối trồng tới chuối trổ cũng chưa rồi, cần phải biết bao nhiêu lời năn nỉ…

Cựa mình nằm thẳng lại, ngước mặt trên nóc mùng để nghe thêm lần nữa cảm giác mê mẩn mất hồn đêm qua. Cái khoái cảm hình như nằm trên toàn thân thể, vẫn còn ở trong trạng thái tỉnh thức, sẵn sàng ứng chiến, không chịu đi vào giấc đông miên. Vậy là những ước ao ngày trước không bao giờ dám nghĩ mình sẽ có, đã trở thành hiện thực. Anh ta cũng háo hức, cũng dồn dập chớ đâu phải cây đá gì dầu được phủ ngoài bằng bộ dạng cục mịch thờ ơ… Huê cười lên thành tiếng che giấu sự mắc cỡ thầm. Mầy ngựa quá Huê ơi! Dính thì chết toi, rắc rối lắm. Thằng chả đâu chắc đủ bao dung! Có chuyện gì rồi thì mọi chuyện lỡ làng trớt quớt hết!

Con bé đã súc bình từ đời thuở nào, đương châm nước sôi sau khi thay trà mới. Nó hơi ngạc nhiên về tiếng cười khan của mẹ nhưng chỉ liếc mắt về phía đó một giây rồi bình thản tiếp tục công việc. Hình như súc bình, châm trà là nhiệm vụ của nó mỗi sáng nên cử chỉ chăm chú, tỏ ra thành thạo chắc chắn ai thấy cũng khen.

Thương Thương lên tiếng như người lớn:

"Mời mẹ dậy rửa mặt, dùng trà buổi sáng."

Chà! Lại còn mời mọc bằng ngôn ngữ điệu hạnh kiểu con nhà giàu quý phái. Dùng với lại chả dùng! Cái ngữ này lớn lên thì phải biết!

Tuy nghĩ vậy nhưng Huê vẫn ngồi dậy, vuốt tóc tai, liếc mau những nếp áo quần, nói với con như với bạn:

"Cám ơn con. Để đó cho mẹ! Đêm qua con ngủ được không? Mẹ ngại nằm chật con không quen nên chẳng dám nhúc nhích nhiều. Mà tía con đâu rồi cà?"

Con bé quay lại mẹ, đôi mắt tròn lớn, đen tuyền, mi thiệt cong:

"Lâu rồi con thường ước ao có bà tiên nào đó hóa phép cho mẹ về đây ngủ với con vài đêm cho con đã thèm. Bây giờ bà tiên đã giúp con toại nguyện rồi. Hồi tối qua con ngủ thẳng giấc thiệt ngon. Nằm chiêm bao thấy nhiều chuyện vui quá xá, lúc nãy mới ngủ dậy còn nhớ mang máng bây giờ quên hết trơn rồi."

Sực nhớ tới chuyện hồi hôm cần phải giấu, Huê giựt mình, ngó thẳng con để đoán ý nó. May quá, con bé vẫn lộ nét ngây thơ như lúc nào sau câu vừa nói.

Tâm hồn Huê dào dạt trước cảm tưởng dài dòng nhưng khá tội nghiệp của con. Cô kéo con vô lòng mình, vuốt tóc nó. Con bé nhắm mắt lại như thưởng thức đến tận cùng tình cảm thân thương biền biệt lâu nay mới vừa được nhận lại:

"Tía sáng nào cũng đi bộ chừng vài chục vòng quanh nhà, nhiều khi đủ rồi lại còn ra ngoài bờ sông ngồi ngóng trời ngóng đất. Tía nói buổi sáng khí trời trong lành, sương đêm đã rửa sạch những bụi trần của ngày hôm trước, là lúc tốt nhứt cho sức khỏe của con người."

Nghe nhắc tới chuyện ngồi bờ sông ngóng trời ngóng đất Huê nhớ tới thói quen của mình mười năm trước khi còn là thiếu nữ nhiều mơ mộng thường ngồi dõi mắt trông theo đám lục bình lững lờ trôi nghĩ đến chuyện đi xa. Đi thiệt xa để thoát khỏi cảnh nghèo. Chắc Nhơn cũng mang tâm sự gì đó nên thích ngồi ngắm sông buổi sáng, Huê nghĩ như vậy và triền miên trong suy tư như quên sự có mặt của con...

Thương Thương ngừng nói, nắm bàn tay mẹ, vuốt vuốt những cái móng sơn màu đỏ lợt của mẹ, Huê tiếp lời con:

"Buổi sáng là lúc con người gần gũi với thiên nhiên, nghĩ ra được nhiều điều chí lý, xóa bỏ được những bợn nhơ trong tư tưởng..."

Người mẹ nựng má đứa con:

"Mà con tôi nói chuyện như người lớn. Giỏi quá. Nói mà có hiểu hết không đó? Nhưng thôi, bỏ ba cái chuyện khó khăn nhức đầu này đi, mẹ hỏi con chớ lâu nay con tắm rửa một mình hay còn phải bắt tía tắm cho con như lúc còn nhỏ?"

Thương Thương nói bằng bộ mặt tự hào với cái mỏ chu chu vảnh vảnh thấy bắt ghét:

"Hết bốn tuổi, bước qua năm tuổi là tía bắt con tắm rửa một mình, tự lo hết mọi chuyện. Từ quần áo, tới cơm nước, học hành. Tía chỉ kiểm soát và hướng dẫn thôi, không làm giùm, cần lắm thì phụ giúp sơ sơ thôi. Tía nói con gái mỗi ngày mỗi lớn, phải thêm trách nhiệm. Ban đầu là trách nhiệm với thân thể và công việc của mình, sau là trách nhiệm với người thân thuộc..."

Con bé dựa lưng vô đầu gối mẹ, tay mân mê tà áo trước bụng, nói mà không ngó lên mẹ. Huê nhẹ nhàng gạt tay con ra khỏi tà áo nó đương cầm. Thương Thương dựa hẳn vô Huê hơn nữa, ngước mặt lên nói:

"Mới đây tía thu xếp cho con đi học với hai bạn ở gần nhà. Đi bộ, tía không đưa rước nữa, đi bộ cho quen chưn quen cẳng, cho biết giờ biết giấc. Một hai sáng Chúa Nhật tía mới chở con qua chợ mua tờ báo, gói xôi hay trái bắp mà thôi. Tía nói như vậy nữa lớn lên mới biết làm công chuyện này kia, không tùy thuộc ai hết, giỏi giang như mẹ vậy."

Huê lại cười mãn nguyện. Anh chàng khéo nói quá. Lại nịnh nọt xa gần. Còn biết dạy con theo lối mới, không cho nó ỷ lại. Con bé nói chuyện khôn ngoan, rành rọt. Cám ơn đời đã cho tôi người tình hờ tuyệt vời. Người tình kỳ nhơn, chịu nuôi con nhơn tình từ khi con còn trứng nước. Anh ta dạy con tôi đúng ý tôi, dạy nó tự lập, cẩn thận, trách nhiệm và những ý thức có tính nhân văn…

Bé Thương Thương đi tới bàn, rót nước ra hai cái ly, đậy nắp ly cẩn thận, nói rằng rót trước cho nguội không thôi nước nóng mẹ với tía khó uống. Con tôi học tánh lo xa và săn sóc người khác từ đâu vậy cà? Cái tánh nghĩ giùm người khác đáng quý nhưng lớn lên trong cái xã hội xô bồ đầy rẫy những chuyện trái lòng phải chăng là một điều tốt? Nghĩ như vậy nhưng tôi chủ trương dạy cho bé sống vì người vẫn hơn là làm gương cho bé tinh thần ích kỷ, giành giật của người khác vốn đã trở thành căn bịnh ung thư của xã hội hiện nay. Có lo ngại cho tương lai bé nếu bé sống bằng tâm hồn nhân thiện trong xã hội này thiệt tình nhưng còn hơn để nó vô cảm, suy nghĩ trên những lợi lộc cực gần trước mắt, nhỏ mọn đến bần tiện vốn là điều tôi cho rằng kéo giá trị con người xuống thấp hèn dầu cho giàu có, quyền thế tới bực nào.

Nhơn bước vô nhà, gắn cái kết lên móc trên vách sau cánh cửa, đề nghị cả ba đi ra quán ăn sáng bún mắm, món đặc biệt ở đây, nói rằng mỗi tuần chị chủ chỉ bán buổi sáng Chúa Nhựt thôi. Không muốn thiên hạ xầm xì về chuyện đã ngủ lại đêm ở nhà Kỳ Nhơn, tôi hỏi khó, cũng là tìm lý do để từ chối:

"Hôm nay là rằm tháng Giêng sao lại có bán bún mắm?"

Nhơn kiên nhẫn giải thích rằng thì là mỗi tuần chỉ có một ngày Chúa Nhật, người ta đợi chờ để kiếm thêm chút tiền chợ, nếu tránh luôn những ngày lục trai, thập trai gì đó… thì con cái họ đói.

Tôi thích thái độ này của Nhơn, bao dung, kiên nhẫn trước những câu hỏi thiệt trẻ con hay lừng khừng của tôi. Tôi ngó anh bằng con mắt sắc lẻm, nói chận đầu mà làm bộ như là đã biết tỏng tòng tong mọi chuyện:

"Không sợ "người ta" ghen hay sao mà đòi đi ăn quán với em. Em đâu có chân dài đâu mà anh phải hy sinh. Nát nước rồi người tình ơi!" Tôi chu mỏ làm nũng như Thương Thương vừa mới đây.

Nhơn lườm yêu tôi, không trả lời. Tôi nói thầm: "Cái mặt điển trai này ở xóm cụt cùng cửa sông cửa biển với đời sống đơn giản của dân chúng chung quanh quen với ruộng đồng rẫy bái, chém chết cũng cả đống cô gắm ghé. Không có công chúa con của chức sắc lớn ủy này ủy kia hay ái nữ của đại gia chủ của năm bảy tòa lâu đài do anh chị em kết nghĩa xây tặng cũng thiếu gì con gái rượu của các chủ vườn bát ngát, chủ vuông tôm bự xộn..."

Khi Nhơn khóa cửa, đút chìa khóa vô túi thì tôi nghiêm chỉnh móc trong túi xách ra cái ống khóa đồng bự xộn đã mua sẵn từ trước ở thành phố, móc vô chỗ còn chút rộng của cái khoen, bấm lại rồi dang tay quăng thiệt mạnh chìa xuống sông Cồn Cộc. Anh chàng ngó tôi ngạc nhiên. Chắc là người chưa biết trò chơi cột chặt tình tình yêu của du khách đến Paris mới bày đặt ra mấy chục năm gần đây.

Tôi nói như là tay chơi sành sỏi:

"Khóa chặt tình yêu của mình. Nhốt tình của anh với em không cho thoát ra. Lâu ngày khóa có thể cũ sét nhưng vẫn còn đó. Sau này nếu anh hết yêu em thì ít ra thấy cái khóa này, cũng biết rằng đã có thời sống trong tình yêu, tình yêu nồng nàn và chơn thật."

Nhơn bộc lộ sự cảm động, anh run giọng nói, dầu che giấu bằng cách ngó ra sông phía chỗ cái chìa khóa rơi xuống mấy phút trước, nhận xét:

"Có hơi cải lương đó, nhưng tình yêu là chơn thật."

"Nên nhìn ở mặt ý nghĩa và ước vọng." Tôi chỉnh.

Tôi biết chắc mình đã lấy trọn hồn anh dầu rằng trước mắt không biết bao giờ hai đứa mới được đường hoàng sống chung như những cặp vợ chồng bình thường.

Con người là sinh vật thiệt kỳ lạ. Đã đưa hết hai tay ra chộp bắt tình yêu rồi, nhưng khi thấy tương lai tươi sáng trước mắt lại ham hố nhoài mình tới, không biết có còn tay nào để với chụp không hay là lại ngã lộn xuống sông nước vô tình. Nghĩ tới đây tôi thấy mắt mình cay cay, chắc là đỏ đỏ, lưng tròng. Trời chưa sáng rõ lắm nhưng người tình tôi đã thấy, anh liếc mau qua mặt tôi lần nữa để kiểm chứng rồi lầm lì đẩy xe ra, đợi tôi ngồi lên sau yên...

2.

Đường ra bến phà dài hai mươi mấy cây số không đủ cho tôi trao truyền bao nhiêu thương nhớ lâu nay. Hai tay tôi choàng vòng qua bụng anh. Anh nói gì cũng không cần nghe, chỉ lo cảm nhận hơi ấm chuyển qua ngực mình. Gió tạt càng lạnh tôi càng ép sát mặt mình vô lưng anh, tay càng siết chặt.

Nhơn năn nỉ:

"Em cho anh thở với, ôm chặt quá hết thở ai nuôi bé Thương Thương?"

Tôi nũng nịu:

"Cho chết luôn!... Ngon không?"

Làm thinh một hồi lâu anh chàng mới lên tiếng:

"Bún mắm bữa nay không nghe mùi thơm mằn mặn của mắm, chắc là bà Ba hết mắm, nước lèo cạn chắc nàng bèn thế bằng nước muối."

Tôi thích tiếng nàng anh vừa mới dùng. Có chút bỡn cợt nhưng nhẹ nhàng, không mấy ác tâm. Tôi véo chỗ rún của Nhơn một cái đau điếng:

"Đừng giả bộ ngây thơ, em hỏi ngon không. Nói trật là chết với em."

"Thì đã nói rồi, bún mắm mà không đủ lượng mắm… Ui… Ui… Ngon!"

"Gì ngon. Không hỏi bún mắm đâu à nha!"

"Đừng bắt nói mà. Biết rõ quá rồi còn hỏi. Biết được chấm điểm ngon là quý rồi."

"Thì nói đi! Tôi vừa ra lịnh vừa ngắt rún anh mạnh hơn. Không biết sao tôi thích ngông cuồng quậy tưng quỷ-cái kiểu gái mới đời nay. Để bù lại mấy năm trước chỉ đứng xa xa thèm thuồng ngó trộm anh nồng nàn hôn chị Cảnh chăng? Vậy mà anh chàng cũng bướng bỉnh không trả lời. Thấy rằng bắt bí địch thủ quá thì trò chơi mất vui, lại sợ tay mình quá trớn lang thang lạc hướng, tôi giả bộ bao dung, sẵn dịp chọc anh luôn:

"Thôi, không biết thì tha cho đó. Để sau nầy sẽ khảo bài lại, bây giờ anh ghé vô chùa Quan Âm cho em lạy Phật ngày rằm tháng Giêng. Cũng cầu cho mọi chuyện suôn sẻ. Được đi sớm. Sau này rước được anh qua bển không có gì trục trặc…"

Nhơn nạt tôi như bao lần trước:

"Đã biểu đừng tính cái kiểu trời thần đó mà. Tôi không đồng ý đâu. Bất nhơn sát đức!"

Anh chàng chắc đã bực bội lắm nên mới đổi cách xưng hô. Tôi nhỏ nhẹ:

"Thì thôi! Để sau này hẳng tính. Bây giờ cho em vô dưng hương cái đã. Có gì đâu mà làm dữ vậy ông thần!"

Chùa đông nghẹt người bán buôn xin xỏ trước tam quan. Ngoài cửa có hai Phật tử áo lam nghiêm chỉnh đứng gác, chỉ cho khách thập phương vô cúng vái, chặn lại những người ăn xin, những con buôn với các lồng chứa kềnh càng chim muông, rùa cá bán cho người làm phước phóng sanh ngày rằm. Tiếng chửi rủa, trách móc nằn nì om ỉ. Chúng tôi cũng khó nhọc lắm mới lách được đoàn người chắn lối để vô, vậy mà cũng có một hai đứa nhỏ bán nhang đèn giấy tiền vàng bạc lừa dịp xô đẩy khách rồi chạy tuốt vô sân chùa. Tôi kéo Nhơn lên chánh điện bắt anh lạy Phật, vái cho hai đứa sau này sum họp xong rồi muốn làm gì làm. Anh chàng căn đi dặn lại đừng mua đốt giấy tiền vàng bạc, nói rằng vô ích, chỉ tổ làm giàu cho tụi Tàu khựa dối đời, Diêm Vương nào cho phép chúng phát hành ngân hàng âm phủ bằng những tờ giấy vụn in đô la giả. Không biết tại sao tôi thấy yêu quá thái độ lừng khừng của Nhơn, chỉ đứng xá Phật mấy xá bằng cái lưng ngay đơ rồi lẻn ra ngoài trong khi tôi đương quỳ khấn vái xin xăm.

Tôi hào phóng đặt tiền hơi nhiều trong dĩa công đức khi vị sư già bàn xăm vừa mới cầm lá xăm trên tay đã buột miệng khen xăm Thượng Thượng của cô tốt quá, chắc là năm nay cô có nhiều tin lành, làm ăn thành công lớn. Đi xa được mọi sự như ý… Tôi hỏi thầy chớ đi xa có phải là được chồng rước qua Mỹ hay không, thầy lật sách đọc một đoạn dài lời bàn nào là Quan Vũ quá ngũ quan, nào là Hàn Tín thụ phong ấn tướng rồi nói rằng chuyện định cư chỉ là bước đầu, rồi còn có những thành công lớn hơn thập bội. Thành công gì thì thầy không biết, thiên cơ không lậu cho người phàm, xăm chỉ nói mí mí, mé mé thôi. Tôi nói đùa với thầy chắc là con qua đó gặp thời, làm chủ cả chục cái tiệm *nail* hay mở một lúc năm bảy tiệm phở, chỉ ngồi rung đùi tính cách làm sao hốt bạc cho nhiều, chứa đầy những túi bảy gang mang về Việt Nam xây nhà cao cửa rộng cho cha mẹ, anh em.

Tội nghiệp sư ông, người gật đầu lia lịa, không biết rằng miệng tôi tuy leo lẻo nhưng lòng chẳng chút nào tin. Cuộc sống của tôi khiến cái màn bi quan đen ngòm luôn luôn phủ xuống trước mặt. Tôi thú nhận là chuyện ánh sáng huy hoàng ở cuối đường hầm tôi nghe thì nghe vậy nhưng tin tưởng chẳng có bao nhiêu. Vị sư già kiên nhẫn khuyên rằng con người nên sống bằng niềm tin tương lai và lòng tin ở những thế lực siêu nhiên luôn phù trợ những người làm lành. Sư nhấn mạnh lần nữa ở tương lai tốt đẹp của tôi nếu tôi có đủ sức mạnh tâm hồn để phấn đấu. Tôi chúa ghét từ "phấn đấu" vốn được nghe tới nhàm chán lâu nay nên làm thinh luôn. Chung quanh tôi những người chờ đợi tới phiên mình nghe bàn xăm dầu đương lo ngại vì những lá xăm xấu Hạ Hạ của họ cũng hướng ánh mắt vui mừng, ngưỡng mộ tương lai huy hoàng được vị sư vẽ ra trước mắt tôi.

Tôi ra sân kiếm Nhơn. Anh chàng đương đứng nói chuyện với một vị sư trung niên nơi chỗ bờ một cái hồ xây nối liền với con lạch cùng cạn được làm chỗ phóng sanh cá, rùa. Một vài Phật tử đứng lóng nhóng gần đó hóng chuyện. Có hai ba cô coi bộ cũng mướt lắm đương đứng trong nhóm. Hình như Nhơn có quen với họ. Tôi thấy mình nóng mặt ngang xương.

3.

Ngó mấy người thả cá, thả rùa xuống hồ, Nhơn quay qua chỉ cho vị sư những người dân đứng lố nhố ở phần lạch bên ngoài tường rào của chùa:

"Thầy coi đó. Người bên này phóng sanh thì người bên kia tìm cách bắt lại. Tội nghiệp những con cá con rùa, vui tự do chưa được mấy mươi giây thì liền khổ lại vì lao lý. Người phóng sanh như vậy có tội hơn là có phước. Những con vật nhỏ bé kia tội tình gì mà phải làm con cờ trong trò chơi bắt thả của người đời!"

"Vậy mà còn đỡ". Vị sư thở dài. "Mới hồi rằm tháng bảy hai ba người vác bình điện ra giựt điện. Bao nhiêu cá lớn cá bé, bao nhiêu rùa mẹ rùa con vừa mới được phóng sanh mấy giây trước thì bị điện giựt chết liền, nổi lên lật ngửa đưa bụng trắng hếu. Cái hại là có một bé gái lẫm đẫm sao mà đưa chưn xuống nước, bị điện giựt phải chở đi nhà thương. May mà không chết..."

Nhơn chồm mình tới dòm xuống hồ. Nghẹt lềnh. Chắc là đàn cá này từ lâu không tìm cách chun qua lưới. Chúng biết được bên này là tự do, bên kia là tù ngục rạc ràng, là đớn đau chết chóc chăng?

Như biết ý nghĩ của Nhơn, vị sư thở dài:

"Duyên nghiệp của từng sinh vật thôi. Nghiệp nhẹ thì thoát. Chun được vô lùm bụi, hoặc lặn sâu trốn kỹ, hoặc ở lại trong hồ không chịu bơi ra lạch. Nghiệp nặng thì…"

Nói tới đây vị sư ngừng lại, nín lặng, ngó vô vách tường chùa có vẽ những hình bàn chông, chậu máu, cưa hai nấu dầu hay lặn hụp trong Nê hà xú uế. Ngôn ngữ nặng nề mang tính cách trừng phạt răn đe ghê rợn không quen với người tu hành nên ông ngừng lại, có lẽ là để lựa ý chọn lời. Nhơn đưa ý kiến:

"Thầy có nghĩ rằng chuyện phóng sanh kiểu bắt thả này tạo thêm lòng tham, phát triển hơn lên tánh tranh đoạt chiếm giựt chăng?"

Vị sư vẫn giọng nhè nhẹ, ông nói mà mắt theo dõi những con rùa trăng trắng, nhỏ bằng bàn tay trẻ em, đương lặn lội trong làn nước trong:

"Cũng có đó! Nhưng phần lớn những người này vì nghèo khó nên tìm cách kiếm thêm thu nhập, còn tánh tham có nổi lên hay không cũng còn tùy, nhưng chắc chắn là người phóng sanh tạo được tánh lành khi thương và thông cảm với nỗi khổ của những con vật bị bắt."

Nhơn không biện luận thêm. Anh biết bàn cãi những chuyện như thế này luôn luôn không đi đến chỗ đồng thuận, thường sanh ra mích lòng. Người phóng sanh thực hiện sự phóng sanh vì lòng yêu thương thú vật thì còn khả dĩ, phóng sanh vì muốn mua một chút phước đức để làm hành trang cuối đời thì khó chấp nhận. Thâm tâm Nhơn vẫn cho rằng đừng có chuyện phóng sanh vẫn tốt hơn vì sẽ không có nhóm người tìm đủ mọi cách giăng bắt, sẽ không có cảnh người mua đi bán lại thú vật ngay trong cảnh chùa chiền. Sự trang nghiêm biến mất đã đành mà có chút gì giả dối trong sự thể hiện tình thương.

Huê bước ra khỏi chánh điện, ngó quanh quất, khi thấy bóng Nhơn liền đi xăm xăm đến nhập bọn ở phía sau.

Vị sư gật đầu chào khách mới rồi chậm rãi nói thêm:

"Ta hãy coi thế giới này như một khu vườn bao la vô cùng tận mà mỗi con người, mỗi con vật, mỗi gốc cây, hòn đá, thậm chí một cụm mây trời hay một cơn gió thổi đều là một đóa Hoa Nhân Sinh có ý thức. Tất cả đều sản xuất hoa trái cho đời cách này hay cách khác. Với thuận duyên thì hoa cho quả tốt, tạo nên con người lương thiện hoặc thú vật hiền từ. Nghịch duyên thì cho quả sâu, úng thúi, thiên tai gió bão hay sanh ra con người tật nguyền, ác độc, vô cảm, nghĩa là một cái trái, cái quả có hại cho hoa trái chung quanh, cho đời nói chung.”

Một cô trong nhóm lên tiếng:

“Thưa thầy, nghịch duyên nặng có thể không có dịp được thụ phấn mặc dầu Hoa Nhân Sinh đẹp cách mấy cho nên sẽ không kết được quả, nói gì được có trái tốt.”

Cô này nói mà ngó Nhơn một cách lém lỉnh. Tôi không thích cách nói quá cụ thể của cô ta. Hình như cô mượn dịp phát biểu giữa đám đông để nói lên một ẩn ý gì đó chỉ người trong cuộc mới hiểu được rõ ràng.

Vị sư vẫn vô tình:

“Mô Phật! Vậy đó, mọi sự tùy nhân duyên.”

Tôi muốn lên tiếng để nói gì đó nhưng chưa tìm được ý hay vì đương bận tâm. Tay mặt vẫn còn xuýt xoa về hai ngón cái và trỏ bị chút phỏng rát do đốt giấy tiền vàng bạc khi nãy. Có đau thì nuốt vô lòng, làm thinh, nói ra càng bị rầy thêm rằng không nghe lời, làm chuyện ruồi bu bắt chước cái dở của thiên hạ mà không xét suy.

Bỗng có tiếng kêu cứu của một đứa trẻ bị hụt chưn ở giữa lạch ngoài tường chùa. Nhiều giọng hốt hoảng kêu cứu om sòm nhưng không ai nhảy xuống cứu. Nhơn và những người đương nói chuyện nãy giờ cũng chạy ra nhưng bị bức tường trước mặt cản lại khiến họ chỉ đứng ngó trong thất vọng. Rồi như có một cơn gió thổi mạnh, một đứa trẻ chừng mười mấy tuổi, chưn có tật khập khễnh nhưng chạy như bay về phía lạch, phóng mau lên đầu tường rồi nhảy ùm xuống phần lạch bên ngoài, sải ba bốn sải về phía nạn nhân.

Vị sư chắp tay:

“Mô Phật! Em bé đó là quả của một Hoa Nhân Sinh thiện duyên to lớn. Em từng làm nhiều điều tốt khó ngờ. Tật nguyền nhưng đã phụng dưỡng bà nội mình với tất cả lòng chí hiếu. Sư trụ trì cho phép em và bà cụ được vô trong khuôn viên chùa hưởng nhờ sự từ bi của Phật tử mỗi khi chùa có lễ lạt…”

Tôi buột miệng:

“Hoa Nhân Sinh thiện duyên!”

Tôi học được ý này và nghĩ tới Thương Thương. Con bé là quả của duyên giống xấu nhưng chắc chắn rằng nhờ đất, phân tốt nó sẽ thành một quả có ích cho người chung quanh. Tôi đưa tay vịn ngang hông Nhơn để tỏ ý cám ơn anh nhưng liền đó bắt gặp một ánh mắt sắc lẻm vừa ngạc nhiên vừa không thân thiện quét ngang mặt. Cảm thấy bực mình nhưng rồi nhìn lên vẻ mặt thanh thoát, nhẹ nhàng của tượng mẹ Quan Âm lòng tôi hối hận, tôi hít một hơi thiệt dài rồi thở ra để tạo sự thanh thản trong lòng khi buông tay rời khỏi hông Nhơn.

Người con gái kia chào Nhơn để ra về với bạn. Giọng chào thân mật và tiếng anh ngọt ngào của cô ta dùng để gọi Nhơn không còn làm tôi bực mình nữa. Tôi muốn mình là quả của một Hoa Nhân Sinh thiện duyên, không ghen tức vì ý muốn chiếm hữu, nhứt là chiếm thêm, giành phần, kiểu cá ngon con ăn con rọng chờ ngày đánh vảy.

4.

Con đường độc đạo về bên thành phố Sóc Trăng bình thường dài hun hút bữa nay trở thành ngắn ngủn nhưng tràn đầy hoa thơm cỏ lạ kết bằng kim cương, mã não. Gió mát thổi vô mặt tôi đem lại cảm giác nhẹ nhàng phơi phới thần tiên.

Tôi lên tiếng, giọng thiệt nhẹ nhàng:

"Cái chị hồi nãy tên gì vậy?"

"Cô Hai cô Ba gì đó bán bánh ngoài chợ. Quen mặt như người mua kẻ bán."

Rõ ràng là câu trả lời cố khỏa lấp một điều giấu giếm. Tôi lại muốn véo rún anh nhưng thấy đương thanh thiên bạch nhựt nên kềm chế.

Bỗng con đường trở nên trần tục đến tội nghiệp khi trước mặt chúng tôi không xa lắm là một đám đông đương lình xình vì chuyện đánh người của nhóm người đồng phục áo xanh, áo vàng với sự luẩn quẩn của mấy người mập mạp, trắng trẻo, áo trắng dài tay hay áo thun đắt tiền, ai nấy nếu không gầm gừ, hình sự thì cũng đương khẩn thiết nói chuyện bằng điện thoại cầm tay đời mới mắc tiền. Một người dân coi bộ cùn mằn, cùi đày, mặt đen đúa quỳ dưới đất chắp hai tay, ngửa mặt lên van xin thảm thiết nhưng vẫn bị bọn quần chúng tự phát áo trắng, áo thun đánh đấm tơi bời. Tôi nhắm mắt thiệt kỹ, Nhơn lách xe ra xa, chạy bừa giẫm lên cỏ phía lề bên trái để tránh, anh triết lý khi đã chạy được một khoảng xa xa:

"Xấu hổ quá khi mình phải giả đui đi qua, coi như không thấy không nghe điều bất bình. Rồi phải cố gắng dùng đời sống bình thường để xóa tan hình ảnh và cảm giác vừa ghi nhận. Đó là công việc không phải dễ dàng gì. Cảnh tượng làm mình nhói tim quá nên tạo thành dấu ấn đậm, không dễ tan biến mà không để lại chút tì vết tâm linh."

Tôi phẫn nộ ngang, cũng chẳng biết mình phẫn nộ với ai:

"Sao người kia có thể ươn hèn quá vậy chớ!"

"Phải vậy thôi, nếu không muốn mang tù cả chục năm để rồi tan nhà nát đời về tội chống người thi hành công vụ." Nhơn nói trong tiếng thở dài.

Hai đứa tôi nín thinh hơi lâu. Con đường lúc này trở nên đen tối, ảm đạm đến kỳ cục. Tôi đoán ý Nhơn. Hẳn anh đương đau đớn về tệ trạng người tàn nhẫn đánh người vừa chứng kiến. Tâm lý đó cũng thường thôi, ai chẳng vậy khi còn có chút nhân tính. Còn tôi hợp ý với bài học mới vừa thủ đắc nên mang thêm một nỗi xót xa nặng nề khi nghĩ tới Hoa Nhân Sinh của xã hội hiện nay tạo được chẳng bao nhiêu hoa thơm quả đẹp nhưng hoa thúi, quả sâu được mùa nở rộ khiến cho miền địa đàng của ông cha tạo dựng bao năm nay đương trên đường sa đà, tuột dốc. Và mình thì cằn cỗi cái tâm do phản ứng vô cảm để được yên thân làm hóa mộc rồi hóa thạch từng ngày từng ngày một cái tâm trong sáng một thời của mình.

Lên tiếng bằng một chút hài hước tôi mong kéo cả hai ra khỏi màn bi lụy:

"Anh lo tưới phân tốt để Hoa Nhân Sinh này tạo thêm quả đẹp đi. Còn hơn xách thùng siêu phân tưới lang thang bất cần chỗ đúng chỗ sai."

Nhơn lầm bầm:

"Cái tánh nói xàm lớn sầm sầm cái đầu cũng không chịu bỏ!"

Nghe trong cách nói chứa đựng một sự thương yêu tràn ngập. Tôi hãnh diện siết chặt vòng tay mình hơn chút nữa. Để khỏi mắc cỡ với chính mình tôi hát lên nho nhỏ bài dù kê thường được hát trong tiệc cưới của đồng bào Khmer ở trong xóm.

Nỗi ám ảnh về đám đông lộn xộn chúng tôi vừa lướt qua mấy phút trước không rời tâm trí. Nó xào trộn với kỷ niệm về lần cãi cọ 6, 7 năm về trước với người tía không bao giờ được nhìn nhận của Thương Thương. Và tôi muốn mửa thốc mửa tháo, phải áp mũi vô lưng Nhơn quẹt qua quẹt lại thiệt mạnh để thay đổi thứ không khí ô nhiễm tâm hồn mình đương hít vô buồng phổi. Tôi phân tích lòng, thấy mình không thù hận, không cay đắng với người đã tạo ra nghiệt cảnh cho tôi mà chỉ chua xót cho đất nước và thương hại cho những người như anh ta, những người đã bị vô minh hướng dẫn, đến chết vẫn không biết mình lặn hụp trong địa ngục mê lầm.

Vậy mà nghĩ tới đây tôi lại thắc mắc về mình và cảm thấy lạ lùng là tại sao chưa tới ba mươi tuổi đầu tôi lại mắc hội chứng tâm tư, tâm tư về mấy cái chuyện bâng quơ chẳng giúp mình khá gì hơn trong cái xứ không thuộc về những kẻ thấp cơ thua vóc như chúng tôi.

Thiệt kỳ lạ, tình cảm lợm giọng chán chường và cảm giác tự hào, yêu đời cùng một lúc hiện diện trong tôi, mỗi thứ đều rõ nét. Chúng tương phản như một tờ giấy, mặt trắng mặt đen…

Và thay vì thở dài, tôi đã mỉm cười khi nghĩ rằng trong oan trái, mình là đóa Hoa Nhân Sinh khổ nạn nhưng đã tạo được một trái tốt cho đời nhờ sự vun trồng khéo léo của Nhơn. Tôi nhéo nhẹ rún anh, nói nho nhỏ: Mẹ thương con quá Thương Thương ơi, đóa Hoa Nhân Sinh thiện duyên bé bỏng của mẹ. Cám ơn Kỳ Nhơn xóm Cồn Cộc, người làm vườn quá tuyệt vời của tôi!

Một chiếc xe gắn máy trong hẻm khuất đâm xẹt mạnh ra đường cái không cần biết trời đất gì. Nhơn thắng xe thiệt mau đồng thời lách lạng tuyệt vời để tránh tai nạn trong đường tơ kẽ tóc. Tôi va đầu vô lưng Nhơn một cái đau điếng thiếu điều gãy mũi vừa mới được nâng cao mấy tháng nay.

Khi xe đã lấy lại tốc độ bình thường, không hẹn mà chúng tôi cùng nói một lượt:

"Hoa Nhân Sinh nghịch duyên!"

Và cả hai cười lớn trong gió lộng ù ù bên tai.

Nguyễn Văn Sâm

Sách Đọc Vài Quyển Trong Mùa Đại Dịch
NGUYỄN VY KHANH

Cuộc sống con người có vui có buồn, có thời nhập thế có lúc ẩn mình và đời thường có thể định nghĩa là một chuỗi các hành động, cử chỉ lặp đi làm lại của một sinh hoạt có thể là việc làm hoặc thói quen, thú vui. Con vi-khuẩn Covid-19 đã bất ngờ đến và phá hủy nhịp sống, dòng chảy bình thường, tự tại, vô tư đó! Hôm trước hôm sau đã khác và không một viễn tượng khả thể trong tầm nhìn và sức lực của con người. Bị "vỡ mặt", con người choáng váng không còn nhìn thấy mọi sự và tình huống như trước. Tình huống do con người "văn minh" gây ra hay do thiên nhiên phản ứng lại những "khôn hơn người" của một số người và quốc gia? "Tội ác" này là do ai và do đâu? - tất cả phải rơi vào hồ sơ "hậu xét", nhưng hậu quả và thiệt hại đã, đang và sẽ gia tăng một cách khủng khiếp, tàn bạo, ngoài tầm mức tưởng tượng của con người. Thật vậy, con người - từ kẻ yếu đuối, thấp hèn nhất cho đến lãnh tụ, tỷ phú, từ kẻ vô danh đến kẻ danh vọng đếm không hết, từ trẻ nhỏ đến người già trăm tuổi, không ngoại lệ, tất cả đều (tương đối hoặc hoàn toàn) bị động, bất lực, không được hành động, sinh hoạt như ý muốn và như trước. Phải "cấm cung" tại nhà hoặc nơi cách ly, phải đeo khẩu trang, phải giữ khoảng cách với tha nhân - tha nhân trở thành "địa ngục" thật nếu... chẳng may, "tới số"! "Cấm cung", ta còn "lối thoát" nhưng phải qua các hệ thống tin-học Zoom, Face Time, v.v... - "hiện sinh", ứng xử và liên hệ gia đình, xã hội, cộng đồng nói chung nay phải qua trung gian, gián cách với người sống và cả với người chết trong mùa đại dịch. Có người đã bị khủng hoảng tâm lý khi "bị nhốt", không liên lạc được với bên ngoài hay người khác, bị hoang tưởng hoặc hành xử khác đồng loại. Rồi những cái chết bất chợt đến thật nhanh và hàng loạt không nguyên do hiểu ngay được - những người chết vô tội, vô can!

Trong "mùa đại dịch" này, một thứ "mùa" không thời hạn cuối, chúng tôi may mắn nhận được một vài sách báo mà trong bài này tôi ghi lại vài cảm nhận.

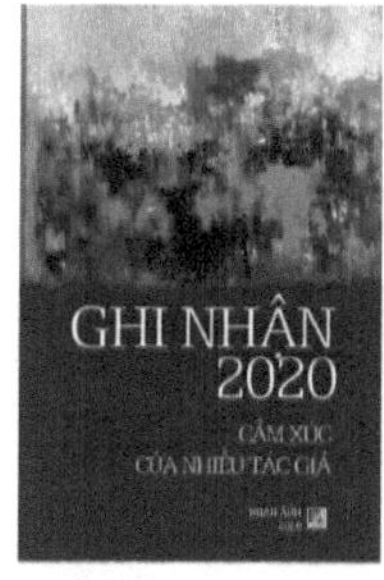

Ghi Nhận 2020, cảm xúc của 30 tác giả, do Nguyễn Minh Nữu và Đoàn Văn Khánh biên tập và thực hiện, tranh bìa của Trương Vũ, nhà Nhân Ảnh ở Hoa-Kỳ xuất bản và Amazon phát hành khắp toàn cầu cũng như ở VN tháng 10-2020.

Ghi Nhận 2020 như "bức tranh tâm thức" với 30 mảnh ghép, với những Phụ bản tranh của Đinh Trường Chinh, Trương Vũ, Duyên, Lê Triều Điển và Nguyễn Minh Nữu. Trong Lời Mở, ban biên tập giới thiệu *Ghi Nhận 2020*: *"Khởi đầu tuyển tập* Ghi Nhận 2020 *này chỉ là nỗi thèm khát được nhìn thấy nhau. Nay thì mỗi người trong một góc riêng, tự phong tỏa mình và đối diện với im lặng, thanh vắng, cách ly với cuộc sống bên ngoài. Khi bị cách ly hay tự cách ly với xã hội, mỗi người trở thành một ốc đảo riêng tư và vô cùng tịch mịch. Chúng ta vẫn phải ăn, vẫn phải thở nhưng dường như rơi vào nhàm chán với chính mình. Mọi chia sẻ dù vui hay buồn đều như đối diện với bốn bức vách (...) Đại dịch xảy ra đem tới những hậu quả thảm khốc cho nhân loại, từ Đậu Mùa, Dịch Tả, Dịch Hạch. Mỗi đợt dịch số lượng người chết có khi lên tới nửa triệu người, nhưng chưa có đại dịch nào có số lây lan rộng khắp như đợt dịch Corona này. Chúng ta đang sống và thèm khát được ghi nhận lại những điều mắt thấy tai nghe.*

Đồng hành với Ghi Nhận 2020 *này là 30 người cầm bút sống trên nhiều châu lục, nhiều thành phố và quốc gia khác nhau. Chỉ giống nhau là muốn ghi xuống bằng Thơ, bằng Văn, bằng Nhạc, bằng Họa để chia sẻ cảm xúc của mình với mọi người. Thảm họa dù do Con Người, dù do Thiên Nhiên rồi cũng sẽ phải chấm dứt, nhưng bi thương chắc chắn sẽ còn lưu lại trong trái tim rướm máu mỗi người (...) Thực lòng cầu mong khi cuốn sách này đến tay các bạn thì những thảm họa đã trở thành ký ức. Một ký ức dẫu đau buồn cách mấy thì cũng là dĩ vãng. Mãi mãi còn đây vẫn là Ghi Nhận năm 2020 của nhiều người. Ở nơi này"* (tr. 221, 223).

Viết và sáng tạo ở đây đã như là một cách (tự) ứng phó, một đối mặt với đời, với con vi-khuẩn tàn bạo không tên - dù các nhà chức trách đặt tên là Covid-19, Corona, Cô Vi hay Virus Vũ Hán. "Bức tranh tâm thức" *Ghi Nhận 2020* cũng có thể xem như là một "chiếc cầu cảm thông" nặng về cảm-xúc nguyên sơ hơn là tư-duy sâu xa. Thảm họa đại dịch chính là nguồn gốc dẫn đến sầu muộn, khổ đau và cả giận dữ - nếu không có khổ đau thì làm sao có cảm xúc để tạo nên những tác phẩm nghệ thuật, đi tìm ý nghĩa? Ở đây không còn là những "cảm hứng vô thức", siêu thực, thuần khiết sáng tạo mà là một "xuống đường", biểu dương không thể bỏ qua. Và nay cũng là thời hết coi trọng các giá trị đạo đức, văn hóa khiến có những thủ đoạn chính trị tinh vi gây phản ứng cảm xúc trong khi thảm họa vi khuẩn vẫn chưa trị được. (X. Thảm Kịch của Trương Vũ).

Ở Hoa-Kỳ, nhà thơ Nguyễn Minh Nữu "Chuyện trò trên mạng" cùng bạn hữu ở quê nhà:

"Sài Gòn xa, mà sao gần quá đỗi.
Như nắng chói ban ngày, như bóng tối ban đêm
Như ngón tay khô lùa tóc trong đêm
Và như cả mùi hoa bên thềm vọng lại.
Sài Gòn xa, mà sao gần quá đỗi
Bởi trái tim người có một lối đi riêng.
Ta nhìn thấy nhau chia sẻ nỗi oan khiên.
Chỉ có thế. Những đường biên giới ảo
Hãy tự giữ gìn và cõi riêng cô tịch
Chỉ có một mình và ký ức xôn xao" (Ở Nhà Mùa Dịch, tr. 160).

Nguyễn Minh Nữu còn kể chuyện gặp nhân vật Chơn Nhã và nghiệm ra "những điều khai thị giữa mùa dịch bệnh" đó là *"Chấp nhận nghịch cảnh, dưỡng tâm an lạc và quán Thân bất tịnh, quán Thọ thị khổ, quán Tâm vô thường, quán Pháp vô ngã..."* (Sư Ông Chùa Núi, tr. 178).

Phạm Thành Châu viết về những "ám ảnh trong đầu". Lãm Thúy

ghi lại "Một năm tồi tệ" cho cả thế giới và hơn bao giờ hết, nhìn thấy sự phù du của vật chất và mong manh của kiếp con người. Trương Vũ nói đến kinh nghiệm vẽ qua trí nhớ trong tình trạng cách ly của đại dịch Cô Vy.

Minh Ngọc viết về "Nỗi cô đơn của đá", của người bác sĩ, trước những bất hạnh của người thân khi bệnh nhân ra đi. Trần Thị Nguyệt Mai viết về những gì xảy ra ở các cơ sở y tế và những tấm lòng hào hiệp của người với người: *"Cuộc đời này vẫn còn đẹp với những sự hy sinh, lòng nhân ái, sự biết ơn... Corona virus có thể lây nhiễm và giết chết con người. Nhưng mãi mãi nó không thể đụng tới những phẩm chất đáng quý này. Có phải vậy không?"* (tr. 139).

*

Ở quê nhà Việt Nam, đỡ hơn ở ngoài nước về sự tàn bạo lây lan và giết người của con virus, các ông bà văn nghệ nếu không gặp gỡ như thường xuyên được thì cũng "uống cà phê trực tuyến" hoặc ra mắt sách bỏ túi. Hoàng Kim Oanh, Đoàn Văn Khánh, Lương Minh, ... đã ghi nhận những khuôn mặt văn nghệ đã bỏ cuộc chơi chữ nghĩa trong năm nay cùng những mong đợi và hy vọng. Dịch Vũ Hán bùng phát trở lại một cách bất ngờ ở Đà Nẵng gây sợ hãi, Trần Thị Trúc Hạ vào Sài Gòn lúc đó đã cay nước mắt cảm nhận sự xua đuổi, từ chối: *"người Đà Nẵng bây giờ sao giống như người Vũ Hán, đi đến đâu ai cũng sợ lây nhiễm vi rút"* (tr. 77).

Thái Kim Lan tìm đến Phật từ bi tìm an ủi và lối thoát: *"Corona là một cú sốc cực mạnh đánh thức con người, buộc con người nhìn lại, sửa đổi, chỉnh đốn cách sống để vượt qua cơn hiểm nguy tử vong"*. Vì cả nhân loại đang phải trải qua một thứ *"thời khắc mong manh của chờ và nhớ, đậm đặc hơn bao giờ"* (tr. 109, 114).

Nguyễn Thành trong Tản Mạn Năm 2020, Covid-19 khiến anh suy nghĩ: *"Tôi lại nghĩ đến hai chữ "Vô thường" và ý nghĩa của "sinh, trụ, dị, diệt", thấy mạng sống của con người mong manh quá. Chết là hết, sống thì bơi trong "bể khổ trầm luân" đủ thứ tai họa. Xưa đi học, thầy cô giảng bài về nạn nhân mãn, con người sinh sôi ngày càng đông, rồi sẽ hết đất, hết thức ăn... nên có người sinh ra thì có người chết đi, nhưng vẫn chưa cân bằng, chỉ có thiên tai, dịch bệnh và chiến tranh lấy đi mạng sống con người nhanh nhất, nhưng tàn nhẫn quá, đau khổ quá"*. Năng động làm văn học ở Sài Gòn như anh, không thể không "thèm những buổi gặp nhau tay bắt mặt mừng như người thân lâu ngày chưa gặp", và anh hy vọng: *"Ngày mai, rồi mọi chuyện sẽ qua, nhưng một ký ức thương đau sẽ theo ta đến hết đời. Trong mỗi khoảnh khắc tôi cảm thấy quý và trân trọng hơn những tình cảm chung quanh mình khi nhìn thấy rõ rệt sự vô thường trong tâm thức, cuộc sống chẳng có ý nghĩa gì khi không có tình yêu"* (tr. 221, 223).

Họa sĩ Lê Triều Điển cho biết: *"Vẽ là để giải tỏa những ưu tư của con người đối với cuộc sống, để chữa lành những vết thương trong tâm hồn (...) Màu sắc đường nét thể hiện những xúc cảm trong tâm thức của con người đối với sự sống, đó là sự chuyển động bắt đầu và kết thúc của nỗi buồn lo, niềm hy vọng trong mùa dịch với bao biến đổi của thế giới và của loài người với tâm thế bình an và cẩn trọng..."* (tr. 67).

Trong *Ghi Nhận 2020* có những so sánh những cảm xúc gây nên bởi đại họa Covid-19 với tâm trạng bồn chồn, lo âu sau thảm kịch 30-4-1975 ở miền Nam. Ở đây dĩ nhiên không có câu trả lời thuần lý, khoa học, nhưng thấp thoáng nhiều hy vọng và cảm xúc, tình cảm thì luôn vẫn bao la không bờ bến, giới hạn!

oOo

Trước đó, vào tháng 6, nhà văn Trần Hoài Thư cùng văn hữu đã phát hành **Thư Quán Bản Thảo** số đặc biệt 89 "Thơ văn mùa đại dịch" trước khi anh bị đột quỵ. Ngoài phần thơ văn của nhiều tác giả trong và ngoài nước là những biên khảo, nhận định văn học như "Dịch bệnh và văn chương" của anh Trần Hoài Thư, và các tác giả khác, viết về "Chiêu Hồn Ca" hay còn gọi là "Văn tế thập loại chúng sinh" của Nguyễn Du ("năm 1820, thi hào Nguyễn Du bị dịch bệnh gọi, nay biết bao người cũng bị Covid-19 tìm đến và vĩnh viễn ra đi"), truyện ngắn "Sau trận dịch hạch" của Dương Nghiễm Mậu đăng trên tạp chí *Văn Nghệ* tháng 8-1961, *Nuôi Sẹo* của Triều Sơn thời 1954, *La Peste* của Camus, *Les Mouches* của Jean-Paul Sartre và bài thơ "Mùa Hạn" của Tô Thùy Yên được tác giả làm vào năm 1979 tại trại "cải tạo" vùng Nghệ Tĩnh. Truyện, ký đặc biệt của Hà Thúc Sinh, Khuất Đẩu, Phạm Văn Nhàn, ... và kết thúc với phần "Hỏi ý kiến của bằng hữu" về đại dịch Covid-19. *Thư Quán Bản Thảo* 89 phần biên khảo, nhận định văn học chiếm nhiều trang nhưng thật đặc sắc - như những số tạp chí trước nay, công sức đóng góp của anh Trần Hoài Thư đối với văn học Việt Nam.

Hy vọng thế giới sẽ hồi sinh, nhân loại sẽ được chữa lành và an vui trở lại như trước đại dịch Covid-19.

oOo

Tiểu Bang
Florida

Mùa đại dịch kéo dài, cách ly và hạn chế đi lại, đành phải chờ và nhớ, thì tại sao không thả trí tưởng đến những nơi thiên nhiên đầm ấm, cảnh trí vui vẻ như tiểu bang Florida được xem là Tiểu Bang Nắng Nóng (The Sunshine State). ***Tiểu Bang Florida*** là quyển thứ 8 thuộc bộ sách "Nước Mỹ nơi tôi đang sống" của GS Lê Thanh Hoàng Dân. Sách dày 438 trang, đã phát hành và có bán trên website Amazon và BookBaby. Trong Lời Nói Đầu, tác giả cho biết: " *Sống 45 năm ở Mỹ, trước khi vĩnh viễn ra đi, tôi muốn để lại một cái gì, để ghi nhận sự có mặt của chúng tôi trên đất nước này. Đây là lời cảm tạ nồng nàn nhất của chúng tôi đối với đất nước đã cưu mang gần 2 triệu người như tôi, bỏ nước ra đi tìm Tự Do, và cuộc đời mới. Đây không phải là sách chánh trị, phe phái, chửi bới, hận thù. Vượt lên trên chánh trị, theo Trump hay chống Trump, bộ sách này là kết quả của 17 năm hưu trí, vợ chồng tôi du lịch khắp nước Mỹ, tìm hiểu và nắm bắt cái hồn của nước này, danh lam thắng cảnh, con người và văn hóa nước này.*

(...) Hai năm trước, khi tôi xuất bản sách "42 năm sống ở Mỹ: Được gì, Mất gì?", tôi không nghĩ sẽ xuất bản bộ sách 9 quyển "Nước Mỹ nơi tôi đang sống". Lúc đó tôi 80 tuổi, đã bán nhà ở New York về Orlando hưu trí, yên phận sống những ngày cuối đời ở đây, chuẩn bị ra đi vĩnh viễn. Sự thành công bất ngờ của Sách thúc đẩy tôi tìm kiếm, lục lọi lại những Notes (Ghi Chú) tôi đã viết đâu đó suốt 17 năm hưu trí, sắp xếp và viết lại những ghi chú này. Kết quả là 8 quyển trong số 9 quyển của bộ sách sắp hoàn tất...".

Tiểu Bang Florida gồm 7 phần và gồm 54 chương, GS Lê Thanh Hoàng Dân trình bày khá đầy đủ và hợp lý theo vùng miền và các thành phố, thị trấn, công viên thú hoang dã cũng như công viên giải trí và các sinh hoạt đặc biệt theo mùa của mỗi vùng, miền, từ các đô thị, thắng cảnh đến các bãi biển, di tích lịch sử.

Phần đầu ông viết về Orlando - "Thủ đô Công viên Giải trí Thế giới" và là thành phố của những người trái tim không già ("The Young at Heart"), nơi có phố Sài Gòn Nhỏ tại khu "Mills 50 District" và cũng là nơi tác giả đang sống những ngày hưu trí sau nhiều năm hội nhập làm lại cuộc đời tại thành phố New York từ sau biến số 30-4-1975. Orlando đón hàng triệu du khách mỗi năm, mùa Hè cũng như mùa Đông, nhộn nhịp vui chơi Magic Kingdom, Disney's Animal Kingdom, Sea World Orlando cũng như thăm Công Viên Giải Trí Epcot, phim trường Universal hoặc Hollywood của Disney.

Sau đó, ông đưa người đọc đến vùng bờ biển Đại Tây Dương, bờ Vịnh Mexico, vùng Nam Florida xuống tới vùng Key West thuộc cực Nam của Hoa-Kỳ. Các thành phố, địa danh nổi danh được ông ghi nhận chi tiết và nhấn mạnh những nơi chốn, di tích đáng thăm viếng, như St. Augustine thành phố cổ được xây từ năm 1565, Little Havana của người Cuba trong lòng thành phố Miami, Tòa Bạch Ốc Nhỏ và nhà của các nhà văn Ernest Hemingway, Tennessee Williams ở Key West - nơi từng tự tuyên bố độc lập với danh nghĩa "Conch Republic" (Cộng Hòa Ốc Xà Cừ), Fort Lauderdale được gọi là "Venice của Hoa-Kỳ" với hệ thống kênh đào chằng chịt, Khu Đầm Lầy The Everglades và "Con Đường Cá Sấu" nối liền Đông-Tây miền Nam Florida, hay thành phố St Petersburg và bãi biển Clearwater nơi kỷ lục về ngày nắng hàng năm là 361 ngày và có khi kéo dài liên tiếp 768 ngày. Ông cũng không quên hướng dẫn đi thăm những khu phố nơi có cộng đồng người Việt ở Miami, Orlando, Naples, St. Petersburg, Tampa, Orlando với những Hội chợ Tết VN, St. Petersburg, Tampa với những quán ăn thuần Việt,...

Florida là tiểu bang khá đặc biệt, dân số khoảng 20 triệu người nhưng khi đông du khách có thể lên đến trên 62 triệu người - trước đại dịch; đặc biệt mùa Đông khí hậu nhiệt đới ấm áp, đón những snowbirds (chim trốn tuyết) từ Canada và các vùng Đông Bắc Hoa-Kỳ muốn xa cái lạnh của mùa Đông. Chúng tôi từng du lịch nhiều nơi ở Florida và từng cư trú nhiều tháng năm ở Marco Island và Naples, quyển sách của GS Lê Thanh Hoàng Dân đã cho chúng tôi thêm nhiều khám phá mới. Mong sau đại dịch Covid-19 sẽ có cơ hội ngao du trở lại vùng đất thân quen này.

Nguyễn Vy Khanh
28-11-2020

Giọt Nước Nghiêng Mình
PHẠM PHÚ MINH

Khi thấy tựa đề cuốn sách là *"Giọt Nước Nghiêng Mình"* tôi hơi lấy làm lạ, cho đây là một cách nói hiếm hoi, đồng thời lại thấy phảng phất quen thuộc. Cho đến khi giở đến truyện đầu tiên của cuốn sách, thấy hai câu thơ đề từ của Sơn Nam:

Phong sương mấy độ qua đường phố,
Hạt bụi nghiêng mình *nhớ đất quê...*

thì mới vỡ lẽ là tác giả đã mượn hai chữ *nghiêng mình* của Sơn Nam, thay hai chữ *hạt bụi* thành *giọt nước*. Đột nhiên tôi cảm thấy cái không khí *"nam kỳ lục tỉnh"* bao phủ cả không gian quanh tôi.

Càng đọc những truyện trong sách, không khí ấy càng dày đặc. Độc giả sẽ không lấy làm ngạc nhiên khi biết tác giả Nguyễn Văn Sâm chính là một người con ưu tú của đất Nam Kỳ, trước 1975 đã từng nghiên cứu sâu về văn học miền Nam, giảng dạy tại Đại học Văn khoa Sài Gòn và các đại học khác như Cần Thơ, Hòa Hảo, Cao Đài, Vạn Hạnh. Sau khi vượt biên đến Mỹ vào năm 1979, song song với việc nghiên cứu các tác phẩm Hán Nôm và dạy học, tác giả bắt đầu sáng tác văn học. Tập truyện ngắn *Giọt Nước Nghiêng Mình* mà độc giả đang cầm trên tay là cuốn sách thứ bảy trong thể loại này, vào thời điểm năm 2020.

Nam Kỳ là vùng đất mới nhất của Việt Nam. Từ khi đất nước

giành được quyền tự chủ từ thế kỷ thứ 10, cuộc Nam tiến của dân tộc Việt Nam dưới nhiều hình thức đã tiếp tục hầu như không ngừng nghỉ, và chỉ được coi như là hoàn tất sau khi bình định xong miền đất cực nam vào thế kỷ 18. Một điều kỳ diệu là sau khi hoàn tất cuộc Nam tiến trải nhiều thế kỷ và qua nhiều cuộc gặp gỡ và chung sống với các dân tộc khác nhau, ngôn ngữ trên các vùng đất mới của dân Việt vẫn là tiếng Việt. Khi nhà Nguyễn thống nhất xong đất nước vào đầu thế kỷ 19, ngôn ngữ Việt được dùng từ ải Nam Quan cho đến mũi Cà Mau.

Và đến giữa thế kỷ thứ 19, chính tại đất Nam Kỳ, Trương Vĩnh Ký đã là người đầu tiên viết văn Việt bằng chữ quốc ngữ, đặt nền móng cho nền văn học quốc ngữ đồ sộ của Việt Nam hiện nay cho cả ba miền Bắc Trung Nam.

Khi đọc bản thảo *Giọt Nước Nghiêng Mình* của Nguyễn Văn Sâm tôi thấy mình bồi hồi cảm động như đang được tắm lại trong một dòng sông cũ, nơi phát nguyên dòng văn chương hiện đại của Việt Nam. Chính từ chỗ phát nguyên này, trong thế kỷ 20 tôi đã đọc Hồ Biểu Chánh, Phi Vân, Bình Nguyên Lộc, Sơn Nam, Lê Xuyên…, họ cùng nhiều bậc tiền bối nữa đã làm thành nền văn học miền Nam với tính chất riêng của nó. Từ khi còn rất trẻ, tôi đã để ý trong tiểu thuyết hay truyện ngắn mà mình đã học và đã đọc, hầu như có hai khuynh hướng: miền Bắc và miền Trung viết theo *"ngôn ngữ thống nhất"*, riêng miền Nam viết theo kiểu miền Nam. Mấy mươi năm sau Trương Vĩnh Ký các nhà văn miền Bắc mới bắt đầu sáng tác bằng chữ quốc ngữ, và với một thứ ngôn ngữ Việt Nam điêu luyện đã được trau giồi hàng mấy ngàn năm, họ đã nhanh chóng tạo ra những tác phẩm mượt mà được độc giả cả nước đón nhận. Trong khi *"ngôn ngữ thống nhất"* đó vẫn được dùng chung cho các nhà văn miền Bắc và miền Trung, hầu như nó đã dừng lại tại biên giới miền Nam. Nhà văn miền Trung viết theo phong cách miền Bắc, hầu như không bao giờ dùng thổ ngữ của miền mình trong tác phẩm, trừ một số ít những câu đối thoại. Nhưng các nhà văn miền Nam thì gần như tuyệt đối không bị ảnh hưởng đó, vì thật ra họ đã có một nền văn học riêng của họ, trước miền Bắc và miền Trung rất xa. Họ viết ngôn ngữ miền Nam một cách đầy tự tín, giữ sự độc lập đối với các tác phẩm miền Bắc miền Trung, vì thật ra chính các nhà văn miền Nam mới là những người khai sinh ra ngôn ngữ tiểu thuyết của Việt Nam.

Cho đến bây giờ, gần hai thế kỷ sau Trương Vĩnh Ký, tác phẩm mới nhất của Nguyễn Văn Sâm đã một lần nữa chứng tỏ sự độc lập đó của văn chương miền Nam. Giọt *Nước Nghiêng Mình* là một tập gồm 18 truyện ngắn, đây là sáng tác mới nhất của một nhà văn miền Nam mà tôi được đọc trong hiện tại. Hình thức và nội dung của cuốn truyện vẫn mang nặng tính cách ngôn ngữ và nếp văn hóa của miền Nam. Nếu những nhà văn miền Nam đi trước ông ghi lại những hồi ức thời dân Việt mới vào khai phá miền Nam, hoặc mô tả xã hội thời Pháp thuộc với những chủ điền và tá điền, những phong tục và sinh hoạt trong dân gian thời đó, rồi dần dần mới mẻ hơn trong thời Nam Kỳ đã trở về với chính quyền Việt Nam trong quãng giữa thế kỷ 20 trở về sau, thì đề tài sáng tác Nguyễn Văn Sâm vẫn vậy, vẫn gắn chặt với miền Nam, nhưng là một miền Nam của ngày hôm nay. Ông đã ghi rõ câu này trong một trang đầu của sách: *"Những truyện ngắn viết trong khoảng 2013-2020 từ những nỗi đau buồn của thời đại mà ai trong chúng ta cũng bị bắt buộc phải đau lòng chứng kiến."*

Về phương diện hình thức, cuốn *Giọt Nước Nghiêng Mình* có một ngôn ngữ *"rất Nam Kỳ"*, có khi còn Nam kỳ hơn Bình Nguyên Lộc hay Sơn Nam. Ví dụ những cách dùng chữ: "ngừng một lúc hèn lâu, nuốt nước miếng; mích lòng mích bề; phủi phủi ông nội ơi đừng nói gở; tôi biệt biết; làm thinh thiệt là lâu", hay:

"Chà mầy đừng có lớ ngớ đứng ngoài vàm nữa nha, không múm vô vàm thì thiên hạ ẵm mất tiêu giờ"…

Những cách sử dụng ngôn ngữ rất địa phương như thế có thể khiến cho một số người miền Bắc hay miền Trung chưa từng tiếp xúc nhiều với miền Nam lấy làm khó hiểu. Tuy nhiên ngoài một số khẩu ngữ dùng trong văn một cách hồn nhiên, nói chung cách viết của tác giả cũng không quá cách xa với vùng ngoài.

Về nội dung, tôi nghĩ một số truyện mang tính cách luận đề, mượn câu chuyện để chuyên chở, phát biểu một biện giải triết lý hay tôn giáo. Ngoài ra là mô tả thực trạng nếp sống trong xã hội miền Nam Việt Nam trong những năm gần đây.

Giọt Nước Nghiêng Mình là truyện đầu tiên của cuốn sách, tên truyện được dùng làm tên sách. Truyện kể về một chuyến đi thăm chùa của một gia đình trên đất Mỹ. *Giọt nước nghiêng mình* là một hình ảnh khó hình dung một cách cụ thể, nhưng tác giả có vẻ tâm đắc với một ý nghĩa tượng trưng của nó, và dùng nhiều lần để diễn tả những khái niệm trừu tượng. Ví dụ lời lẽ của vị ni sư tu ở chùa:

"Ni sư đưa tay lượm vài cánh bông rơi rụng trên bàn bỏ vô dĩa đựng tách trà, ngó thẳng vô mặt người khách nữ, nói như khuyên giải:

"Tiểu bang nầy lắm mưa, nhiều khi một mình ngồi ngó mưa rơi, ni nghĩ rằng từng giọt mưa là từng linh hồn con người nghiêng mình rớt xuống để nhập làm một với Đại Ngã là sông, biển. Chết là giai đoạn hủy xác, hồn về lại nơi phát sinh. Chết sống chỉ là những giai đoạn du hành rong chơi của tiểu linh hồn". "

Luận đề của truyện tiếp tục phát triển trong lúc gia đình, gồm một người cha với con gái và chàng rể, lái xe ra về. Trên xe, người con gái nêu một thắc mắc với cha mình:

"Con thấy ni sư thông tuệ. Nhưng sự so sánh sông biển với cái Đại Ngã ba thấy có đúng không?"

Và từ câu hỏi đó câu chuyện trên xe giữa ba người trở nên hào hứng với những định nghĩa Đại Ngã khác nhau, nó có thể ví là đại dương, nó cũng có thể là hồn dân tộc, nền văn hóa của một sắc dân, hoặc là nguồn sống của một quốc gia. Để cuối cùng là:

"Điều quan trọng là mọi giọt nước đều nghiêng mình để bơi về hợp với vùng nước lớn, cách nầy hay cách khác, trực tiếp hay gián tiếp."

Chuyến đi thăm chùa của gia đình ấy đã là một cái cớ cho một luận đề rộng lớn, với hình ảnh giọt nước như một tiểu ngã, nghiêng mình để nhập vào một vùng sông biển mênh mông có thể mệnh danh là đại ngã.

Phật giáo đã thấm đẫm trong đời sống của dân miền Nam theo một cách riêng. Khi những toán lưu dân di chuyển vào một vùng đất lạ trước mặt, ưu tiên của họ là ra sức khai phá vùng đất ấy để thành nơi định cư mới. Họ như những người tự do hoàn toàn, chưa có một định chế về hành chánh hay tôn giáo rõ rệt đi cùng họ để yểm trợ về việc tổ chức đời sống và sinh hoạt về tinh thần, tâm linh. Họ trôi giạt tự do, như Sơn Nam mô tả:

Tới Cà Mau - Rạch Giá
Cất chòi đốt lửa giữa rừng thiêng

Muỗi vắt nhiều hơn cỏ
Chướng khí mù như sương
Thân không là lính thú
Sao chưa về cố hương?

Trong hoàn cảnh bắt đầu từ số không như vậy, họ tự tạo lập mọi cái cho đời sống của mình, với cái vốn liếng mang theo từ đôi tay và khối óc, với một số ký ức về nguồn gốc một nền văn hóa cũ có thể khá mù mờ, ngoài ngôn ngữ là tiếng Việt mà họ đang dùng. Họ tự chiêm nghiệm một nếp sống tâm linh mới, và các *ông đạo* ra đời. Đó có thể là một số ít trí thức lạc lõng trong đám di dân, giữa hoàn cảnh hoàn toàn mới, tự suy ngẫm những nguyên tắc sống có đạo lý để giúp cho các cộng đồng mới mẻ ấy một nề nếp lành mạnh. Tôn giáo truyền thống của dân tộc là Phật Giáo cũng theo người di dân mà phát triển theo cung cách mới mẻ phi truyền thống.

Nguyễn Văn Sâm đã mở đầu cuốn sách bằng cuộc đi viếng chùa, và giáo lý đạo Phật lại được bàn đến trong một số truyện khác, như là nối dài của một truyền thống tâm linh của dân tộc, với giai đoạn mới mẻ nhất, là sự hình thành của miền Nam. Ông tiếp tục chủ đề ấy khi lý giải mô tả tâm trạng của một nhóm người trên chiếc tàu vượt biên:

"Sống chết cả tàu là do cộng nghiệp tất cả người trên tàu, không phải phước hay hung của một vài lời nói. Cộng nghiệp tức là tổng số phước trừ đi tổng số hung của từng người trên tàu. Trừ qua trừ lại còn nhiều phước thì cả đoàn thoát, còn nhiều hung thì họa tới cho cả đoàn..."

Hương Vị Đời là một câu chuyện tình. Tôi thích truyện này vì tính chất dễ thương của đôi trai gái miền quê, mối tình chớm nở khi họ vừa đến tuổi thiếu niên vào khoảng đầu thập niên 1950, nhưng lại tan vỡ khi người con gái bỏ nhà vào bưng theo kháng chiến chống Pháp. Với lối văn hồn nhiên một cách mộc mạc tác giả đã khiến chúng ta yêu thích mối tình ấy, buồn vì sự gãy đổ bất ngờ của nó, và chấm hết khi người thiếu niên năm nào đã thành một người già đi xe lăn, qua đời trong một nhà dưỡng lão tại Hoa Kỳ. Những yếu tố rất Nam kỳ từ mối tình chơn chất của đôi trẻ, từ khung cảnh sống đến ngôn ngữ đã được tác giả khắc sâu trong từng tình tiết, làm thành sức quyến rũ của truyện.

Truyện *Ông Đạo Chuối* cũng là một truyện chuyên chở nhiều tư tưởng Phật giáo. Cốt truyện từ thời Pháp thuộc, xảy ra trong dãy núi Thất Sơn, nhưng câu chuyện có màu sắc lịch sử ấy chỉ là cái khung để tác giả luận về chủ đề đạo Phật. Hình ảnh và tên gọi Ông Đạo Chuối vọng lại một cung cách tu hành của một thời đã xa trong vùng đất mới của Nam Kỳ, thời của những "*Ông Đạo*", hình ảnh một tu sĩ độc lập không thuộc một hệ thống giáo hội nào, đóng vai trò hướng dẫn mối đạo cho một số quần chúng quanh họ.

Tác giả đã cho chúng ta chân dung của một Ông Đạo, hình ảnh độc đáo của một thời xưa:

"Chuối xứ của sư phụ trồng được đất quá, coi ngon ớn. Đó chắc là thứ chuối danh tiếng của xứ nầy nên người ta mới kêu là chuối xứ, xứ Thất Sơn vùng mình."

Chính Ông Đạo Chuối đã đính chính cách gọi "*chuối xứ*" của một đệ tử thành từ ngữ đúng là "*chuối sứ*":

Ông Đạo Chuối mỉm cười thân thiện, nhẹ nhàng:

"Ờ... ờ... thì cây trái bông huê thơm ngon mới được quí chuộng. Xưa những thổ sản quí người Xiêm La đem cống sứ cho vua Đại Nam Quốc nên chúng ta ngày nay mới có chuối sứ, bông sứ. Nhiều khi người ta kêu rõ ràng hơn bằng chữ xiêm như chuối xiêm, dừa xiêm, mãng cầu xiêm, vịt xiêm, tre xiêm...... Nói chung, những thứ sứ, thứ xiêm mới có ở xứ ta chừng một trăm năm nay thôi. Hồi trước bà nội của sư nói những thứ đó rất quí, đã ít có mà lại ngon. Mà nói về chuối thì mé sau vườn sư trồng ối thôi đủ thứ: nào là chuối cau, chuối cơm, chuối lá trắng, chuối lá đen, chuối hột, chuối ngà, chuối và tiên, chuối mật, chuối và lùn, chuối sen, chuối nanh heo... chỉ có chuối nước là sư chưa kiếm được giống. Vùng Thất Sơn mình núi non, đá nhiều, ít sông rạch nên chuối nước rất hiếm".

Có thể nói Nguyễn Văn Sâm là một nhà văn của tư tưởng. Đọc ông đôi khi chúng ta có cảm tưởng truyện chỉ là một cái cớ để trình bày một triết lý, một suy nghĩ mà ông cưu mang và muốn truyền lại cho chúng ta. Ngoài triết thuyết nhà Phật, ông có nhiều suy tư về cuộc sống, đặc biệt liên quan đến xã hội Việt Nam hiện tại. Truyện của ông không mang kỹ thuật của lối viết truyện ngắn thông thường, mà giống như là một số chương trích ra từ một truyện dài, trong đó có những đoạn luận thuyết về một tư tưởng nào đó. Nắm bắt được những tư tưởng ấy, người đọc sẽ thấy mình trở nên phong phú hơn, thâm trầm hơn.

Đọc truyện Hoa Nhân Sinh chẳng hạn, chúng ta không hiểu tình hình các nhân vật thật sự liên hệ với nhau như thế nào, nhưng người đọc được thưởng thức những đoạn triết luận để hiểu thế nào là Hoa Nhân Sinh, theo tác giả. Người mẹ suy nghĩ về nguyên tắc dạy dỗ con mình:

"Có lo ngại cho tương lai bé nếu bé sống bằng tâm hồn nhân thiện trong xã hội nầy thiệt tình nhưng còn hơn để nó vô cảm, suy nghĩ trên những lợi lộc cực gần trước mắt, nhỏ mọn đến bần tiện vốn là điều tôi cho rằng kéo giá trị con người xuống thấp hèn dầu cho giàu có, quyền thế tới bực nào".

Hoặc lời giảng của vị sư:

"Ta hãy coi thế giới nầy như một khu vườn bao la vô cùng tận mà mỗi con người, mỗi con vật, mỗi gốc cây, hòn đá, thậm chí một cụm mây trời hay một cơn gió thổi đều là một đóa Hoa Nhân Sinh có ý thức. Tất cả đều sản xuất hoa trái cho đời cách nầy hay cách khác. Với thuận duyên thì hoa cho quả tốt, tạo nên con người lương thiện hoặc thú vật hiền từ. Nghịch duyên thì cho quả sâu, úng thúi, thiên tai gió bão hay sanh ra con người tật nguyền, ác độc, vô cảm, nghĩa là một cái trái, cái quả có hại cho hoa trái chung quanh, cho đời nói chung."

Câu chuyện còn kéo dài, cho đến khi tác giả để lộ ý của mình về Hoa Nhân Sinh như một nhận xét lên án chế độ đang cai trị đất nước và con người Việt Nam hiện nay. Tôi có cảm tưởng cả câu chuyện này là cốt để dẫn tới một nhận định mà tác giả muốn gửi gắm một cách thâm tình đến người đọc:

"Còn tôi hợp ý với bài học mới vừa thủ đắc nên mang thêm một nỗi xót xa nặng nề khi nghĩ tới Hoa Nhân Sinh của xã hội hiện nay tạo được chẳng bao nhiêu hoa thơm quả đẹp nhưng hoa thúi, quả sâu được mùa nở rộ khiến cho miền địa đàng của ông cha tạo dựng bao năm nay đương trên đường sa đà, tuột dốc. Và mình thì cần cỗi cái tâm do phản ứng vô cảm để được yên thân làm hóa mộc rồi hóa thạch từng ngày từng ngày một cái tâm trong sáng một thời của mình."

Tác giả đã có một số truyện mô tả thực trạng của xã hội Việt Nam, như nhằm minh chứng miền địa đàng của văn hóa truyền thống Việt Nam *"đương trên đường sa đà, tuột dốc"*. Toàn những hình ảnh không vui.

Nhưng truyện rất độc đáo trong sách này có lẽ là một câu chuyện giả tưởng, *"Người Hát Rong Trên Bờ Biển Đặc Khu"*. Đó là năm 2048, câu chuyện xảy ra trên bờ biển Rạch Giá khi đất nước Việt Nam đã thoát khỏi chế độ cộng sản được 5 năm, và Phú Quốc vẫn đang là đặc khu của Tàu. Người hát rong đã có thể hát những câu ôn lại lịch sử, như:

Nếu ngày ấy bến Nhà Rồng đóng cửa,
Người lang thang quay lại Nghệ An.
Làm giáo làng hay một chân thư lại,
Thì ngày nay dân đã thoát lầm than.
Nếu ngày ấy sông Sàigòn nổi sóng,
Người đang leo bỗng rớt mẹ xuống sông.
Bầy sấu đói đã reo mừng rước bác,
Thì ngày sau đâu xương trắng cánh đồng!

Khán giả của Người Hát Rong vỗ tay khen ngợi nhiệt tình, chứng tỏ đất nước đã thoát nạn độc tài, nhưng những rơi rớt của chế độ cũ vẫn còn rất gần gũi với họ, đó là đảo Phú Quốc bấy giờ vẫn đang là một "đặc khu" của người Tàu. Vẫn còn cảnh "vượt biên" của người dân Phú Quốc chạy vào tị nạn trong đất liền…

Cuối truyện, tác giả mới cho biết đây chỉ là một giấc chiêm bao của một người đang nằm trong nhà tù của cộng sản Việt Nam. Nhưng phải chăng tác giả đã mượn một giấc mơ khi ngủ để tạo thành một giấc mơ thức, một ước ao, một giả định, một tiên tri rằng chế độ cộng sản sẽ chấm dứt tại đất nước chúng ta vào năm 2043 ?

"Nếu ngày ấy"… người hát rong đã mấy lần lặp lại ba chữ ấy. Chúng ta đồng ý với nhau là lịch sử không có chữ NẾU. Cái gì xảy ra là nó xảy ra, như là kết quả của bao nhiêu sự kiện, điều kiện, biến cố của một thời. Nhưng riêng về mặt văn học và tư tưởng của Việt Nam, NẾU như không có sự tồn tại của hai mươi năm Miền Nam 1954 - 1975 thì sẽ là một đại họa, không khác gì cái họa nhà Minh sang chiếm nước ta thời Hồ Quý Ly, với một chương trình đồng hóa tàn khốc và triệt để hầu biến nước Việt thành một quận hạt của Tàu. Tịch thu sạch, đốt sạch sách vở, văn tự, tất cả những gì đã làm nên đời sống văn hóa của Việt Nam từ thời lập quốc. Khi làm chủ được nửa nước ở phía Bắc vào năm 1954, phe cộng sản đã làm y hệt như thế với nền văn học cũ. Đốt hết sách, xóa sạch dấu vết của nền văn chương chữ quốc ngữ đã tồn tại một thế kỷ qua, để chỉ còn lại một nền văn chương theo đường lối của cộng sản. Trước tai họa ấy của đất nước, miền Nam đã phát triển một nền văn học nghệ thuật không những nâng niu tôn trọng các di sản đã qua mà còn mở rộng chân trời sáng tạo. Tất cả tác phẩm giá trị của quá khứ đã được gìn giữ, phổ biến và đưa vào chương trình học, dù là tác giả ở bên này hay bên kia vĩ tuyến 17. Chính nhờ sự phát triển này, biết bao giá trị được cứu vớt cho đất nước và dân tộc, dù là cuộc càn chiếm miền Nam thành công của cộng sản vào năm 1975 cũng đã nhóm lên ngọn lửa phần thư khốc liệt khắp miền Nam.

Và dân tộc Việt Nam đã chứng kiến một điều kỳ diệu: Miền Nam chính là nơi nền văn học chữ quốc ngữ ra đời, và cũng chính nơi này đã cứu chuộc nền văn học ấy cho dân tộc trước cuộc xâm lăng của loại chủ nghĩa mang về từ Nga từ Tàu luôn luôn muốn tiêu diệt những tinh hoa của văn hóa dân tộc chúng ta.

oOo

Thông thường, những người theo con đường nghiên cứu, học thuật thì hầu như ít ai sáng tác văn chương. Trường hợp nhà văn Nguyễn Văn Sâm là rất hiếm hoi. Trước 1975 ông dạy tại các đại học miền Nam, viết các tác phẩm nghiên cứu về văn học. Chỉ sau khi vượt biên qua Mỹ ông mới bắt đầu xuất bản sách truyện từ khoảng đầu thập niên 1980, và từ đó về sau chứng tỏ một năng lực sáng tác mạnh và đều đặn. Một số truyện của ông mang tính chất luận đề, điều đó không khó hiểu bởi vì ông là người nghiên cứu uyên thâm về nhiều vấn đề văn hóa. Dùng văn chương để chuyển tải triết lý là một nghệ thuật của riêng ông, truyện vẫn tươi tắn, tư tưởng vẫn được giới thiệu một cách đầy đủ và dễ hiểu.

Văn chương quốc ngữ bắt nguồn từ miền Nam từ giữa thế kỷ 19, đã được nuôi dưỡng và trưởng thành khắp nước trong thế kỷ 20. Nay tại hải ngoại, cây bút Nguyễn Văn Sâm đang tiếp tục phát triển truyền thống miền Nam ấy, theo đúng tuyên ngôn của Nguyễn Đình Chiểu từ gần hai trăm năm trước:

Chở bao nhiêu đạo thuyền không khẳm
Đâm mấy thằng gian bút chẳng tà.

Phạm Phú Minh
Little Saigon, 30 tháng Mười, 2020

Nguồn Cảm Hứng Bất Tận Trong "Tình Thơ Mùa Thu"

VÕ QUÊ

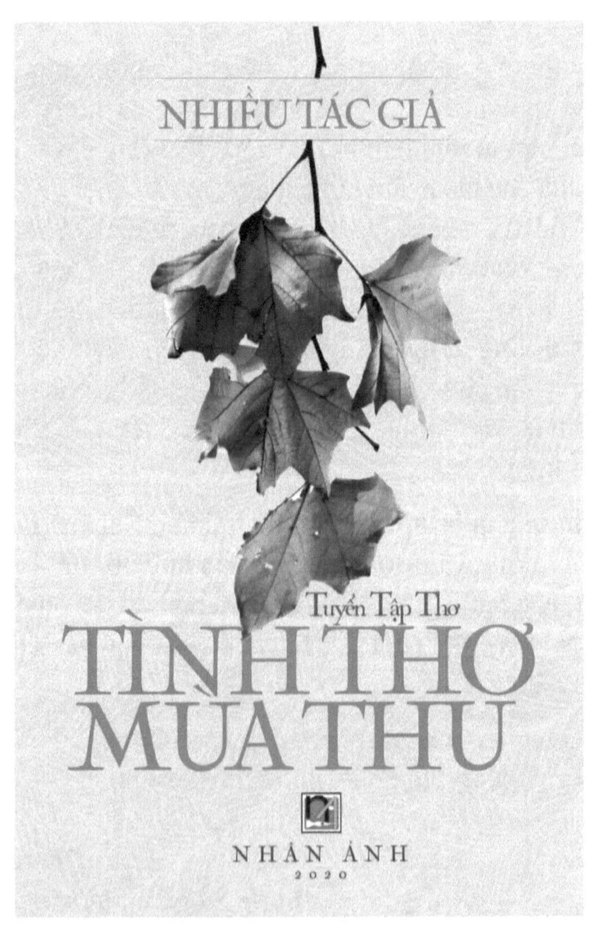

Bốn mùa thiên nhiên Xuân Hạ Thu Đông là nguồn cảm hứng bất tận cho các loại hình văn học nghệ thuật. Riêng mùa Thu hình như lại gần gũi hơn với thi ca, âm nhạc, nhiếp ảnh, hội họa… mà thi ca được xem như là bạn tri âm của mùa Thu, hay nói một cách khác mùa Thu là tri âm của thi ca, là suối nguồn tình cảm dạt dào, giàu cảm xúc gợi tứ, gợi hồn cho các văn nhân, thi hữu sáng tác nên những bài thơ tâm huyết, đề cập nhiều khía cạnh với phong phú góc nhìn đã thể hiện tâm trạng khác nhau trong các hình tướng mùa Thu: hương thu, gió thu, lá thu, trăng thu, sương thu, mưa thu, nắng thu, sông thu, cảnh thu, sáng thu, chiều thu... cùng những trạng thái tình cảm, tâm lý, hoàn cảnh sống sinh động, không ai giống ai của mỗi thi hữu từ nhiều miền đất, xứ sở…

Từ chủ đề mùa thu trữ tình ấy mà sau khi phát hành thành công các tuyển tập thơ THƠ VIỆT ĐẦU THẾ KỶ 21, TÌNH NGHĨA MẸ CHA, Nhóm chủ trương gồm các nhà thơ Luân Hoán, Lê Hân, Nguyễn Thành tiếp tục cho ra mắt người yêu thơ hải ngoại và trong nước tuyển tập thơ TÌNH THƠ MÙA THU do Nhà xuất bản Nhân Ảnh (Hoa Kỳ) ấn hành vào mùa Thu 2020.

Dù chỉ phát động trong một thời gian không dài, nhưng với nguồn tác phẩm dồi dào, phong phú vốn có, hay mới được sáng tác TÌNH THƠ MÙA THU đã quy tụ 118 tác giả, trong đó có nhiều nhà thơ tên tuổi quen thuộc từ làng thơ trong và ngoài nước do nhà thơ Luân Hoán với tình yêu say mê thơ vốn có đã nhiệt thành, công tâm, trao đổi cùng các tác giả gửi bài tham gia tuyển tập để hoàn thành một cách công phu nội dung tập sách dày 624 trang; được trình bày hình thức đẹp, trang nhã với bìa của Uyên Nguyên Trần Triết, 12 phụ bản tranh của họa sĩ Đinh Trường Chinh.

Trong bài viết mở đầu tuyển tập thơ TÌNH THƠ MÙA THU nhà thơ Luân Hoán chân tình bộc bạch: "Viết về mùa thu, chưa đọc, đa số chúng ta cũng thấy lá vàng, gió heo may, bàng bạc mây trắng trong gió lành lạnh mưa phùn bay bay, v.v… Nhưng chúng ta đâu thể hình dung ra hết cách viết, sự cảm nhận cũng như cảm tình, kỷ niệm riêng của mỗi tác giả dành cho mùa thu, có từ mùa thu. Sẽ vô cùng thích thú trong sự đơn điệu cổ xưa, và vui mừng được đón những tâm thức mới dành cho mùa thu…

… Khó có tuyển thơ nào đồng nhất về giá trị văn chương, nghệ thuật. Trong tuyển tập thơ mùa thu hôm nay, chúng tôi có mọi thể loại, vần vè, tân hình thức, và cũng có nhiều bài lửng lơ giữa hai trường phái này, mong bạn đọc vui vẻ đón nhận…”

Khi cầm trên tay tuyển tập thơ TÌNH THƠ MÙA THU, tôi vô cùng xúc động, trân trọng những người đã chung tay, góp sức để cuốn sách kịp thời đến với người yêu thơ trong nước và hải ngoại giữa mùa Thu và trong bối cảnh cả thế giới đang lao đao vì dịch bệnh. Chúng tôi đã trang trọng chuyền tay nhau ấn bản TÌNH THƠ MÙA THU với lòng biết ơn những người thực hiện khi họ đã rất công tâm trong quá trình thực hiện tuyển thơ này.

Trong chừng mực nào đó, theo chúng tôi, TÌNH THƠ MÙA THU đã đem lại cho người yêu thơ những phút giây tĩnh tại; người và người gần lại nhau hơn trong mạch hồn quê hương dân tộc. Những trang thơ mùa Thu nhân hậu, chan chứa tình người của những nghệ sĩ tài hoa sáng lên, nối kết nghĩa tình!

Mùa Thu. Nguồn cảm hứng bất tận của người. Của đời. Của ngày xưa. Hôm nay. Và mai sau.

Võ Quê
Huế 14.10.2020.

Xuân Hồng Cho Em
NGÀN THƯƠNG

Mùa Xuân không có tuổi
trôi trên thân phận người
bài ca xưa vừa trỗi
"ly rượu mừng" nơi nơi

Hương giang bao ngày đục
sáng nay trong lững lờ
khúc Nam Bình man mác
lắng vào hồn xứ thơ

Mứt gừng nghe cay ngọt
môi em chợt ửng hồng
nét dậy thì con gái
làm rạo rực lòng anh

Qua rồi mưa bão lũ
miền Trung ơi! Não nề
nỗi đau thương mất mát
dấu lệ hằn hoen mi

Ra khơi thuyền cưỡi sóng
như tuấn mã bềnh bồng
tung bờm phi nước đại
chở Xuân hồng ruổi rong ∎

Đêm Giao Thừa Chờ Lan Nở
NGUYỄN AN BÌNH

Đêm giao thừa ta chờ lan nở
Nhấp chén trà thơm nhìn khói bay
Nghe thoảng hương trầm tay mẹ thắp
Xao xác vườn khuya lá rụng đầy.

Có tiếng chim đêm vừa qua ngõ
Cánh mỏng tưởng chừng sương khói giăng
Có cùng ta thức qua năm mới
Bếp lửa hồng thơm–bánh chưng xanh.

Cha vừa đọc lại bài thơ cổ
Ta thấy tiền nhân chợt trở về
Tâm sáng trong hơn vầng nhật nguyệt
Rung làn kiếm bạc nặng hồn quê.

Có phải mùi hương lan vừa nở
Ta ngỡ em từ cõi liêu trai
Dáng liễu chợt gầy trong tiền kiếp
Xanh nụ tầm xuân–nhẹ gót hài.

Mỹ nhân bước ra từ cổ tích
Giang hà mây nổi cũng thế thôi
Giấc mơ hồ điệp ngàn năm trước
Mộng thực đời người–tựa lá rơi.

Đêm nay có phải đêm trừ tịch
In dấu bụi trần trên ngón tay
Áo tơi nón rạ đôi giày cỏ
Từ Thức về trần em có hay? ∎

Đêm Ngủ Dưới Chân Ngự Bình
TRỊNH BỬU HOÀI

(tặng vợ chồng Ngàn Thương)

Nhà bạn chìm trong xóm nhỏ
Chiều phai mái bạc gió lùa
Rào thưa biết đâu là ngõ
Vách vàng ố vết rong mưa

Nền gạch làm nơi tiếp khách
Quanh năm bóng một khoảnh tròn
Giường vạc đầu kê gối sách
Chúc bạn xa về ngủ ngon

Nhưng ta làm sao ngủ được
Huế thơ mà bạn ta nghèo
Quá đêm còn nằm thao thức
Ngậm ngùi một mảnh trăng treo

Ngoài kia sương bay như mộng
Nghe hương Huế ấm lòng mình
Trải hồn trong gian nhà trống
Bạn ta tiếp khách bằng tình

Bạn ta hồn nhiên say ngủ
Đâu hay dằng dặc đêm dài
Ta thấy sông Hương núi Ngự
Mênh mông nhà bạn đêm nay… ∎

Có Thể Hay Không Thể
THIÊN HÀ

Lên đời U Chín mươi (U90)
Mà ngỡ thời trai trẻ
Thèm một nụ hôn môi
Có thể hay không thể?!...

Tám mươi tình vẫn thế
Lớt phớt mấy mùa yêu
Dặm dài ba thế hệ
Ngông nghênh giữa biển chiều!

Tám mươi đời dâu bể
Nếm bao mùi đắng cay
Mơ làm người tử tế
Thi ca mải mê say!

Tám mươi cùng tuế nguyệt
Hình như chưa kịp già
Trăng tròn rồi trăng khuyết
Hằng Nga giáng cõi ta

Mong nếm mùi trần thế
Cố nài trò mây mưa
Có thể hay không thể
Ơi, chàng trai năm xưa!?... ∎

Đêm Trung Thu Bến Tâm Hồn Rằm tháng Tám Âm Lịch

Sân Khấu Mùa Xuân

HỒ XOA

Mưa bão đi qua
Trên sân khấu mùa Xuân
Son phấn làm hết phận mình
Người ca sĩ không còn trẻ nữa
Người ca trẻ không hát như ngày xưa...

Vai Lý Thông bây giờ cũng khác
Người vỗ tay vô tình
Mỗi người khen theo cách riêng mình
Dưới sân khấu mùa xuân
Người xem là ... diễn viên
Tôi ngồi xem mình diễn

Tóc giả, răng giả, cả những tâm hồn giả
Phường giang hồ cạo trọc như kẻ tu hành
Rồi chúng ta sẽ không tin lời mình yêu nhau?
Trong chiêm bao những nghi ngờ hiện thực
Thế kỷ mới vội vã chôn những nền triết học
Ta vội chôn đời nhau

Ta vẫn đợi chờ
Cố hát cho một ngày sẽ mới. ∎

Gió Đưa Màu Áo Sang Xuân
HUỲNH LIỄU NGẠN

gió đưa màu áo sang xuân
để cho em ủ bâng khuâng với tình
ngàn cây dỗ lá làm thinh
như run trước bóng đẹp xinh tuyệt vời

gió đưa màu áo xuân tươi
làm cành lay nhẹ làn hơi ngỡ hồn
em về chiều vàng cô thôn
bóng chao rụng lá sương dồn dập vây

đầu nguồn hương lượn lờ bay
mây xa còn vọng đôi tay em chờ
anh nằm mộng thuở trăng tơ
sương lan nẻo bắc anh chờ nẻo đông

thì chờ thì đợi hư không
chưa xuân nhưng cứ ngóng trông nẻo đời
của anh và của mây trôi
của em và của mắt môi kiếp nào

chào nhau giữa cõi chiêm bao
có tan được bóng có hao được lòng
gió đưa màu áo xuân nồng
anh ôm mộng tưởng phiêu bồng đón xuân. ∎

19/11/2020

Thơ Xuân
TRẦN DZẠ LỮ

Cầm Tay Huế Mùa Xuân

Ta cầm tay Huế mùa xuân
Sau thiên tai sẽ vạn lần hồi sinh
Có em chân chất quê Sình
Cũng về trong nội thắp bình minh xưa

Sáu vài cầu ngọt câu thơ
Ta qua bên nớ thả bùa nữ tôn...
Quê hương đăm đắm sinh tồn
Câu hò Vỹ Dạ vẫn lòn lọt thương...

Ta cầm tay Huế rưng rưng
Bao năm đất khách đã trùng lai đây...

Tháng Giêng Xa Sài Gòn

Xa rồi chốn ấy phù hoa
Ở ăn thuận nết, lân la đã từng...
Tự nhiên đâm nhớ đâm thương
Em Sài Gòn có bồn chồn như ta?

Mơ ngày gặp lại Kim Hoa
Để ta vẽ mộng trên tà áo xưa
Sài Gòn nắng. Sài Gòn mưa
Dìu nhau xuống phố mà đưa đẩy tình... ∎

Liên Khúc Xuân
HỒ CHÍ BỬU

cứ đến mùa xuân là ta lên núi
chẳng biết làm gì - chẳng có đợi ai ?
cũng chẳng hẹn hò - cũng không cầu nguyện
lên đỉnh sầu đời - nhìn mây trắng bay

chắc tại ta là dân tứ xứ
giũ bụi giang hồ trên núi cao
trong tay ta không hề ấn soái
chẳng phải Kinh Kha - chẳng chiến bào

ta lận lưng bi đông rượu đế
cóc ổi xoài trên núi đầy ra
khi tới bến dựa lưng đá ngủ
hào khí gì? ta cất tiếng ca.

ca hát giữa thinh không gió lộng
chẳng ai nghe - ta sướng một mình
ta đâu phải như phường nô bộc
nâng bi người xin bã lợi vinh

thị xã dưới kia trong tầm tay với
đang có một người thương nhớ một người
nếu thấy kiếp này không duyên không nợ
thì xin xù luôn cái kiếp lai sinh

mùa xuân lên núi nghe tiếng chuông phổ độ
cốt để cho lòng vơi bớt nỗi sân si
còn mê rượu mà làm sao giác ngộ
xin lỗi ngài cho con uống vài ly

Phật hãy để cho con phân bua một chút
Phật cũng từng là một chúng sinh
giờ thành Phật nên cõi lòng thoát tục
mà con thì vốn mê gái bẩm sinh

trời ạ, thương người đâu có tội
ai thương ta là ta chẳng chối từ
ta là tên lạc quyên cơ hội
vay một ngàn trả lại ngàn tư!

ta vẫn sống bằng bản năng hiện hữu
đừng màu mè cỡi ngựa xem hoa
đừng vỗ ngực xưng mình là trí thức
nhưng vắng người thì giở giọng điêu ngoa

thiếu gì lũ bảo mình là đạo đức
làm những điều ném đá giấu tay
lập bè nhóm kẻ tung người hứng
ta độc hành - chơi cũng như ai.

có mấy gã võ công cà chớn
cũng thượng đài nhảy múa lung tung
không lượng sức ham vui làm bậy
biết vài chiêu cũng làm bộ anh hùng.

"ta đâu phải giận đời rồi trách móc
như những thằng hề chỉ biết múa may"[(*)]
ta là thế - Điền Bá Quang cô độc
vạn lý độc hành - chơi đến trắng tay

mỗi mùa xuân - ta hiền thêm một chút
buổi xế đời về cổ tự tu thân
đã hỉ xả sao lòng còn dung tục
bố thí-vèo-như một mớ phù vân... ∎

(*) thơ Trường Anh

Trang Thơ
Y THY

Lá Ngẩn Ngơ

Hôm qua rớt chiếc lá vàng
ngửa tay hứng lấy tặng nàng ép thơ
thu đến đã tự bao giờ
hôm qua mới nhặt. Ta, khờ khạo trao

Trăm chiếc lá, hứng chiếc nào
chiếc nào ửng đỏ lao xao một đời
chiếc nào nằm giữa đất trời
chiếc nào rung động chẳng rời tay nhau

nhớ nhung lưu luyến trước sau
chiếc nào giữ vững vượt màu thời gian
là chiếc đem tặng cho nàng
tim yêu lơ lửng lá vàng ngẩn ngơ...

Chênh Vênh

Chênh vênh như núi với rừng
lỡ chân có ngã cũng đừng buông tay
em đi ngắm lá đầu cây
lá còn chưa rớt chẳng hay ai chờ
Thu sang một thoáng đường tơ
uyên ương có bạn ước mơ ngọt ngào
nụ hôn gởi gió đến trao
chạm vào da thịt xuyến xao cõi lòng... ∎

Lối Xưa
LÊ THỊ NGỌC NỮ

Em về qua ngõ ngày xưa
Bâng khuâng cỏ hát câu vừa nhớ nhung
Chia tay xa cách ngàn trùng
Mơ vườn trăng cũ ngại ngùng nắm tay

Em về tóc ngắn ngơ bay
Rối đan sợi rối, chiều phai nhạt chiều
Giảng đường Phượng Vỹ đìu hiu
Chừng như lặng lẽ thêm nhiều cô đơn

Em về Hồ Đá dỗi hờn
Dấu chân năm cũ nhòa cơn mưa rồi
Lối hoa tràm rắc bồi hồi
Người xưa ngày cũ lạc trôi phương nào? ∎

Khu Vườn Đồng Dao
ĐỖ THƯỢNG THẾ

thường khi bầy chào mào
ngậm hạt ổi thơm lừng giấc mơ tôi
bay về khu vườn đồng dao

ở đó mở ra cánh cửa ban mai
khóm hoa cúc chuồn rỡ nắng
buổi đầu con dế gáy thơ
cánh bướm lên phấn mịn màng
chỉ tôi và em biết

lừng lững ngọn cây mùa hạ
thì thầm những vì sao tắm khuya
đóm đèn hiu hiu ô cửa
gọi câm tràn lan vắng
tàn canh con chữ thâm quầng

ấm trà rót những mai thu
ngập ngừng và chậm
lão nông đối ẩm bóng cây mít già
bình nguyên trong mắt Người xa lắm

và ở đó
bà tôi cắt rốn dòng sông
dòng sông lênh láng chân trời
chỉ còn tiếng cuốc bờ mưa
bến cát đầu đông nhợt lạnh
bóng bà tôi ngỡ vắng
lẫm chẫm… lẫm chẫm sương chiều…∎

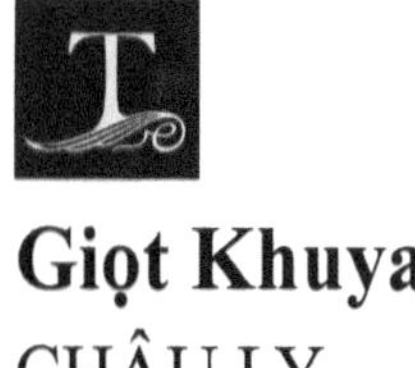

Giọt Khuya
CHÂU LY

Ngồi xuống đây với chị
Trăng tàn, đêm đã khuya
Sương giăng mờ vách núi
Làm sao đưa nhau về...?

Em mang hồn du mục
Chở sầu đi muôn phương
Tiếc gì thân lưu lạc
Mà bơ vơ canh trường!

Chị một đời bão nổi
Hoài thương cánh lục bình
Tình như con nước chảy
Dòng đời trôi mông mênh...

Tay chưa cầm giọt rượu
Hồn đà lên men say
Rót tràn dư lệ đắng
Mà thương nhau - lưu đày.

Ngồi thêm dăm phút nữa
Đằng nào mai cũng xa
Giọt cùng, đêm đã tận
Thôi! Mình đưa nhau về... ∎

17/8/2020

Chọn
ĐẶNG XUÂN XUYẾN

Người ta chọn lược tặng sư
Chọn tranh đem tặng người mù ngắm chơi
Người ta chọn điếc ráp lời
Chọn câm phản biện lẽ đời đúng sai.

Người ta, ừ, thế mà tài
Đảo điên thiên hạ diễn hài quậy chơi. ∎

Hà Nội, 26 tháng 10-2020

Chăm Phật
LÊ VĂN HIẾU

Kính tặng Mẹ ...!

Người ta chăm đi chùa
Ta ở nhà chăm Phật

Nấu cơm cho Phật ăn
Rót nước cho Phật uống

Mở nhạc cho Phật nghe
Mắc võng cho Phật ngủ

Phật có nụ cười hiền
Phật chợt quên chợt nhớ

Mắt Phật không biết buồn
Dường như buồn đã đủ

Ta ngồi nhìn Phật nhai
Cả những điều xưa cũ ... ∎

Tiên Nữ
NGUYỄN THÁI DƯƠNG

Giáng trần từ phía chân mây
Nàng huyền bí phút sương mai giăng mờ
Rồi đi như một câu thơ
Lửng lơ đôi cánh, thẫn thờ đôi chân

Tùy tùng là vạn doanh nhân
Nhà thơ dưới mặt đất, lần mắt theo
Nàng kiêu hãnh đá lông nheo
Thi ca tưởng bở định trèo lên ngôi

Chưa hề hấn muốn được voi
Lòng thi sĩ chỉ thiết... đòi được tiên
Tùy tùng đành phải đứng yên
Nàng từ độ ấy thường xuyên xuống trần... ∎

Hư Ảo
THIÊN DI

Đã đầy nước mắt hồ thu
Liễu gầy ngơ ngác gió ru ơ hờ

Vạt cỏ hồng, ngọn phất phơ
Lạnh hoang màu tuyết sương mờ mờ giăng

Cây khô trơ nhánh bâng khuâng
Sầu như lớp lớp sóng dâng bạc đầu

Con thuyền năm cũ về đâu
Một mai ghé bến giang đầu tìm em?

Nhắc nhau những phút êm đềm
Tựa xem bóng nguyệt bên hiên phơi vàng...

Chiều chầm chậm, nắng dần tan
Núi sông vẽ nét điêu tàn xám tro

Gọi nhau, xuân héo, sầu vo
Người xưa chừ biết nơi mô mà tìm. ∎

Sài Gòn 11.10.2020

Những Cơn Gió Cuối Mùa
THỤC UYÊN

Cơn gió ấy thổi về từ sa mạc
Thổi liêu xiêu vào nỗi nhớ chập chùng
Ngày quá vãng trôi dài như mộng mị
Lật tung từng kỷ niệm lao lung...

Hàng cây ấy mùa đông trơ trụi lá
Gió vuốt ve từng nhánh nhánh điêu tàn
Đèn Giáng Sinh vài nơi lịm tắt
Thánh ca buồn ru điệu nhớ mênh mang

Gió hiu hắt vén mây về cuối phố
Đông vỡ vàng trên những cánh môi khô
Bước em đi ngàn năm còn lộng gió
Thổi u hoài về phía núi bơ vơ...

Gió cuối mùa ào ạt miền tâm thức
Trôi lênh đênh vào vũng tối lưu đày
Cô đơn hắt từng giọt rơi vụn vỡ
Những chia xa biền biệt chân mây.

Cơn gió nào kinh thiên qua lũng vắng
Cho chảy tan từng lớp lớp băng hà
Thấp thoáng áo mơ phai trong gió
Lồng lộng xuân về, một mảnh trời xa... ∎

Mùa Đông Dạm Ngõ

HÙNG NGUYỄN

Mùa đông vừa dạm ngõ
Se se lòng cuối thu
Buồn như lá cờ rũ
Ta gục đầu:
Tự Do.

Mùa tiếp mùa chồng chất
Tóc trắng nhòa tuyết sương
Chân nguyên nhòa huyễn tưởng
Ta lắc đầu:
Phù vân.

Mùa thiên di vô hướng
Vườn xưa nhỏ lá vàng
Khóc lời chim bội bạc
Ta ngoảnh đầu:
Cố hương.

Gió về như vết chém
Tê lạnh trên lưng mùa
Giữa tro tàn góa bụa
Ta điên đầu:
Nhớ em! ∎

Lập Đông
NGUYỄN SÔNG TRẸM

Rồi mùa cũng đi qua ngày bão rớt
Để chiều đông ngồi nhặt những điêu tàn
Và cây lá lại nẩy mầm từ đất
Phủ xanh màu vùng núi lở tan hoang

Rồi gió cũng chở theo mùa đông bắc
Nghe đất trời trở lạnh buổi vào đông
Ngày giấu gì trong chiều buồn hiu hắt
Trăm năm rồi cũng về lại quán không!

Cầm tay nhau đi qua ngày giông bão
Nắng vừa lên có đủ ấm hiên đời?
Đất quặn đau qua một lần thay áo
Trên hoang tàn góp nhặt những ngày vui…

Rồi cũng sẽ qua một năm bĩ cực
Nỗi đau và mất mát ở sau lưng
Để có khi nhớ lại ngày bão lụt
Bao ân tình làm mắt cũng rưng rưng… ∎

Con Vẫn Còn Say
VŨ TUYẾT NHUNG

Đêm khuya loang nhẹ quỳnh hương
Cha từ trong những gió sương lại về
Thanh bần một ấm trà quê
Nắng mưa gom lại đề huề cùng trăng

Lên men say cả tháng năm
Qua bao thiêu đốt thăng trầm mà êm
Dịu dàng thơm ngọt về tim
Chát đằm đắng nhẹ nằm im môi người

Giàu sang cũng chén trà vơi
Nghèo hèn cũng ướp hương mời khách qua
Vàng, xanh bỏng rát nở hoa
Thật sôi mới hiểu đậm đà dở hay

Cha đi về cõi mây bay
Ấm trà lạnh lẽo chờ tay Người cầm
Con đi xiêu cả tháng năm
Chén trà ngày ấy bao rằm còn say ∎

Em Quy Nhơn
LÊ MINH HIỀN

Phố xanh gầy phố nhỏ hiền ngoan
mây ngang trời và biển ngọt vây quanh
chiều mưa dông về được mùa cá bạc*
trăng vàng lên ai say mộng ban đầu

Phố chiều thơm mùi gió xa khơi
về rối tóc vờn bờ vai con gái
chút vô tình đôi mắt em khép nhẹ
ta suốt đời khờ dại tuổi đôi mươi

Em ngày xưa em của hôm nay
em bây giờ và em của ngày mai
gió biển lộng qua thăng trầm mấy thuở
em Quy Nhơn nguyên vẹn mới liêu trai

Hồn thơ ngây trăn trở phôi phai
đến bao giờ vẫn bất chợt ngu ngơ
hoa lay động, hoa tàn mấy độ
nụ vàng non chín mọng bóng chiều mơ

Phố xanh gầy phố nhỏ hiền ngoan
em Quy Nhơn hoài trong lòng phố thị
ngày ta về dậy men màu kỷ niệm
trăng vàng xưa còn về kịp tối nay.** ∎

Stanton-Little Saigon California Oct. 15th, 2020 2:01PM

** vào tháng 9 thời tiết chuyển mùa hay có mưa dông chiều cũng là mùa cá nục biển Quy Nhơn*
*** Thuyền ai đậu bến sông trăng đó,*
*   Có chở trăng về kịp tối nay? (thơ Hàn Mặc Tử)*

Trang Thơ
HUỲNH THỊ QUỲNH NGA

Chào Em Chào Hai Mươi

Chào em! Chào hai mươi!
Ta gọi xanh vòm lá…
Mùa chim én về

Một thời mắt biếc
Một thời môi thơm
Ta nghe nồng nàn phố

Thơm mùa tháng giêng
Ta đi về phía nhau.
Chào em! Chào hai mươi!

Đóa Bình Minh

Trên ngọn đồi xanh
Phía em. Một đóa bình minh
Những tia sáng khởi nguyên

Từ phía dòng suối trong veo
Chảy xanh đêm mộc lam
Ta trôi trong mùa lá

Những khuyếch tán của gió
Dậy thức đền đài
Ngày em khăn thêu áo lụa…!■

Phố Núi Không Có Mùa Thu
NGUYỄN DẠ QUỲNH

ở phố núi mùa thu se sắt lạnh
em năm xưa qua đó bỗng xao lòng
sầu biệt điện nắng rơi từng sợi mỏng
rớt vào em tóc xõa giữa chiều buông

trời phố núi lũ chim rừng khóc gọi
mây không cao không thấp cũng không gần
anh khờ khạo biết yêu mà chẳng nói
để một đời không có thuở tình nhân

mùa thu cũng về rồi thu đi mất
cây trơ cành khóc lá đợi tàn đông
em nhớ quá sáng xuân hồng tuổi ngọc
tà mơ xưa áo lụa trước sân trường

thôi phố núi ngày em mười bảy tuổi
có một lần qua đó - chẳng mùa thu
mà sao lá cứ bay hoài bối rối
mà sao anh nhớ mãi cúc vàng xưa ■

Trang Thơ
MỘNG HOA VÕ THỊ

Giấc Mơ Xuân Đào

Vẽ hoa vẽ lá vẽ bùa
Vẽ trăm thứ vẽ, chỉ đùa chơi thôi
Em về ngược, anh đi xuôi
Trớ trêu lỡ vẽ tên người yêu thương

Phong hoa tuyết nguyệt sai đường
Vẽ thêm chi nữa nỗi buồn ướt mưa

Vẽ mưa vẽ nắng vẽ bùa
Kề vai vẽ mộng chỉ đùa thôi sao
Vẽ cho em cánh xuân đào
Tình anh lả tả rụng vào thiên thu

Vực Sâu Em Giữ Vực Sầu Tôi Cam

Một nghi hai ngại ba ngờ
Tình tôi em đặt bên bờ vực sâu
Không chờ chi đến mai sau
Vực sâu em giữ vực sầu tôi cam

Vực nào rơi đáy ăn năn
Em vui xứ lạ
tôi thầm chiêm bao
Đời này chẳng thể bên nhau
Thì thôi, xin giữ niềm đau riêng mình ∎

# Dâng Rượu

HOÀNG XUÂN SƠN

{ái khanh ôi}

Thâm cung nàng
bí sử tôi
hai đầu chiến tuyến
mắt lồi cửu cung

Qua đây trẫm phán tương phùng
hết thời chia cắt
trùng hưng
bụi
bờ
mình rao bán một đường tơ
trăm nghìn gút thắt
lờ vờ có không
à.
[tỉ như một con sông]
bên ni bên nớ gồng mình sang chơi
hợp ca vang khúc yêu đời
thống nhất cầm cự
chia đôi bạc vàng
[xử bí tôi
hỏi cung nàng]
ái khanh cứ giữ tình tang
bộ người
phen này trẫm quyết rong chơi! ◼

12 juillet 2020

Nó Gánh Xuân Đi
PHAN NI TẤN

Tôi cột tuổi thơ tôi trên đòn bánh tét
Để nghe nó reo ngoài ngõ xuân về
Nó gánh xuân đi cong đòn kẽo kẹt
Lặc lè lặc lẹo làm trẹo cả hồn quê
Tôi dắt tuổi thơ đi dung dăng dung dẻ
Về nghe tháng giêng mừng tuổi vang trời
Tay bưng tài lộc tay bồng phúc đức
Ông thọ sún răng méo cả miệng cười

Tôi đội lên đầu tùm hum chúm vỏ bưởi
Con mắt nghe cay đọt lá trên giàn
Dưa hấu bụng tròn lăn vô góc bếp
Làm gãy mùi hương của nhánh hoàng lan

Tôi cuộn tuổi thơ trong miếng bánh tráng
Chưa kịp nuốt câu mỹ vị thơm lành
Chú ruồi bất nhơn vèo vô báo hại
Tôi phun phéo phèo ướt cả mặt trời xanh

Tôi cõng tuổi thơ lội đồng xuân lấp lánh
Đất nứt chui lên những cọng hoa hiền
Mùi quê đi qua cầu tre lắt lẻo
Dựng lại câu hò câu hát ngả nghiêng

Trèo lên trái núi tôi gặp con chiền chiện
Láu táu nó la ngoài phố lân về
Tiếng trống cắc tùng chen trong tiếng pháo
Cờ xí mừng reo rợp bóng trẻ thơ

Đón một chút thương vừa đi qua ngõ
Vạt áo ai bay rối cả con đường
Cái nắng trong veo trời treo trên ngọn gió
Cũng ráng rụng vàng theo tiếng guốc hương

Đi qua tuổi thơ gặp cơn mơ luống cuống
Thả cái cò bay trong tiếng à ơi
Câu hát ngày xưa cũng lắn quắn líu quýu
Níu đóa thanh tân về nở giữa hồn tôi. ∎

Tình Em Ý Chữ
ĐỖ QUYÊN

Tính em lên xuống vô thường
Như câu thơ bị lạc đường thế thôi

Yêu thơ thì dễ thương người
Sành thơ mà cũng hiểu đời mấy ai

Cưng em chiều chữ một mai
Tình em ý chữ - Gia tài anh mang!

Tính em lên xuống vô thường... ∎

Hải Hành Mùa Đại Dịch 3
NGUYỄN LÊ HỒNG HƯNG

(kỳ 3)

Mặt trời ẩn sau tầng mây xám, mây vén lên chừa một đường vàng nhạt phía trời tây. Những cánh tua bin gió đã ngừng quay, mặt nước dưới dòng sông êm ả và vài chiếc tàu vô ra thưa thớt. Trời chiều, đường vắng và nghe rõ tiếng chim kêu. Chúng tôi đi trên con đê dài hướng xuống con đường đi bộ dọc bờ sông. Ama hỏi tôi:

- Đi đâu chú?

Tôi quơ tay một vòng và chỉ ngón tay ra cột đèn bẹo ở bờ sông nói:

- Mình đi dạo một lát rồi trở xuống đó.

Tôi day ngang hỏi Ama:

- Con thấy bến chờ có khác hơn bến cảng không?

- Khác nhiều chú, ở đây không có cần trơi, những chiếc xe tải containers và cũng không có người làm việc nên không ồn ào như bến cảng.

- Còn thiếu một thứ nữa.

- Thứ gì chú?

- Bông! Mùa xuân ở Hòa Lan thường thì nơi nào cùng thấy trồng bông, ở những bến cảng người ta cũng có làm nhiều bồn trồng đủ thứ bông được thường xuyên chăm sóc. Còn ở đây chỉ có bãi cỏ, chòm cây và bông dại, trông rừng rú và còn có vẻ thiên nhiên.

Ama ỡm ờ chưa nói gì thì chợt có tiếng điện thoại reo, nó đứng lại móc túi lấy điện thoại ra nghe. Ama trả lời bằng tiếng In Đô nên tôi không hiểu gì hết, nói xong cúp điện thoại, day qua tôi, nó nói:

- Chú ra bến sông trước đi, con xuống tàu có chuyện, lát nữa xong con lên liền.

Tôi chỉ tay dọc theo con đường đi bộ và nói:

- Chú đi bộ trên đường kia một lát chú sẽ trở lại chân cột đèn bẹo ngồi chờ con, nếu con lên không thấy chú thì con ngồi đó chờ chú, chú sẽ tới.

- Yes sir!

Ama day lưng đi nhanh xuống tàu, tôi quay gót tiếp tục bước. Tới con đường dọc bờ sông mới thấy có vài người đang chạy bộ, ngang qua mỗi một người tôi đều tránh một bên giữ khoảng cách. Một chiếc xe cảnh sát đang chạy tuần ngay trên con đường đi bộ, chiếc xe chiếm hết lòng đường, tôi phải lách người qua lề cỏ đứng nhường đường cho xe. Khi xe cảnh sát qua rồi, tôi tiếp tục đi, đầu óc tôi trống rỗng, chưa có một ý niệm nào, chợt nghe tiếng gọi phía sau:

- Hallo Tấn!

Tôi day lại thấy bà thuyền trưởng tàu kế bên đang chạy bộ, tới ngang tôi bà dừng lại, chúng tôi tự động tránh nhau và đứng qua hai lề cỏ. Bà vừa thở vừa chào:

- Ông khỏe không?

- Khỏe.

Trong số những người ngoại quốc tôi quen chỉ có vài người kêu đúng tên tôi với đủ dấu giọng, còn lại đa số đều kêu Tan, Tan. Tôi quen bà thuyền trưởng từ khi bà còn là phụ tá thuyền phó. Ngày trước ba của bà cũng là thuyền trưởng, lúc tôi hải hành thì ông đã gần tới tuổi về hưu, thời gian đó thủy thủ năm mươi lăm tuổi thì được nghỉ hưu rồi, tôi làm chung với ông một hai chuyến thì ông về hưu. Tôi hỏi thăm sức khỏe ba, má của bà. Bà nói năm nay ông già yếu lắm rồi, còn má của bà thì vừa nằm bệnh viện mới về nhà. Hỏi thăm nhau xong bà khoe với tôi, bà đặt vé tour du lịch miệt đồng bằng sông Cửu Long, sau đó qua Cambodia, nhưng vì đại dịch nên hãng du lịch đình lại. Tôi nói:

- Bà sướng thiệt, năm ngoái bà qua Việt Nam và đi một tour từ Bắc vô Nam, năm nay còn muốn qua đó nữa.

Bà đưa ngón tay cái ra gật gật, cười nói:

- Việt Nam tốt mà, tôi đọc tạp chí du lịch thấy vùng đồng bằng sông Mê Kông đang phát triển.

Dù sao bà cũng là dân nước ngoài tới quê hương tôi du lịch, thật tình thì cảnh quan nước Việt Nam bề ngoài trông không tệ. Nhưng nó không giống đất nước Hòa Lan của bà, rừng cây, kinh rạch, đê điều do con người tạo ra, nhưng người Hòa Lan biết tôn trọng, gìn giữ nên còn nguyên vẹn cảnh đẹp của thiên nhiên. Bà đâu biết là trong mấy tạp chí du lịch họ viết chỉ có lời khen để câu khách, thật ra thì quê hương tôi ngoại trừ những nơi bảo tồn thiên nhiên dành cho khách du lịch ngắm chơi, phần còn lại bị tàn phá gần hết. Tôi định kể cho bà nghe chuyện những dòng sông ô nhiễm, nước biển tràn đồng và thấm vào đất vườn làm cho mùa màng thất bát. Nhưng thiết nghĩ nói ra có ích gì đâu, đúng ra tôi nên khuyến khích bà nên đi, hơn là nói cho bà nghe những chuyện không tốt về đất nước quê hương mình. Tôi ỡm ờ:

- Ờ, tôi có đọc báo và nghe tin tức.

- Ông có định về Việt Nam không?

- Cũng định về, nhưng bị đại dịch rồi.

Bà đưa bàn tay lắc lắc.

- Ờ hén, đành chờ thôi.

Nói tới đây bà chào từ giã tôi rồi day lưng chạy tiếp. Đầu óc tôi mới hồi nãy còn trống rỗng, sau khi nói chuyện với bà thuyền trưởng thì tự dưng ngập tràn nỗi nhớ. Tôi nhớ quê hương tôi, nhớ cái ngày đầu mùa gió chướng năm xưa, tâm trạng cũng nao nao buồn buồn như những ngày này. Chuyện cũng đã qua hơn bốn mươi năm rồi, nhưng sao hôm nay tôi lại nhớ rõ ràng như in trong tâm trí, nhớ nhứt là những ngày cuối cùng trên vàm Sông Ông Đốc, cảnh dòng sông êm ả và thưa thớt ghe xuồng, cũng giống như dòng sông Maas hôm nay. Đó là những năm bảy mươi lăm và bảy mươi sáu vào tháng Ba, tháng Tư trong những ngày mùa gió chướng, cũng là mùa tôm bạc rại, nhưng ngư phủ không được ra biển đánh bắt cá, tôm. Cho tới bây giờ tôi vẫn chưa quên khi vừa chiếm được miền Nam, chánh quyền mới bắt dân đi đào đất, hết đắp nghĩa trang rồi sang qua làm thủy lợi, đắp đê ngăn nước mặn. Dân ngư phủ chỉ biết lái ghe ra biển đánh cá, nhằm giữa mùa tôm, cá mà mấy ông bắt người ta đi đào đất, người ta làm không nổi thì mấy ông chửi bới, hăm he. Tôi cũng là một nạn nhân trong hàng ngàn trai tráng trong thị tứ bị bắt đi đào đất đắp nghĩa trang ở Bạc Liêu trong thời gian đó. Hồi cha sanh mẹ đẻ cho tới ngày lớn khôn tôi có cầm cây dá đào đất bao giờ, nên đào chỉ có một hai ngày bàn tay phồng lên bóng lưỡng và bị dập tróc da ra nước rát rạt, vì đau rát quá tôi đào không được nữa, tôi buông dá đứng khóc. Mấy chú trưởng đoàn, trước ba mươi tháng tư bảy mươi lăm, mấy chú thường tới nhà nhậu với ba tôi rất là thân tình, nhưng sau ba mươi tháng tư bảy mươi lăm, tuy không phải là bộ đội, nhưng mấy chú cũng đội nón tai bèo, bận quần vải nylon dầu, mang dép râu, bận áo bà ba, khăn rằn quấn cổ và làm đội trưởng dẫn đám thanh niên đi đào đất. Thấy tôi đứng khóc, một chú đi tới làm mặt lạ không hỏi han gì hết, còn quát tháo chửi thề và hăm dọa:

- Nếu mày làm không đạt chỉ tiêu tao sẽ đào lỗ chôn sống mày tại chỗ.

Má tôi hay tin tôi làm không nổi và bị chửi bới, hăm he bà bèn bắt con heo duy nhất trong nhà mà bà đã nuôi cả năm trời, đem bán lấy tiền lên Bạc Liêu đưa cho mấy chú để chuộc tôi về. Đó là mấy chú còn tình nghĩa với ba tôi mới cho má tôi chuộc tôi về và cấp giấy tôi đã hoàn thành nghĩa vụ. May là nhà tôi còn có con heo và nhờ ba, má tôi có quen "lớn" nên tôi được cho về sớm, vài người trai cùng xóm, ở nhà không có heo, không có tiền, không quen ai và làm không nổi, bị mấy chú ghép tội "chống đối" và bắt gởi vô trại cải tạo. Khi tôi về tới Sông Đốc thì mùa tôm bạc rại đã qua rồi, chạy ghe ra biển chỉ vớt vát được tôm cá lặt vặt cuối mùa.

Tôi đi dạo bên bờ sông một hồi thấy chân mỏi, tôi đi trở lại cột đèn bẹo trên sông. Vừa đi vừa nghĩ tới cảnh con người đối diện, chào nhau một tiếng rồi đi nép qua một bên bờ cỏ, làm tôi nhớ quê hương tôi sau ngày 30-4-1975, cuộc sống đang yên đang lành, tự dưng tai họa ập tới làm con người ta nghi ky và chia cách nhau. Tôi lắc lắc đầu mấy cái cho qua chuyện ngày xửa ngày xưa và đi hướng ra chân cột đèn beo. Nhưng khi gần tới đường ra cột đèn, thấy nhiều người ngồi câu cá, họ ngồi cách ly theo quy định của luật phòng chống dịch. Tôi không muốn tới dưới chân cột đèn nữa, tôi ngó dọc theo bờ sông, thấy một chỗ cạnh mé nước có nhiều tảng đá sạch sẽ, bóng trơn, mặt bằng và không gian rộng rãi, tôi thấy ngồi đó rất an toàn, rất an tâm và không sợ Corona gì ráo. Tôi tháo ba lô để xuống một tảng đá và móc túi lấy điện thoại ra rà trang youtube chọn đài phát thanh tiếng Việt, bấm nghe tin tức Việt Nam. Vì chờ Ama nên tôi chưa bày thức ăn ra, tôi kéo mở dây ba lô lấy một lon bia, lon bia để trong túi đi đường bị xóc nên khi khui nó xịt bọt văng ra tung tóe, tôi vội hớp lớp bọt trào trên miệng lon và lấy giấy chùi lon cho ráo. Mọi việc ổn định tôi mới ngồi xuống tảng đá vừa nhâm nhi bia vừa ngắm sông và nghe tin tức.

Chiều nay gió nhẹ, trên dòng sông Maas thật là êm ả, con sông này thường ngày tàu buôn các nước vô ra tấp nập, nhưng bây giờ tàu vẫn vô ra nhưng không còn nhộn nhịp như trước đây vài tháng. Chợt tiếng còi của một chiếc tàu hụ vang rền cả mặt sông, làm hồn tôi lâng lâng... Như một sự tình cờ ngẫu nhiên, tin tức đài phát thanh nói sang chuyện miệt đồng bằng bị ngập mặn, nước biển tràn vào ruộng, thấm vào đất vườn làm cho lúa và hoa mầu chết hết và luôn cả người dân cũng không đủ nước ngọt dùng. Các cán bộ nông thôn kêu gọi tìm cách giải cứu đồng bằng sông Cửu Long. Tôi tự nhủ, cũng cái mừng cũ rích, hô hào kế hoạch thủy lợi, vận động dân chúng, bỏ ra biết bao nhiêu là tiền của, công sức và cả mạng sống con người, từ đó tới nay đã qua nửa thế kỷ rồi, mà nước mặn càng ngày càng ngấm sâu vào đất lành, vườn tược, ruộng đồng làm hoa màu, lúa ruộng chết hết. Dân quê lầm than nghèo khổ đành phải lìa đất nhà để tha phương cầu thực.

Đương vu vơ nghĩ ngợi chuyện quê hương, đất nước và con người, chợt thấy Ama đi xuống chỗ cột đèn đứng ngó dáo dác tìm tôi. Tôi liền đứng dậy chụm hai tay lên miệng làm loa, gọi lớn:

- Ama!!!

Ama day lại thấy tôi nó liền chạy ngược lên bờ rồi đi nhanh

xuống bến sông. Tới chỗ tôi ngồi nó đứng lại vừa thở vừa nói:

- Sao chú không ngồi dưới chân cột đèn xem người ta câu cá?

- Ở đó đông người quá.

- Nhưng ở đây một lát nước lên ướt hết chú.

Tôi day ngang tắt đài phát thanh và lấy bia khui đưa qua cho nó và chỉ tay xuống một tảng đá vừa ráo nước, nói:

- Con coi kìa, nước đang trở ròng.

- Ờ ờ...

Chúng tôi đưa bia lên cụng rồi ngước cổ hớp một hớp. Ama ngồi xuống tảng đá đối diện, tôi thấy ngồi gần quá nên nói với nó:

- Con ngồi giữ khoảng cách, coi chừng bị cảnh sát phạt.

- Một thước rưỡi hả chú?

Tôi cầm lon bia đưa thẳng cánh tay ra, nói:

- Đủ tầm cụng bia là được rồi.

Chúng tôi cùng cười. Ama xích qua tảng đá xa hơn ngồi, chúng tôi đo khoảng cách bằng cách cầm bia đưa thẳng tay ra cụng. Tôi moi trong ba lô lấy ra hộp phó mát để lên tảng đá giữa hai đứa, Ama cũng móc túi lấy ra hộp đậu phộng để cạnh bên. Ama nói:

- Hồi nãy thuyền trưởng nói ngày mốt tàu qua Hamburg lấy hàng, có thể con về ở cảng Hamburg.

Nghe nói tàu chạy cũng thấy phấn khởi trong lòng, tôi đưa bia lên hô:

- Ồ, tốt, tốt lắm!

Ama hớn hở đưa bia lên cụng. Để bia xuống, lấy một miếng phó mát, vừa tháo giấy nó vừa nói:

- Con gởi Nanda cho chú, thấy nó có gì không tốt, chú nhắc chừng giùm.

- Ok, nhưng chú nghĩ, cứ để nó tự nhiên đi, nó cũng biết cách xoay sở mà.

- Nhưng đi chung với mấy người đạo Hồi cũng khó lắm.

Tôi cười:

- Chuyện nhân danh đạo này đạo kia tranh chấp với nhau là chuyện ngàn đời.

- Nhưng đạo Hồi dã man lắm chú.

Rồi Ama kể tôi nghe, họ hàng nó đều theo đạo Chúa, trước kia ở trên một hòn đảo nhỏ, họ hàng ai cũng nuôi heo ăn thịt và biết uống rượu nên người đạo Hồi không ưa. Vì vậy mà một đêm kia, những người đạo Hồi tới bắt dượng của Ama đi, khi sáng ra thì thấy dượng bị chặt đầu nằm chết dưới gốc cây dừa. Chuyện này tôi cũng đã nghe ông Veman kể lâu rồi, Ama kể lại còn thiếu chi tiết là họ chặt đầu dượng của nó bằng dao golok. Nhưng gia đình giòng họ Ama quyết theo đạo Thiên Chúa, nên sau vụ đó cả họ hàng dời nhà ra Sumatra ở luôn cho tới bây giờ. Tôi nói:

- Chuyện lâu rồi, bây giờ là thế kỷ hai mươi mốt, chắc đâu còn cảnh chặt đầu bằng dao golok dã man như thế kỷ trước.

- Còn chớ chú, vì vậy mà con thù tụi nó lắm nên con không muốn quay về đảo nữa.

Tôi thở ra một cái, ngực như bị nghẹn. Đưa bia lên hớp một hớp, để bia xuống và nói:

- Chúng ta sống trong thời đại môi trường bị ô nhiễm, dịch bệnh, chiến tranh, tai trời ách nước, dễ bị tai nạn. Con còn mang thù hận làm gì cho mệt thân.

Ama đưa bia lên cụng, hớp một hớp và nhìn tôi chăm chăm. Nó nói mà cũng như hỏi:

- Chắc chú không biết hận thù là gì.

Tôi cười:

- Chú sống và lớn lên từ một đất nước chiến tranh và đầy thù hận thì làm sao không biết hận thù là gì.

Ama tưởng tôi khó chịu nên nó nhẹ giọng:

- Con xin lỗi chú.

Tôi cười và đưa bia lên mời, uống xong tôi nói:

- Trước ngày chú ra đi, chú nguyện với lòng mình, nếu có ngày trở lại mà chú có quyền có thế, thì chú sẽ tính sổ những người năm xưa đã cậy thế cậy quyền ăn hiếp chú. Con biết không, tới ngày chú về thì mấy người chú thù ghét năm xưa kẻ thì đã chết, người thì mang bịnh nằm liệt giường, chú thấy tội nghiệp chú còn cho tiền họ nữa. Cũng từ đó tới nay chú không còn biết tới hận thù là gì hết.

Ama cười ha ha và đưa bia lên cụng:

- Nói chuyện với chú con thấy thoải mái vô cùng.

Thấy không khí trở nên vui vẻ tôi cao giọng ví von:

- Con người dù thông minh cỡ nào đi nữa, thì sức của một người cũng không làm gì được đâu. Bà phó tổng thống, ông thủ tướng, các ngài nghị sĩ, da trắng, da màu gì thì cũng bị nhiễm Corona. Cho dù tài hoa, anh hùng, trí thức, lúc hắt hơi thì cũng giống như mọi người.

- Great! Uncle Tan!

- Thôi nhậu chơi cho vui đi, ngày mốt tàu chạy rồi, có sinh hoạt chắc trên tàu bớt tù túng, không khí trên tàu cũng thông thoáng hơn.

Ama ngước cổ hớp cạn bia, nó bóp lon bia cho dẹp để vô ba lô, nó lấy thêm lon mới, đưa qua tôi và nói:

- Lâu rồi chú cháu mình chưa ghé Hamburg. Nhưng lần này trở lại, tiếc quá, chú cháu mình không có cơ hội đi thăm khu St. Pauli được nữa rồi.

(còn tiếp)

Nguyễn Lê Hồng Hưng
Leixões, Bồ Đào Nha, 1-10-2020

Tin Sách

NGUYỄN VĂN GIA

LÊ HÂN

Chúng tôi tiếp tục mục này như đã có trong Ngôn Ngữ số 9, vậy các bạn có sách mới xuất bản, nhớ gởi cho tòa soạn chúng tôi để tiếp tục giới thiệu vào số tới. Đây là những sách đã có mặt trong tháng 11 và 12 năm 2020:

A. TẠI VIỆT NAM

1. Bản Thảo Thơ

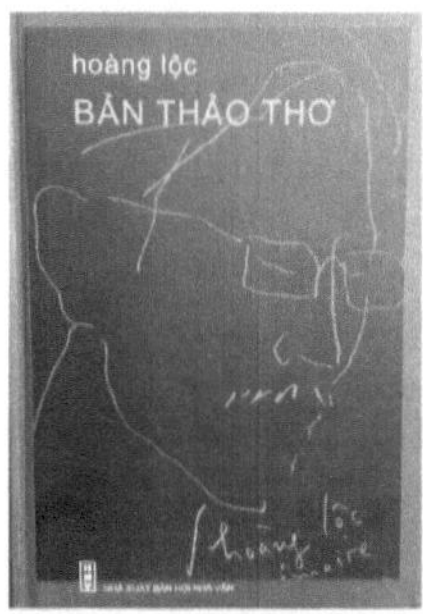

Tác giả: Hoàng Lộc
Thể loại: thơ
Sách dày 478 trang
Trình bày: Lê Hoàng Quý
NXB Hội Nhà Văn - 9/2020
Giá bìa: 180.000 đồng

2. Việt Nam Thời Dựng Nước

Tác giả: Keith Weller Taylor
Dịch giả: Thiếu Khanh
Thể loại: lịch sử
Sách dày 572 trang
Bìa cứng nhà xuất bản trình bày
NXB: Cty Truyền thông Nhã Nam &
Dân Trí - 10/2020
Giá bìa: 299.000 đồng

3. Yesterday - 60 Năm The Beatles

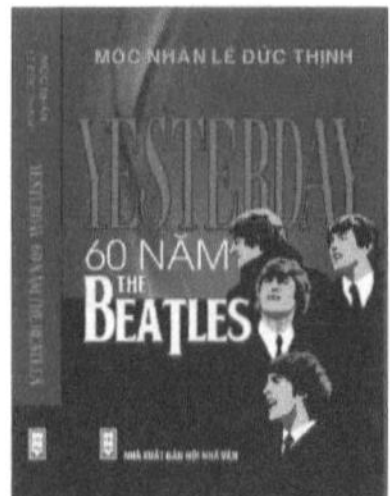

Tác giả: Mộc Nhân Lê Đức Thịnh
Thể loại: nghiên cứu
Sách dày 332 trang
Bìa: paperback 4 màu, NXB trình bày
NXB Hội Nhà Văn - 11/2020
Giá bìa: 150.000 đồng

4. Những Bóng Hồng Trong Âm Nhạc

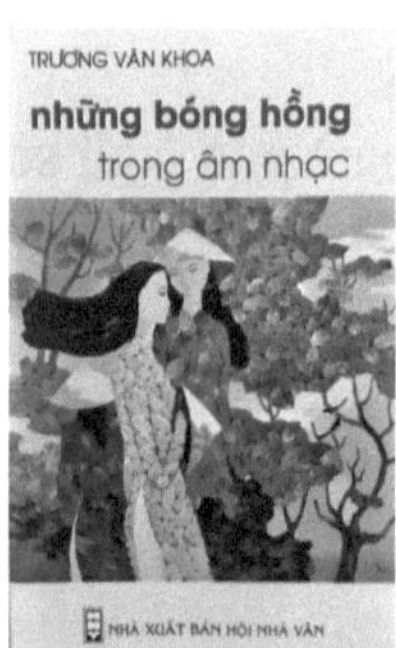

Tác giả: Trương Văn Khoa
Thể loại: biên khảo
Sách dày 254 trang
Bìa: Nguyễn Quý Tâm
NXB Hội Nhà Văn - 10/2020
Giá bìa: 120.000 đồng

5. Tác Giả & Tác Phẩm Nguyên Minh

Tác giả: 52 nhà văn trong và ngoài nước
Thể loại: viết về tác giả còn sống
Sách dày 751 trang
Bìa: Chân dung nhà văn Nguyên Minh
NXB Hội Nhà Văn - 6/2020
Giá bìa: 250.000 đồng

6. N Bài Thơ Ngắn

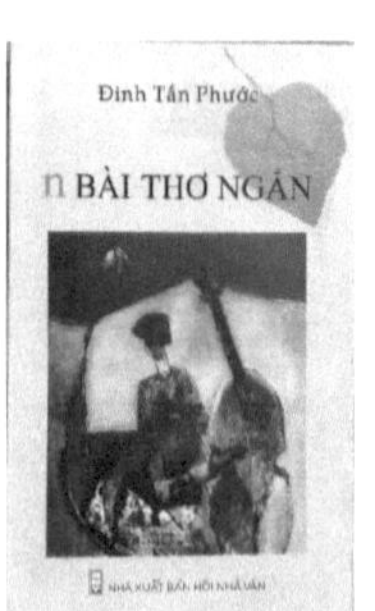

Tác giả: Đinh Tấn Phước
Thể loại: thơ
Sách dày 106 trang
Bìa: Lê Hoàng Quý
NXB Hội Nhà Văn - 10/2020
Giá bìa: 90.000 đồng

7. Lắng Đọng Thanh Xuân

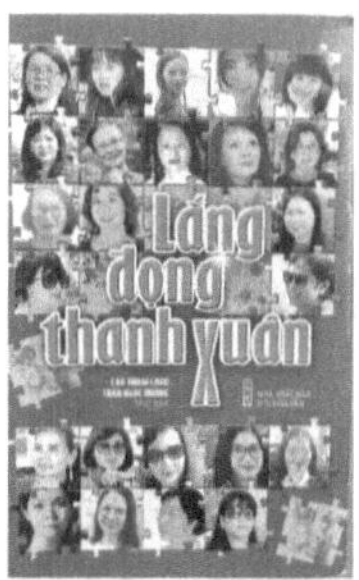

Tác giả: Cao Thoại Châu và Trần Ngọc
Hưởng thực hiện
Thể loại: giới thiệu các nhà thơ nữ trong nước
Sách dày 200 trang
Bìa: Ngô Thanh Tùng
NXB Hội Nhà Văn - 2/2020
Giá bìa: 100.000 đồng

8. Ở Hai Phía Cầu Vồng

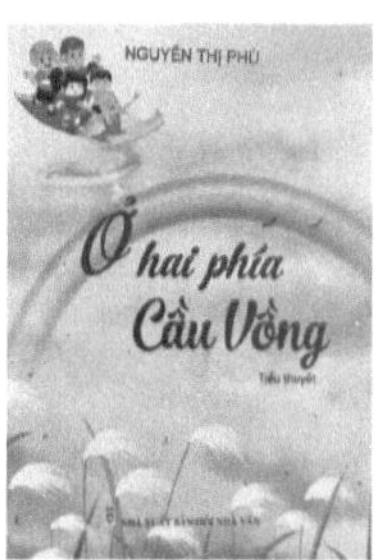

Tác giả: Nguyễn Thị Phú
Thể loại: tiểu thuyết
Sách dày 128 trang
Bìa: Trần Thị Xuân
NXB Hội Nhà Văn - 10/2020
Giá bìa: 60.000 đồng

9. Bài Thơ Của Một Người Yêu Nước Mình

Tác giả: Trần Vàng Sao
Thể loại: thơ
Sách dày 208 trang
Bìa: Kỳ Nam - Lai Tiểu Bảo
NXB Hội Nhà Văn - 9/2020
Giá bìa: 130.000 đồng

10. Thắp Đèn Khuya Ngồi Kể Chuyện

Tác giả: Hồ Sĩ Bình
Thể loại: Bút ký, tiểu luận
Sách dày 258 trang
Bìa: Duy Ninh
NXB Hội Nhà văn - 12/2020
Giá bìa: 135.000 đồng

B. SÁCH DO NHÂN ẢNH XUẤT BẢN

1. Chiến Sĩ Cô Đơn

Tác giả: Sĩ Trung
Biên tập: Sĩ Liêm
Thể loại: tiểu thuyết
Sách dày 316 trang
Bìa: Uyên Nguyên Trần Triết
Trình bày: Hoàng Thao
NXB Nhân Ảnh - 11/2020
Giá bìa: 20 US (bìa mềm), $30 US (bìa cứng)

2. Mất Dấu Thiên Đường

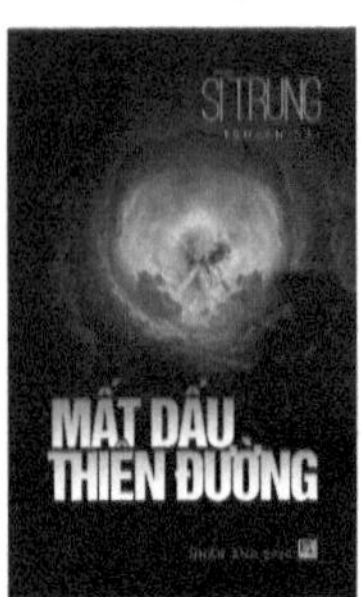

Tác giả: Sĩ Trung
Biên tập: Sĩ Liêm
Thể loại: truyện dài
Sách dày 522 trang
Bìa: Uyên Nguyên Trần Triết
Trình bày: Hoàng Thao
NXB Nhân Ảnh - 11/2020
Giá bìa: 30 US (bìa mềm), $35 US (bìa cứng)

3. Hoa Hường

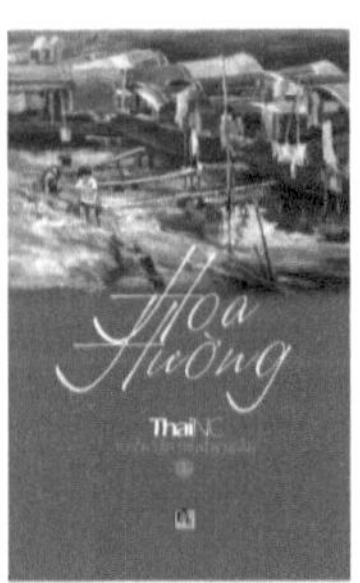

Tác giả: Thái NC
Thể loại: truyện ngắn
Sách dày 200 trang
Bìa: Uyên Nguyên Trần Triết
Trình bày: Nguyễn Thành
NXB Nhân Ảnh - 12/2020
Giá bìa: 18 US

4. Bột Chiên

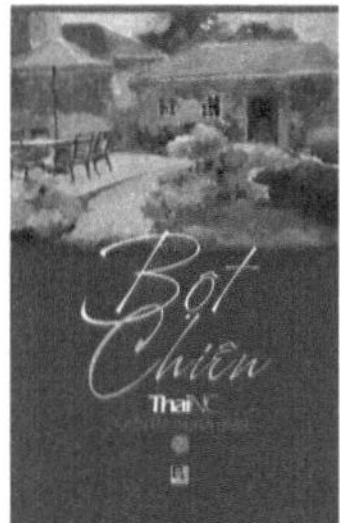

Tác giả: Thái NC
Thể loại: truyện ngắn
Sách dày 200 trang
Bìa: Uyên Nguyên Trần Triết
Trình bày: Nguyễn Thành
NXB Nhân Ảnh - 12/2020
Giá bìa: 18 US

5. Đối Thoại Soi Sáng Lịch Sử, Tập 1 & 2

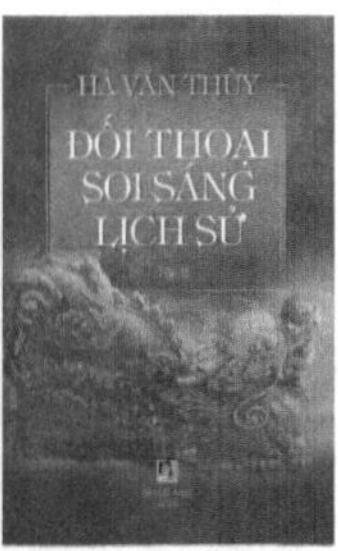

Tác giả: Hà Văn Thùy
Thể loại: biên khảo
Sách dày 314 trang & 304 trang
Bìa: Uyên Nguyên Trần Triết
Trình bày: Nguyễn Thành
NXB Nhân Ảnh 11/2020
Giá bìa: 20 US

6. Ghi nhận 2020

Nhiều tác giả
Thể loại: ghi nhận
Sách dày 258 trang
Bìa: Uyên Nguyên Trần Triết
Trình bày: Nguyễn Thành
NXB Nhân Ảnh 10/2020
Giá bìa: 20 US

7. Tròn Nhiệm vụ

Tác giả: Lâm Vĩnh Thế
Thể loại: hồi ký
Sách dày 204 trang
Bìa: Uyên Nguyên Trần Triết
Trình bày: Nguyễn Thành
NXB Nhân Ảnh 12/2020
Giá bìa: 20 US

- Liên lạc tác giả Lê Thanh Hoàng Dân
Email: lethanhhoangdan@gmail.com

ĐẶT MUA DÀI HẠN
Tạp chí NGÔN NGỮ
Phát hành 2 tháng 1 kỳ

Ở Hoa Kỳ:

$120 US/1 năm

$20 một số

Liên hệ: Lê Hân, han.le3359@gmail.com - tel: (408) 722-5626

Ở Canada:

$138 CAD/1 năm

$25 một số

Liên hệ: Tạ Trung Sơn, tatrungson@hotmail.com

tel: (514) 354-5338

Ở Pháp:

Mua qua www.amazon.fr

Ở Đức:

Mua qua www.amazon.de

Ở Việt Nam:

150.000 đ một số

Liên hệ: Nguyễn Thành, vanhocunescom@gmail.com

tel: (84) 0903385141